Lối Nhìn Mới

Văn Phạm Việt

*Phân Tích Văn Phạm Tỉ Mỉ
Dễ Hiểu Và Dễ Thực Hành
Phát Âm Trình Bầy Chi Tiết*

Hoang-Long Le & Tu-Anh Ngoc Le

Tiếng nước tôi!
Tôi yêu tiếng nước tôi từ khi mới ra đời.
Lời mẹ hiền ru con nghe rì rào tựa sóng biển khơi!

TA VỀ TA TẮM AO TA!
RỦ NHAU VĂN PHẠM CHÚNG TA HỌC HÀNH!
AI ƠI! SAO LẠI NỠ ĐÀNH
QUÊN ĐI NGỮ LUẬT HÌNH THÀNH ĐÃ LÂU?!

Hướng Về
Lê Thị Thanh-Thuỷ (quá cố)
Lê Ngọc Tú-Anh
Quý độc giả thân thương

Bản quyền © 2025 thuộc về Hoang-Long Le & Tu-Anh Ngoc Le

Đã đăng ký Bản quyền. Không một phần nào của ấn phẩm này có thể được sao chép, phân phối hoặc truyền tải dưới bất kỳ hình thức nào hoặc bằng bất kỳ phương tiện nào, bao gồm sao chép, ghi âm hoặc các phương pháp điện tử hoặc cơ học khác, mà không có sự cho phép trước bằng văn bản của nhà xuất bản, ngoại trừ trường hợp trích dẫn ngắn gọn được thể hiện trong các bài phê bình phê bình và một số mục đích sử dụng phi thương mại khác được luật bản quyền cho phép. Đối với các yêu cầu cấp phép, hãy viết thư cho nhà xuất bản, có địa chỉ "Chú ý: Điều phối viên quyền", theo địa chỉ bên dưới.

Hoang-Long Le & Tu-Anh Ngoc Le / Author's Tranquility Press
2300 Camp Creek Parkway Ste 120 #1255
College Park, GA 30337
United States
https://authorstranquility.press/

Thông tin đặt hàng:
Số lượng bán hàng. Giảm giá đặc biệt có sẵn khi mua số lượng của các tập đoàn, hiệp hội và những người khác. Để biết chi tiết, hãy liên hệ với "Phòng bán hàng đặc biệt" theo địa chỉ trên.

Văn Phạm Việt / Hoang-Long Le & Tu-Anh Ngoc Le
Bìa mềm: 978-1-961123-72-4
sách điện tử: 978-1-961123-73-1

Đôi Lời Cảm Tạ

"Chúng ta không sợ thế hệ sau chúng ta quên tiếng American nhưng tiếng Việt," vị cao niên đã nói trong sinh hoạt dịp Tết của cộng đồng Việt bé nhỏ.

Lời tuyên bố này khiến tôi nảy sinh viết, với khả năng khiêm nhường của mình, cuốn văn phạm Việt ngữ bằng American để các thế hệ trẻ có thể học Việt ngữ qua American. Thêm nữa, người ngoại có thể dùng cuốn sách này để học Việt ngữ nếu họ thích. Cũng, vô tình, cuốn sách cũng là phương tiện phổ biến Việt ngữ tới các cộng đồng ngoại. Sau đó, tôi viết bằng tiếng Français và bằng Việt ngữ theo khả năng khiêm nhường.

Sau khi cuốn sách này được hoàn chỉnh, tôi xin cám ơn các bạn bè và các người thân về sự giúp đỡ, ý kiến, đề nghị, và khích lệ họ dành cho tôi. Chúng rất quý báu đối với tôi. Tôi cũng cám ơn con gái tôi về sự khích lệ của cháu để tôi viết cuốn văn phạm này. Cháu nói, *"Con thích học Việt ngữ vì con là người Việt."* Giờ, cháu có thể đọc, viết, và bỏ dấu đúng chỗ, và dần dà học văn phạm và văn chương Việt. Tôi hãnh diện về cháu vì không quên dòng máu Việt dù sinh ra ở USA.

Xin cám ơn tất cả,

Hoang-Long Le, America, 7/10/2008

Bảo Ngữ

Vietnam, nhạc ngữ bảo tồn!
Còn yêu tiếng Mẹ còn hồn Vietnam!

(Hoang-Long Le)

Đôi Lời Khai Bút

Cuốn văn phạm này chỉ chú tâm vào văn phạm Việt. Nó cho bức tranh mô tả tương đối chi tiết về văn phạm. Cũng là cuốn sách phải dùng song song với các sách dậy học, nói, viết Việt ngữ. Mục tiêu của cuốn văn phạm là giúp người học hiểu cấu trúc của từ nhóm, mệnh đề, và văn cú để diễn tả ý tưởng bằng Việt ngữ. Để hiểu bất cứ ngôn ngữ nào: ngoại hay mẹ, phân tích văn phạm rất cần thiết. Tiếp theo là những nét tổng quát của Việt ngữ.

Từ khi vị giáo sĩ khả kính Alexandre de Rhodes (Spain) giúp tận tình người Việt ghi lại khẩu ngôn qua từ viết bằng cách dùng mẫu tự Latin, quốc ngữ, loại tả ngữ, đã được phong phú hoá, thêu hoa, dệt gấm, mềm mại tựa làn thu phong, rì rào tựa những làn sóng Thái Bình Dương, hay thủ thỉ tựa lời người tình mộng, và là ngôn ngữ giầu nguyên âm có dấu nhờ 5 dấu giọng tạo nét trầm, trung, bổng trong câu nói tựa những dòng nhạc du dương.

Đúng, 5 dấu giọng tạo nét độc đáo của Việt ngữ khi lắng nghe Việt ngữ, người ta có cảm giác là điệu nhạc du dương có những cung điệu khác nhau: trầm, trung, và bổng! Và đặc biệt là nếu ai đó có dịp nghe ngâm thơ Việt, tâm hồn kẻ đó sẽ bị cuốn hút và lần theo giọng nói mơ hồ tiến tới thế giới rất lạ, rất tĩnh, và rất tình tứ; ở nơi đó kẻ đó quên mất lối về với hiện thực khô cần vì những dòng thơ và tiếng sáo hoà điệu thành những lá bùa ếm hồn thần diệu mang lại những cảm giác khó tả cho người nghe.

Một điểm quan trọng! Cũng xin đề nghị rằng người ta nên phân biệt hành văn Việt ngữ trước và sau 1954 vì, do sự chia cắt chính trị, Việt Nam bị tách thành 2 nước có nền chính trị khác nhau (sự thực, Việt Nam chỉ là một trước đây, bây giờ, và mãi mãi). Bởi vài nguyên do, cách nói giữa Nam Việt và Bắc Việt hơi khác nhau. Hy vọng rằng sau thời gian nào đó sự khác biệt sẽ được hàn gắn, lấp đầy vì, theo tâm lý, mọi người hướng tới Chân-Thiện-Mỹ.

Ngoài ra, sách này viết dựa trên quản điểm: văn hoá, hoàn toàn phi chính trị, chỉ với một mục tiêu: vun bồi và bảo toàn văn hoá và ngôn ngữ Việt, đồng thời, giới thiệu những nét đẹp của Việt ngữ với người ngoại. Tuy thế, nếu có vài mục liên quan chút ít tới chính trị, nó được đề cập lướt qua ngoài ý muốn của tác giả. Do đó, xin quý bạn đọc dùng sách cảm thông.

Giống như những người Việt khác xa quê hương đã tạo dựng phong trào bảo tồn Việt ngữ, tác giả muốn có chút đóng góp khiêm nhường để bảo tồn văn hoá cổ truyền quý, đẹp, và đáng yêu bằng cách viết sách văn phạm Việt nhằm hai mục tiêu:

Trước là dành cho các thế hệ trẻ Việt để chúng biết ngôn ngữ nguồn gốc có những nét đẹp, tinh tế, lịch duyệt, và biết nói và viết Việt ngữ đúng! Cũng thêm, chúng phải *hiểu <u>ngôn ngữ Việt còn, dân tộc Việt còn.</u>*

*Việt ngôn, nhạc ngữ, bảo tồn!
Còn yêu tiếng Mẹ còn hồn Việt Nam!*
(Hoang-Long Le)

Sau là, cuốn văn phạm này cũng hướng về người ngoại muốn học Việt ngữ để tìm hiểu văn hoá, lịch sử bình dân và bác học, khẩu văn hay tả văn, và các khía cạnh khác trong Việt ngữ. Văn phạm được xem là chiếc chìa khoá chủ để mở cánh cổng vườn hoa ngôn ngữ; để hiểu ngôn ngữ (mẹ hay ngoại) giỏi, người ta phải biết cấu trúc ngôn từ để diễn ý. Mỗi ngôn ngữ có văn phạm riêng để vẽ ra bức tranh tinh thần. Để đạt giao thoại suông sẻ, văn phạm của ngôn ngữ nào đó phải được khảo sát trước hết vì văn phạm là những quy ước để hiểu nhau.

Tiếp theo, Việt ngữ có nét đặc biệt là các cấu từ (parts of speech) không biến dạng không như các cấu từ ngoại. Trong số các cấu từ, mạo từ (articles) là khó cho người ngoại xử dụng vì không có quy tắc rõ rệt để dùng mạo từ nhưng dựa vào thói quen, phong tục, văn hoá, sự tế nhị, chiều sâu ý tưởng, ...

Thêm nữa, Việt ngữ được hình thành với những từ đơn thanh (nói) hay đơn vần (viết). Mỗi từ có đủ số ký tự để ghi thanh. Không có tự thừa hay thiếu, khác hẳn từ ngoại như français và American, thí dụ, "đi" (to go), "đứng" (to stand), "ngồi" (to sit), "nằm" (to lie). Ngược lại, từ ngoại đơn thanh và đa thanh. Ngoài ra, thanh Việt mang dấu giọng và không mang dấu giọng, và từ ngoại không mang dấu giọng.

Thanh = $[C_1 V_2 C_3]$ được minh định bằng vị trí giữ hơi ở C_1 và hai vị trí thả hơi ở V_2 và C_3. Sau đó, thanh dứt ở C_3, và đồng thời, lưỡi bắt dịch ở phụ âm hay nguyên âm, hộp thanh âm hạ xuống để luồng thoát qua miệng và mũi ở nguyên âm và phụ âm, hay qua mũi ở phụ âm m, b, hay p; và sự tạo thanh ngưng. Sau đó, luồng hơi vào qua mũi để lấy lại sự thở bình thường.

$$\text{ĐÁNH VẦN} \qquad \text{Thanh} = [\overset{+}{C_1} \overset{-}{V_2} \overset{-}{C_3}]$$
$$\underset{\text{hơi vào}}{} \underset{\text{mắt+hơi ra}}{}$$

$$\text{PHÁT ÂM} \qquad \text{Thanh} = [\overset{+}{C_1} \overset{-}{V_2} \overset{-}{C_3}]$$
$$\underset{\text{mắt+hơi vào}}{} \underset{\text{hơi ra}}{}$$

+ : vị trí giữ hơi+hộp thanh âm dâng
− : vị trí thả hơi+hộp thanh âm hạ

Vì từ Việt độc thanh, sự đảo vị từ là nét thú vị trong văn chương Việt. Sự đảo vị từ thay đổi nghĩa gốc thành nghĩa tốt, xấu, oái ăm, mỉa mai, diễu cợt, dí dỏm, trào phúng, tức cười, ..., thí dụ,

Chính phủ → *Chú phỉnh*
Dân biểu → *Biểu dân*
Giải phóng → *Phỏng giái*

Nói tóm, nét đặc biệt của Việt ngữ là sự giản đơn. Chẳng có sự cầu kỳ giữa các cách diễn ý (moods), và trực-gián thuyết. Tất cả cấu từ không biến dạng. Việt ngữ phong phú về mạo từ, dư từ, nguyên âm và đại từ. Tổng quát, khẩu ngữ Việt là phương tiện duy nhất chuyển đạt ý tưởng giữa người Việt và người Việt trước khi tả ngữ Việt hiện hữu.

Trước thời gian Français đô hộ, có vị giáo sĩ tên Alexandre de Rhodes tới và sống ở Việt Nam để giảng đạo Công Giáo (1624-1630), nói tóm tắt, Đức Cha này giúp các học giả Việt hình thành tả ngữ Việt gọi là Quốc Ngữ bằng cách dùng một số mẫu tự Latin cần thiết. Trải qua nhiều giai đoạn gọt dũa, Việt ngữ ở giai đoạn nở rộ vào khoảng thế kỷ 20, và trở thành những viên ngọc ngôn ngữ sáng chói, thẻ bài dân tộc, dùng từ đó tới nay.

Tuy nhiên, sau 1954, khi Việt Nam bị chia hai thành Nam Việt và Bắc Việt theo hiệp định Genève, Việt ngữ cũng chia hai: hành văn Nam (Quốc Gia) và hành văn Bắc (Cộng Sản). Miền Nam vẫn lưu trữ và bảo tồn Việt ngữ trước 1954. Còn, Việt ngữ bị Miền Bắc thay đổi sau 1954 theo các mục đích riêng của họ. Và bây giờ, hành văn Bắc đang lưu hành khắp Việt Nam sau 1975, nói tổng quát, không đi vào chi tiết để xét ngôn ngữ địa phương.

Cuốn văn phạm Việt ngữ này được viết bao quát theo lối nhìn mới với hành văn Miền Nam, hành văn thuần tuý của Việt ngữ trước 1954. Nó chỉ là đóng góp bé nhỏ và khiêm nhường cho sứ mạng chung vun bồi và bảo tồn Việt ngữ theo tinh thần "tích tiểu thành đại." Nó không là đại kiệt tác phẩm! Hơn nữa, trong việc sách đèn, người thầy giỏi nhất là chính mình, và cuốn sách hay nhất là cuốn sách do chính mình viết. Do vậy, cuốn sách này chỉ mong là sự đóng góp nhỏ bé cho việc sách đèn của người dùng nó.

Vì nhắm mục đích đóng góp nhỏ nhoi cho phong trào bảo tồn những nét hay Việt ngữ ở hải ngoại, cuốn văn phạm Việt ngữ được viết bằng American, français, và Việt theo khả năng khiêm nhường của tác giả để tạo phương tiện học dễ dàng cho người học ở những nơi dùng American, français, hay Việt ngữ trong sự trao đổi ý tưởng.

Sau khi bỏ thời gian dài thu thập những nét hay của Văn Phạm Việt Nam thuần tuý xa xưa, tác giả đã viết xong bản thảo. Các bạn cho phép tác giả giới thiệu vài trang, và tác giả mong các bạn cho ý kiến thẳng, đúng, hữu lý, và chân thành để tác giả trau dồi khi viết cuốn văn phạm này.

Lý do viết văn phạm Việt: nhận thấy văn phạm Việt bị lơ là vì phong trào học ngoại ngữ. Thời tác giả, văn phạm bị lãng quên ở cấp tiểu học; văn phạm dậy sơ sài. Sau đó, bị bỏ rơi ở cấp trung học. Có lẽ, thiên hạ nghĩ rằng văn phạm Việt không cần thiết khi mọi người nói tiếng Việt thành thạo.

Người Việt nói rành tiếng Việt là điều dĩ nhiên. Tuy thế, rất ít người viết câu văn mạch lạc, khúc chiết, gọn, sáng ý, ... Đa số không nắm vững cấu trúc văn phạm và nhiệm vụ của các cấu từ. Do vậy, sự diễn ý thiếu chuẩn xác, và không xử dụng chấm câu đúng quy định người xưa đặt ra (dựa vào cách chấm câu của ngoại ngữ français rồi American; người Việt đón nhận cả hai, và chọn chấm câu American vì nó đơn giản hơn français. Tuy nhiên, người ta có thể dùng cả hai lối chấm câu của ngoại ngữ cho hành văn Việt).

Các cấu từ của 3 ngôn ngữ Việt, American, và français giống nhau, nhưng các cấu trúc câu văn khác nhau vì văn hoá khác nhau tạo văn phạm khác nhau. Văn phạm khác nhau tạo hành văn khác nhau để diễn tả cùng ý. Do đó, cả ba có hành văn khác nhau nhưng diễn tả cùng ý. Từ nền móng này, ý tưởng là chìa khoá của dịch thuật từ Việt sang ngoại hay từ ngoại sang Việt.

Cách học ngoại ngữ xa xưa truyền lại sai hướng. Cách đó gọi là phương pháp gián tiếp (dịch ra Việt để học ngoại ngữ)! Nghĩ sâu, người ta khám phá rằng dùng cách gián tiếp, người ta học thêm Việt ngữ qua ngoại ngữ!!! Do vậy, người Việt viết hay nói câu văn ngoại ngữ khoác vẻ hành văn Việt. Đôi khi, có lỗi nhỏ ngớ ngẩn không nhận ra. Muốn nói hay viết câu văn ngoại theo hành văn ngoại (100%), chỉ phương pháp trực tiếp (học thẳng, không dịch bất cứ từ ngoại nào ra tiếng Mẹ; phải tưởng tượng mình là người ngoại học ngoại ngữ của người ngoại đó giống người Việt học tiếng Việt của người Việt, và không mượn bất cứ ngoại ngữ nào để hiểu tiếng Việt). Học sinh Việt học trường français ở miền Nam xa xưa đã chứng minh phương pháp trực tiếp rất hữu hiệu và đúng hướng. Các học sinh Việt học trường français xử dụng chỉ français để học bài, làm bài tập, đàm thoại với thầy français. Do vậy, họ nói tiếng français thành thạo hơn học sinh Việt học français ở trường Việt. Đa số viết tương đối chuẩn nhưng nghe và nói đạt số không.

Học ngôn ngữ mẹ hay ngoại phải theo phương pháp tự nhiên do Thượng Đế an bài: Phương pháp trực tiếp: Phát âm _ Văn phạm _ Từ vựng.

Dẫu tác giả tận dụng nỗ lực để tránh các khuyết điểm lớn, nhỏ, thật khó tránh vì loài người vốn dĩ lỗi lầm (man is to err/l'homme doit errer). Do vậy, mọi phê bình nhận xét đúng đắn và xây dựng của bất cứ độc giả nào được đón nhận nồng nhiệt và biết ơn để trau dồi chính tác giả.

Xin chân thành cám ơn tất cả quý độc giả về sự quan tâm, sự thú vị, và sự bảo trợ cuốn sách văn phạm Việt ngữ bé nhỏ này viết theo sự sưu tầm giới hạn và sự hiểu biết khiêm nhường của tác giả. Tác giả nuôi hy vọng cuốn sách này giúp tất cả độc giả nhiều trong việc trau dồi Việt ngữ, tiếng Mẹ thân thương.

Chúc quý độc giả thành công.   *Thân ái, Hoang-Long Le, America 10/16/2015*

Tái Bút

Theo thiển ý, tác giả thích nhìn văn phạm Việt của tiếng Mẹ theo lối nhìn mới. Tác giả áp dụng "bức tranh = 1000 lời" để khảo sát hai ngoại ngữ: American và français tác giả yêu học khi còn là học sinh Trung Học Nguyễn Bá Tòng trên đường Bùi Thị Xuân, Sài Gòn trước 1975. Tác giả thiết lập hệ thống thời và thì cho hai ngoại ngữ này để tránh sự phức tạp và đạt được sự hiểu biết văn phạm ngoại tốt hơn và dễ nhớ. Tác giả cũng áp dụng hệ thống này cho văn phạm Việt. Để thoả mãn nhu cầu của hệ thống, vài thì được sáng tạo. Tuy nhiên, việc chia động từ Việt chẳng có gì đổi thay. Nó như cũ theo dạng sau đây:

Đã/vừa/0/sắp/sẽ + động từ

Nói cách khác, tác giả muốn khoác bộ áo mới cho văn phạm Việt, American, và français thay vì chiếc áo cũ. Đó là Lối Nhìn Mới về văn phạm Việt, American, và français.

VnPA, Bảng Phiên Âm Từ Việt

Việt ngữ giản đơn; các cấu từ không biến dạng; nhất là, động từ không biến đổi theo cách, thì, thể, và chia động từ theo ngôi. Có lẽ, Việt ngữ phong phú hơn English và français về nguyên âm (12 không dấu x (5 có dấu + 1 không dấu) x 3 loại nguyên âm = 216 nguyên âm; dĩ nhiên, không phải tất cả nhưng đa số được dùng cho Việt từ), mạo từ, đại từ, và dư từ. Mạo từ ví như gia vị của món ăn ngôn ngữ: ngọt, bùi, chát, đắng, lẫn chua, cay.

Việt ngữ giống như français không cần phiên âm vì cả hại dựa vào mặt từ để tạo ra quy tắc tạo thanh/phát âm. Phương pháp này đòi hỏi người học nhớ mặt từ rồi nhớ thanh để dùng miệng tạo thanh. Thường, nhiều quy tắc được liệt kê thành một danh sách dài, khó nhớ. Do vậy, có sự khác biệt chút ít trong sự tạo thanh do sự quên (không bàn tới sự khác biệt nào đó do địa phương tính). Phương pháp dùng ký tự phiên âm để chỉ định vị trí lưỡi môi và để bên cạnh từ gốc để giúp người học tạo thanh dễ dàng hơn và không phải nhớ nhiều. Người ta đã lập ra bảng phiên âm cho français; ngày nay, từ điển français có phiên âm hiện hữu để người học dễ phát âm từ français.

Cũng có người Việt hải ngoại nghĩ tới việc thiết lập bảng phiên âm cho tiếng Việt gọi là VnPA cũng như software đánh dấu từ Việt do ông Phạm Kim Long sáng chế; không bán kiếm tiền, nhưng ông cống hiến cho xã hội Việt để gõ từ Việt và đánh dấu giọng. Do vậy, kể từ khi software này ra đời, từ Việt cần viết đúng với các dấu giọng nếu có trong các bản văn dùng từ ngoại, thí dụ, bản dịch thuật Việt sang ngoại.

Cơ duyên cho VnPA (sáng kiến) ra đời là một số các mục sư American đề nghị hướng dẫn Việt ngữ cho họ để họ giảng đạo bằng Việt ngữ cho các con chiên Việt ở hải ngoại khi tôi thường đi nhà thờ. VnPA tạo cho việc hướng dẫn người ngoại dễ dàng phát âm Việt ngữ vì các ký tự phiên âm được dùng chỉ định vị trí lưỡi môi. Phiên âm được để bên cạnh từ Việt gốc. Thí dụ,

    Kính trọng [kíṇ trọŋ]   Chính phủ [tʃíṇ fủ]   Khuyến khích [Kujến Kík*]

VnPA là sáng kiến trong khi văn phạm được tác giả Hoàng-Long Lê viết; lý do nghĩ tới sáng kiến này: có dịp hướng dẫn mục sư American học Việt ngữ; thoạt đầu dựa vào quy tắc tạo thanh để hướng dẫn các vị tạo thanh bằng cách nhìn mặt từ Việt để nhớ thanh và tạo thanh. Lối này không chú ý tới vị trí lưỡi, nhưng chỉ quen mặt từ và nhớ thanh. Có cả danh sách dài về quy tắc tạo thanh. Vì thấy các vị này khó nhớ mặt từ, và khi hướng dẫn theo quy tắc phát âm, tác giả mất nhiều thời giờ giải thích, thí dụ, từ này đi với từ này, phát âm thế này (biểu diễn); từ kia đi với từ kia, phát âm thế kia (biểu diễn); do vậy, tác giả phải tìm cách khác đơn giản hơn và dễ hơn; tác nhớ tới bảng phiên âm IPA. Nó gợi hứng cho tác giả nghĩ tới việc tạo bảng phiên âm VnPA dành cho Việt từ. Sau khi thử nghiệm, tác giả thấy có lý và ứng dụng thành công.

Thoạt đầu, tác giả chỉ để ký tự phiên âm bên cạnh từ Việt gốc và hướng dẫn các vị mục sư American để vị trí lưỡi môi theo ký tự phiên âm. Ngày sau kiểm soát lại, thấy họ phát âm dễ dàng. Tại sao, vì họ quen với cách dùng ký tự trong IPA cho ngôn ngữ của họ. Thí dụ,

    Cha [tʃa]   Cua [kUa]   Qua [kuA]   Hoa [hoA]   Hua[hUa]
    Nhanh nhẹn [ɲaɲ ɲẹn]   Ngang tàng [ŋaŋ tàŋ]   Khuya khoắt [KuI:a Koắt]

    Nhớ nước, đau lòng con quốc quốc.
    [ɲớ nướk dAu lòŋ kon kuốk kuốk]
    Thương nhà, mỏi miệng cái gia gia.
    [θưƠŋ ɲà mỏi miệŋ kái ʒiA ʒiA]

Chú thích
* Để biết rõ chi tiết về VnPA, xin đọc các chương tiếp theo.

Hầu hết ký tự dùng tạo mặt từ Việt biến thành ký tự phiên âm để tập tạo thanh từ Việt. Chỉ trừ một số nhỏ nhoi mượn từ bảng IPA. Tất cả nguyên âm Việt (dấu + không dấu) trở thành ký tự phiên âm. Tất cả đơn phụ âm Việt trở thành ký tự phiên âm. Chỉ kép phụ âm được tạo ký tự riêng cho mục đích làm ký tự trông gọn mắt, thí dụ,

    ch- [tʃ]   như trong "chan chứa"   [tʃan tʃứa]
    -ch [k*]   như trong "lách cách"   [lák* kák*] (k*: hai góc môi hơi căng hơn k = c = q)
    kh [K]   như trong "khuya khoắt"   [KuI:a Koắt]
    nh [ɲ]   như trong "nhanh nhẹn"   [ɲaɲ ɲẹn]

ng [ŋ]   như trong "ngang tàng"   [ŋaŋ tàŋ], ...

Không gì khó để lập bảng VnPA. Ai cũng thiết lập được. Nhớ kỹ là VnPA gồm các ký tự dùng chỉ định vị trí lưỡi môi để tạo thanh (không dùng thay thế mặt từ Việt như Bùi Hiển VC sáng chế sai lạc). Phiên âm trong ngoặc vuông [...] và luôn bên cạnh từ Việt gốc để giúp người học (ngoại + nội) phát âm dễ dàng. Về tạo thanh, bất cứ ngôn ngữ nào cũng xử dụng 5 thành phần: hộp thanh âm, hai dây thanh âm, lưỡi, môi, và luồng hơi ra. Trong khi lưỡi và môi di chuyển từ ký tự phiên âm này tới ký tự phiên âm kia, luồng hơi thoát và biến dạng nương theo dạng lưỡi môi; sự biến dạng liên thục của luồng hơi tạo ra thanh. Hai dây thanh âm hơi khép nhỏ lại để rung luồng hơi và khuếch đại thanh để tai nghe được. Đó là phát âm miệng (oral pronunciation). Nếu hai dây thanh âm không khép, luồng hơi không rung và không thể khuếch đại thanh. Đó là phát âm thầm hay thì thào bên gối (in-mind pronunciation).

Hình thức VnPA trông gọn và giản đơn, có khuynh hướng về vị trí lưỡi môi thay vì dựa vào các quy tắc tạo thanh dựa vào mặt từ để nhớ thanh và tạo thanh. Danh sách quy tắc tạo thanh dài và khó nhớ. Lối xưa dựa vào mặt từ/chữ không dựa vào vị trí lưỡi môi chả khác chi người ta học Tàu ngữ vì Tàu ngữ kết hợp các gạch ngang, dọc, xéo, nghiêng, ...tượng trưng thanh để chỉ vật thể nào đó như người, con vật, đồ vật, ý tưởng, ... Buộc người học phải nhớ mặt từ và nhớ thanh. Học phần căn bản của Tàu ngữ mất 3 năm; học phần căn bản của Việt ngữ tiêu biểu bằng các ký tự Latin, cháu nhỏ chỉ cần 3 ngày. Ký tự Latin dễ viết, dễ đọc, và dễ nhớ vì các ký tự chỉ định vị trí lưỡi môi để tạo ra phiên âm để dễ tạo thanh. Để lưỡi, môi đúng vị trí theo ký tự phiên âm, người học phát âm đúng, thí dụ,

> *Việt Ngôn, nhạc ngữ, bảo tồn,*
> [việt ŋôn ɲạk ŋữ bảo tồn]
> *Còn yêu tiếng Mẹ, còn hồn Việt Nam!*
> [kòn jêu tiếŋ mẹ kòn hồn việt nam]

Ngoài việc dùng phiên âm từ Việt, VnPA dễ dàng dùng phiên âm từ ngoại và loại bỏ lối xưa dùng từ Việt thay thế danh từ riêng ngoại liên quan tới quốc gia ngoại và người ngoại, thí dụ,

Phiên âm bằng từ Việt

> *Napoléon* [nã phá luân]   *Columbus* [kha luân bố]   *United States* [hoa kỳ/mỹ]

Phiên âm bằng VnPA

> *Napoléon* [napolêoŋ]   *Columbus* [kơ'lămbơs]   *United States* [ju'naitid stêts]

Việt ngữ được xem như hoàn chỉnh và hoàn thiện giai đoạn nào đó trước 1954 thể hiện qua nhiều tác phẩm: truyện, nhạc, văn thơ, các tác phẩm dịch từ ngoại ra Việt,

... Vào 1954, khoảng 9 tuổi, tác giả biết phong trào bình dân học vụ cổ vũ người Việt học Việt ngữ còn lưu hành. Hàng ngày nghe từ radio,

"... Ai về chợ huyện Thanh Xuân, hỏi thăm cô Tú đánh vần được chưa. Đánh vần năm ngoái, năm xưa; năm nay, quên hết; nên, chưa biết gì! ..."

Cũng vào 1954, theo gia đình vào Nam lánh nạn VC, và được dậy dỗ bằng Việt ngữ thuần tuý để có chút kiến thức.

Vạn vật thay đổi theo thời gian, ngôn ngữ cũng thế; các ngôn ngữ khác cũng biến đổi vì lý do nào đó, thí dụ, trở ngại nào đó trong phát âm hay cách viết, nhu cầu từ mới vì sản phẩm mới được tạo ra, ..., mượn từ ngoại để dùng trong giao dịch, ... Do vậy, VnPA cũng được nghĩ ra để thay thế phương pháp dùng quy tắc phát âm dựa vào mặt từ thuở xưa để tránh giải thích dài dòng.

Vài dòng tâm sự với các bạn đọc khi tác giả viết Lối Nhìn Mới Về Văn Phạm Việt Nam để có chút đóng góp nhỏ nhoi cho Phong Trào Bảo Toàn Và Bảo Tồn Việt Ngữ Thuần Tuý Hải Ngoại.

Thân ái,

Hoang-Long Le, America 10/16/2015

Lời Xin Lỗi Chân Thành Gởi Quý Độc Giả

Tác giả xin chân thành xin lỗi tới tất cả quý độc giả cho sự bất tiện khi mua cuốn sách ấn bản đầu tiên để đọc vì có số lỗi chính tả về dấu do tài đả tự "giỏi", do mắt già kém khó nhìn ra sơ xuất trong rừng chữ.

Tác giả đã nhờ LifeRich publisher rút cuốn sách khỏi thị trường quảng cáo vì lý do sau:

1) Vì tác giả sinh hoạt đơn độc, dù cố gắng rà soát các lỗi lầm nhỏ như lỗi chính tả, thiếu sót, ... tác giả khó tránh khỏi vì vài yếu tố sau: tuổi lớn, mắt kém và chảy nước mắt trước ánh sáng rung của màn hình computer, trí óc mệt mỏi, ...Tác giả đã đón nhận những lời phê bình đúng đắn và xây dựng từ các độc giả mua sách ấn bản lần đầu để trau dồi tác giả như yêu cầu trong phần "Lời Mở Đầu" của cuốn sách.

2) Với tinh thần thắng thắn trong trách nhiệm, tác giả rút cuốn sách đầu tay khỏi thị trường quảng cáo, và dùng nhiều thời gian sửa các khuyết điểm dựa theo những lời phê bình của quý độc giả.

3) Sau khi hoàn chỉnh, tác giả cho tái bản lần hai với cùng tựa đề "Basic Vietnamese Grammar" và thêm "2nd edition" để tạo nét khác biệt với cuốn sách trước có nhiều khuyết điểm nhỏ khó nhận như thiếu dấu, thiếu ký tự, lầm ký tự, ...; nói chung, lỗi chính tả nhỏ.

Xin cám ơn sự chiếu cố và bảo trợ của quý vị cho cuốn sách tái bản lần 2. Dù cố gắng tới mức tốt nhất tác giả có thể đạt, tác giả không thể thành công không có sự góp ý tốt và xây dựng đúng đắn của các quý độc giả.

Thân ái,

Hoang-Long Le

Welcoming the comments of Mr. Nicholas Dang

Good evening Mr. Le,

First of all, I want to thank you for undertaking the daunting task of writing a grammar book of this scope. As a native of the United States, who was raised in a Vietnamese household, I have not had the chance to have a native encounter with the Vietnamese language. Your book has been a critical resource because of its simplicity. I have found it helpful in formalizing the things I already knew, as well as showing off some subtleties that only a native would know.

Very Respectfully,

Nicholas Dang, 07/21/2020

Reviewed by an Amazon Customer
5.0 out of 5 stars

<u>It's a fine grammar book</u>

This book teaches Vietnamese grammar well, starting with basics and becoming more advanced. It should not be used as a standalone 'learn Vietnamese' book - but that's not the purpose of a grammar book. People who want to learn Vietnamese should use this to complement lessons or learning apps.

I think it probably only deserves 4 stars, and I think the author should have translated every example into English. But I'm giving it 5 stars to try to even out what I think is a very unfair review by someone who does not understand what a grammar book is supposed to teach.

Contact at

3775 S. 27th Street, # 317
Milwaukee, WI. 53221

Phone: *414-378-5436 (C)*

E-mail: *lehoanglong@outlook.com*

for
Our Service

Thank you for your interest

Hoang-Long Le

Văn Phạm Việt Ngữ
Vài Nét Về Hình Thành Việt Ngữ

Ngày xưa, người Việt chưa có tả ngữ, nhưng khẩu ngữ. Do vậy, khẩu ngữ là phương tiện truyền đạt tư tưởng, văn chương, và các đề tài khác cho nhau. Sau này, vào khoảng 1000 năm dưới ách đô hộ Tàu, người Việt chịu ảnh hưởng văn hoá, văn chương, nghệ thuật, phong tục, triết lý Tàu, và mượn Hán ngữ để truyền đạt ý tưởng trong giới khoa bảng. Vì người Việt không thể phát âm Hán ngữ giọng người Tàu, Nho ngữ được đặt ra để phân biệt Hán ngữ mặc dù cách viết giống nhau ... Tuy nhiên, nhờ tinh thần bất khuất và lòng yêu xứ sở tuyệt đối, người Việt vẫn còn giữ được những nét thuần tuý, thanh khiết của văn hoá riêng mình.

Trong các giai đoạn đứt quãng của ách đô hộ Tàu, giới khoa bảng Việt học Tàu ngữ. Do đó, có hai loại ngôn ngữ: bác học và bình dân. Ngôn ngữ bác học là Hán ngữ (đúng là Nho ngữ vì người Việt dùng Hán ngữ và phát âm theo giọng Việt, theo thiển ý). Nho ngữ dùng phân biệt với Hán ngữ mặc dù cả hai chỉ là một nhưng vì sự phát âm khác nhau giữa người Việt và người Tàu. Giống như hai ngoại ngữ français và English/American, người Việt phát âm theo giọng Việt. Hiếm ai luyện tập để phát âm giống người français và người English/American.

Sau đô hộ Tàu là độ hộ Français. Với mục đích thuộc địa, người français [frãŋse] chiếm đất dân ta để khai thác lợi nhuận về kinh tế, chính phủ français gởi quân qua chiếm Việt Nam. Vào thời đó, người Việt chuyển qua chịu ảnh hưởng Tây phương thay vì Đông phương. Cuối cùng văn hoá Tây Phương được ưu đãi hơn văn hoá Đông Phương.

Bài thơ của thi sĩ Tú Xương báo hiệu sự suy thoái của nền Nho học.

> *Cái học nhà Nho đã hỏng rồi!*
> *Mười người đi học, chín người thôi!!*
> *(Trần Tế Xương)*

Một trong các vị giáo sĩ Thiên Chúa, Đức Cha Alexandre de Rhodes (Spain) giúp các học giả Việt thuở đó ghi nhận thanh Việt bằng hình thức từ viết gọi là tả ngữ (Đức Cha hiện diện ở VN vào khoảng 1624 và rời VN vào khoảng 1630, theo sử liệu. Tuy nhiên, Việt ngữ chưa chính thức phổ biến). Có lẽ, vào thế kỷ 20, Việt ngữ rộ nở ở thời kỳ 100 năm thống trị của người Français. Hình thức thành lập từ Việt để ghi thanh Việt bằng ký tự Latin trong bảng mẫu tự Latin. Tuy thế, có số ký tự không dùng như "f, w, z".

Trước thời Français, học giả Hàn Thuyên lập ra Nôm ngữ bằng cách thay đổi hay thêm thắt hoặc lấy bớt nét số của Hán ngữ để ghi thanh Việt. Tuy thế, nó chỉ luẩn quẩn trong giới khoa bảng và vua quan. Giới bình dân vẫn chuộng văn hoá truyền khẩu vì từ Nôm cũng thuộc loại tượng hình tiêu biểu thanh chứ không chỉ định vị trí lưỡi môi như ký tự Latin. Nho ngữ, Nôm ngữ đòi hỏi thời gian dài để biết các từ căn bản. Ngược lại, ký tự Latin giúp phát âm nhanh hơn và ngắn ngày hơn. Nhờ đó, Việt ngữ ra đời, và phát triển nhanh và mạnh, và được gọi là Quốc Ngữ. Thêm vào đó, Việt ngữ đơn giản và dễ viết và dễ nhớ. Vào buổi đầu, sự ghi thanh bằng ký tự (ký hiệu được gôm lại để tạo từ viết ghi lại thanh) còn nhiều khuyết điểm, chọn ký tự sai khi chỉ vị trí lưỡi môi. Thí dụ, từ "trời", người xưa ghi "blời" thời kỳ bé bỏng của nàng gái Việt ngữ. Rồi trải qua những giai đoạn chỉnh sửa, Việt ngữ được hoàn chỉnh và dùng từ đó tới nay.

Vào thời đó, cao trào học Việt ngữ được phổ biến sâu rộng trong mọi giai cấp xã hội từ giới quan quyền, khoa bảng, tới bình dân qua những câu vè khích lệ để giúp xã hội xoá nạn mù chữ. Tôi biết phong trào này lúc 9 tuổi sống ở Hà Nội vào 1954 trước khi vô Nam lánh nạn Việt Cộng. Phong trào rầm rộ trước khi HCM cai trị Miền Bắc vào 1954 theo hiệp định Genève.

MB nghĩ rằng họ tạo cao trào bình dân học vụ giúp hai giới nông, công hình thành xã hội MB sau 54 theo tư duy Cộng Sản để xoá nạn mù chữ. Đám trẻ sau 54 ngoài Bắc tưởng thật. Nói sai sự thực là đại tội đối với tổ tiên và dân tộc Việt. Muốn tẩy sạch, người Việt phải tốn cả ngàn năm để gột sạch văn hoá huỷ hoại khi MB tạo ra trò thay đổi lối nói, lối viết khác với Việt ngữ thuần tuý!!!

Khi ở tuổi nhỏ lúc 9 tuổi ở Hà Nội vào 1954, phong trào bình dân học vụ được phổ biến mạnh và rộng rãi. Hàng ngày, từ radio trong nhà phát ra

"...hỏi thăm cô Tú đánh vần được chưa. Đánh vần năm ngoái, năm xưa; năm nay, quên hết; nên, chưa biết gì ..."

Sau đó, tôi theo gia đình di cư vào Nam lánh nạn Việt Minh cũng vào năm 1954.

Khi Quốc ngữ ra đời, Hán ngữ xuống cấp, đa số "ruồng bỏ" Hán ngữ vì nó kềm hãm sự tiến bước tới văn minh nhân loại của dân tộc Việt. Giới Hán ngữ học cổ hủ than thở vì mất ngôi ngồi cao, hưởng lợi, không sản xuất sản phẩm (tinh thần hay vật chất) ích dụng để nâng cao đời sống xã hội. Giới quan quyền ta hoàn toàn ăn bám vào sức lao động của dân. Ngày nay, chính quyền MB cũng rứa! Chế độ CS, nói chung, là hình thức khác của quân chủ phong kiến ta xa xưa.

Sự ra đời của tả ngữ Việt tạo luồng gió mới thay đổi bộ mặt xã hội Việt ta. Tất cả dân chúng phải biết đọc, biết viết Việt ngữ để nâng cao dân trí vì dân trí cao, xã hội dễ tiến bước tới văn minh và đời sống tốt đẹp, đáng sống.

Quốc ngữ là chữ nước nhà,
Vốn nòi giống Việt, chúng ta học hành!

Sau khi tả ngữ Việt thành hình, nó được dùng ghi thanh của từ Nho được tạo thanh theo giọng Việt [niên] để chỉ năm (từ Việt), nó được ghi là "niên" với ký tự Latin. Từ đó, sự pha trộn các từ Việt-Nho hình thành và thông dụng để phong phú hoá kho ngữ vựng của Việt ngữ. Có lẽ, Hán tự được phát âm giọng Việt được học sĩ lúc đó gọi là Nho ngữ thay vì Hán ngữ vì cả hai có cùng hình thức viết nhưng thanh Tàu và thanh Việt khác nhau. Thường, có sự dùng qua lại giữa Việt và Nho khi Việt ngữ trong giai đoạn phát triển.

Đây là vài thí dụ điển hình,
* ***Nho + Việt***
"Bạch hồng": "bạch" thuộc Nho = trắng; hồng thuộc Việt = loại hoa; bạch hồng = hoa hồng trắng.
* ***Việt + Nho***
"Thu phong": "thu" thuộc Việt; "phong" thuộc Nho; phong = gió; thu phong; "hồng bạch": "hồng" thuộc Việt; "bạch" thuộc Nho; hồng bạch/bạch hồng.
* ***Nho + Nho***
"Quốc gia": "quốc" và "gia" thuộc Nho; quốc gia = nước nhà.

Vài Đặc Nét Về Việt Ngữ

Mỗi từ chỉ có một vần, và phát âm giống như từ viết, nghĩa là, quy tắc tạo thanh dựa vào sự phối hợp của các ký tự trong từ viết. Khác với ngoại ngữ như English/American không theo quy tắc tạo thanh. Tuy vậy, VnPA là phiên âm để phát âm từ Việt vì các ký tự phiên âm chỉ định vị trí lưỡi môi để tạo thanh, không đòi hỏi người học nhớ mặt từ và nhớ thanh để phát âm bằng miệng.

Sáng kiến VnPA nảy sinh khi tác giả giúp các vị giáo sĩ Tin Lành học Việt ngữ để giảng đạo cho các con chiên Việt theo Tin Lành ở ngoại. Cũng ích dụng khi áp dụng vào Việt ngữ để dậy các trẻ tập đánh vần và tập đọc Việt ngữ vì hình thức giản đơn của phiên âm VnPA (phonetic alphabet of Vietnamese/Vietnamese phonetic alphabet).

Vì đơn vần, Việt ngữ có các từ đơn và từ kép (ít nhất 2 từ) mô tả vật thể như người, con vật, và đồ vật.

Gió, mưa, máy điện tử đa năng, máy tính, bộ phận, sự đau đớn,
Trình độ, tình cảm, tình yêu quê hương, tình dân tộc, nghĩa đồng bào

Hình thức Từ = $C_1V_2C_3$ (c: phụ âm; v: nguyên âm); Thanh = $[C_1V_2C_3]$

Các thanh được ghi bằng ký tự Latin nằm trong bảng mẫu tự Latin. Vài ký tự "J, Z, W" không ứng dụng để ghi thanh Việt. Tuy thế, trong phiên âm VnPA, "j, z" được dùng. Ngoài ra, vài ký tự phiên âm khác cũng được mượn như "tʃ, ʄ, ŋ, ʃ, ɲ".

Nét đơn giản của Việt ngữ là viết sao đọc thế. Nếu ai biết viết từ, khi nghe từ khác, họ viết nó ra ngay.

Tôi học Việt ngữ.

Chú thích
* *Việt Nam: nước Việt ở phía Nam nước Tàu. Theo địa lý học (American geography), họ ghi Việt Nam là một trong các chủng tộc Tàu mang tên là Huot. Sau đó, di Nam và tạo ra nước Việt Nam. Sở dĩ biết tiểu mục này khi vô tình đọc tài liệu địa lý American ở Trường Trung Học Mt. Pleasant, San Jose vào khoảng 1990 nơi tôi làm nhiệm vụ khiêm nhường Teacher-Aide (Phụ Giáo) sau khi mới đặt chân trên thổ nhưỡng Tự Do (soil of freedom).*

Mặc dù từ Việt viết sao đọc vậy giống từ français, người ta cũng nghĩ tới phiên âm cho từ français như được dùng hiện hành để giúp người học français phát âm dễ dàng; VnPA cũng được sáng kiến để dậy phát âm từ Việt vì lý do tác giả đã nêu trên. VnPA chỉ là dạng phiên âm từ Việt để tập đánh vần và phát âm từ Việt.

Về phát âm, sau khi tạo thanh, ở cuối thanh, nếu là phụ âm hay nguyên âm, cùng lúc, lưỡi môi bất dịch, hộp thanh âm hạ xuống, luồng hơi qua miệng và mũi; nếu là phụ âm: m, b, hay p, luồng hơi qua mũi vì 2 môi đóng. Tuy nhiên, với từ Việt, "b" không bao giờ đứng sau nguyên âm.

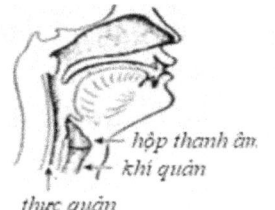 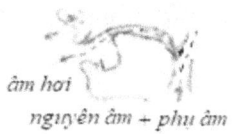 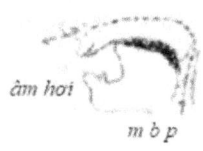

Từ	*IPA*	*Đánh vần*	*Phát âm*
Làm	[làm]	[lᵒàmᵒ]	[làm]
Bắp	[bắp]	[bᵒắpᵒ]	[bắp]

Thêm đặc nét nữa là Việt ngữ không có các ký tự *fricatives* (tạm dịch phụ âm gió, phụ âm cho luồng hơi còn lại qua miệng khi lưỡi và môi ở vị trí do phụ âm gió chỉ định) ở sau nguyên âm như "*f, v, s, z, th, ...*", thí dụ, "vé số" chứ không "év ós"; khác ngoại ngữ như "*mess, off, of*" [mes, ɔf, ɔv].

Ngoài ra, Việt ngữ có 3 loại nguyên âm không dấu và có dấu: đơn nguyên, nhị nguyên, và tam nguyên. Trong nhị nguyên và tam nguyên có hai loại nguyên âm: chủ nguyên và phụ nguyên (hay còn gọi là âm lướt). Thí dụ, cua [kUa] và qua [kuA]; U và A = chủ nguyên. Viết hoa chủ nguyên trong nhị và tam nguyên khi nó không dấu; không viết hoa chủ nguyên trong nhị nguyên và tam nguyên khi nó mang dấu giọng như "của" [kủa], "quá" [kuá] vì dấu giọng luôn rơi trên chủ nguyên. Nếu dấu giọng để trật, thanh cũng trật, thí dụ, thuý [θuÍ:] ≠ thúy [θúI:]. Do đó, người xưa chọn [y] cho [thuý] và chọn [i] cho [thúi] để tránh đặt lầm dấu. Ngoài ra trong đơn nguyên, chủ nguyên cũng không viết hoa. (Chi tiết được giải thích trong chương khác).

Người ta nói Việt ngữ là "tỷ phú" nguyên âm; chả sai tí nào cả. Với 5 dấu giọng thêm vào, có cả trăm nguyên âm. Căn bản có 12 đơn nguyên không dấu. Từ đó, biết bao nguyên âm được tạo (kể cả nguyên âm chưa dùng cho thanh Việt).

Từ [o]:	o, ó, ò, ỏ, õ, ọ.	(đơn nguyên, single vowels, monophthongs)
Từ [ơi]:	ơi, ới, ời, ởi, ỡi, ợi	(nhị nguyên, double vowels, diphthongs)
Từ [oai]:	oai, oái, oài, oải, oãi, oại	(tam nguyên, triple vowels, triphthongs)

Am, ma, an, na, man, nam Ám, mà, ản, nã, mạn, nám, nàm, nắm, nãm, nạm
An, án, àn, ản, ãn ạn Man, mán, màn, mản, mãn, mạn
Oi, ói, òi, ỏi, õi, ọi uôi, uối, uồi, uổi, uỗi, uội

Chú thích
* Tạm quên ý nghĩa ở đây; chỉ lưu ý sự tạo thanh không dấu và có dấu. Có thể, có thanh chưa được dùng trong ngôn ngữ Việt cho tới nay.

Ngoài ra, Việt ngữ giầu về đại từ, mạo từ, và dư từ!

Trong sự khảo sát hay đánh vần từ, mỗi ký tự nguyên âm và phụ âm được âm vang tách biệt để phân định các loại âm khác nhau giữa âm nguyên âm và âm phụ âm.

Trong phát âm tự nhiên hàng ngày (ngoại ngữ cũng như tiếng Mẹ), luồng hơi phát âm nguyên âm nhưng không phát âm phụ âm. Theo sự di chuyển của lưỡi và môi tới các ký tự trong từ, luồng hơi thoát và biến dạng liên tục tạo ra thanh. Luồng hơi phối hợp âm nguyên âm với các phụ âm (không được tạo âm) để tạo ra thanh. Luồng hơi biến dạng theo dạng lưỡi và môi; dạng lưỡi và môi biến đổi theo vị trí do các ký tự (nguyên âm và phụ âm) chỉ định. Tưởng tượng lưỡi và môi là cái ly, cái bát, cái lọ, ... luồng hơi là nước; nước trong ly có dạng ly, trong bát, có dạng bát, và trong lọ có dạng lọ, ... Luồng hơi biến dạng liên tục tạo ra thanh; dạng khác nhau cho thanh khác nhau. Do vậy, thanh khác âm, và thanh có dạng tổng quát: ph. + ng. + ph.

Âm nguyên âm được xem là thanh khi nó mang ý nghĩa, thí dụ, A! (ngạc nhiên), Ui! (đau đớn), À!, Úi!, Ô!, ...

Thanh và âm khác nhau vì tính vật lý trong âm học. Cách dễ nhất để phân biệt là lời ca sỹ là thanh, và tiếng đàn nhạc công là âm. Nếu dựa vào ký tự, thí dụ, [tơ] = âm phụ âm; [ơ] = âm nguyên âm; [tơ] = thanh = ph. + ng. + ph. (dạng tổng quát).

Loài người tạo thanh và âm. Loài vật và các vật thể chỉ tạo được âm. Tiếng sư tử gầm, bò rống, ngựa hí, gió hú, mưa rơi, ... là âm.

Trong âm nhạc, các thanh tương ứng với các nốt nhạc; nốt nhạc diễn tả âm (không phải thanh). Thật kỳ diệu Tạo Hoá ban cho loài người. Các ngôn ngữ khác nhau cho thanh khác nhau; 7 nốt nhạc tương ứng với tất cả ngữ thanh khác nhau. 5 nốt nhạc dưới đây có thể hát bằng tiếng Việt, Français, American, Nipponese, Chinese, Siamese, ...

mi	*mi*	*mi*	*mi*	*mi*	(nốt nhạc)
[Mi]	*[Mi]*	*[Mi]*	*[Mi]*	*[Mi]*	(nhạc thanh chỉ tên nốt nhạc ≠ nốt nhạc = âm)
Tôi	*Đưa*	*Em*	*Sang*	*Sông*	(lời nhạc)
I	*Love*	*You*	*So*	*Much*	
Je	*Vous*	*Aime*	*Beau-*	*Coup*	

Dấu Giọng

Dấu giọng Việt ngữ

   ´   `   ?   ~   .

sắc   huyền   hỏi   ngã   nặng

Nhấn giọng

Sự nhấn giọng lồng tự nhiên trong câu nói nhờ 5 dấu giọng: sắc, huyền, hỏi, ngã, nặng. Với 5 dấu giọng, độ trầm, trung, bổng hiện hữu tự nhiên. Chúng nằm trong khoảng [-3, 0, +2]. Thanh giọng Việt ngữ là điệu nhạc tự nhiên. Thơ văn cũng là những dòng nhạc tự nhiên ru hồn người thưởng thức vào cõi mộng.

Trái bắp [trái bắp]	*Quả đu đủ [kuả du dủ]*	*Dưa Gang [zƯa gaŋ]*
Cha già [tʃa ʒià]	*Chau chuốt [tʃAu tʃuốt]*	*Ngang tàng [ŋaŋ tàŋ]*
Nhanh nhẩu [ɲaŋ ɲẩu]	*Khuếch đại [Kuếk* dại]*	*Âm thanh [âm θaŋ]*

Chú thích
* [zƯa gaŋ] là ký tự phiên âm dùng cho phát âm Việt từ. Sáng kiến khi hướng dẫn các mục sư Tin Lành học Việt ngữ để giảng đạo cho người Việt theo đạo Tinh Lành ở Mỹ.

Cao độ của thanh Việt

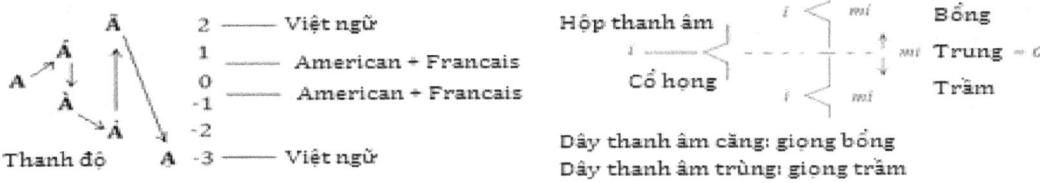

Thanh giọng người Việt
Bắc-Việt, Trung-Việt, và Nam-Việt có giọng nói hơi khác nhau mặc dù viết Việt ngữ giống nhau. Tuy nhiên, cũng có số từ khác biệt chỉ cùng vật thể như "*chén = bát*", "*muỗng = thìa*"; "*quặng = phễu*"; "*đòn = ghế đầu*", ...

Minh hoạ cao độ thanh Việt

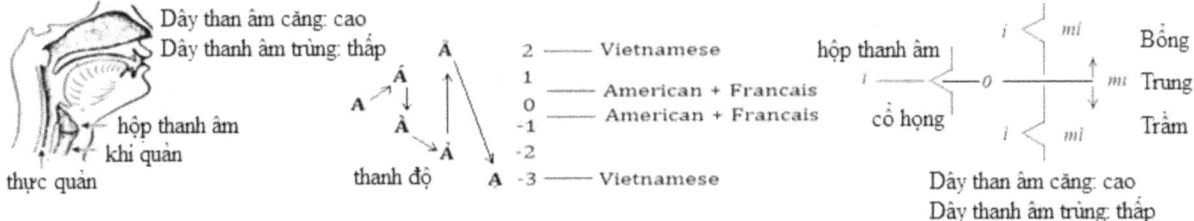

Sau khi Việt Nam bị chia thành Nam-Việt Nam và Bắc-Việt Nam do hiệp định 1954 tổ chức tại France, Việt ngữ cũng bị ảnh hưởng chính trị. Do vậy, có hai loại Việt ngữ (tạm thời): Việt ngữ Bắc và Việt ngữ Nam. Việt ngữ Bắc bị sửa đổi theo quan điểm chính trị Cộng Sản; Việt ngữ Nam vẫn nối tiếp Việt ngữ thuần tuý ra đời trước 1945. Cho tới 1975, Việt ngữ Nam theo dòng tỵ nạn lánh VC giong buồm vượt biển qua vùng đất tự do lập nghiệp. Do vậy, Việt ngữ thuần tuý được vun bồi và bảo tồn ở hải ngoại kể từ đó.

Dầu Việt ngữ đạt tới mức toàn thiện, toàn mỹ, cũng còn những nhầm lẫn nho nhỏ tạo ra viết sai chính tả (typos) của người viết khi lâu ngày không nhìn mặt từ viết, hay trí nhớ trở nên kém theo dòng thời gian. Chúng là những ký tự "ch, tr, d, r, g(i), x, s, i, y, ..." đòi hỏi người viết phải thuộc lòng. Rất khó để nhớ ra bằng sự lý luận khi ai đó quên mặt từ vì không có tiêu chuẩn rõ rệt để xử dụng các ký tự nêu trên. Hơn nữa, phát âm sai các tự trên xảy ra từ lúc nào đó, không rõ nguyên nhân, và mặc nhiên được chấp nhận từ lâu.

Phần lớn phát âm [ch] thay cho [tr], [d] thay cho [r, g(i)], [s] thay cho [x]; [i](ngắn) thay cho [y = i:](dài). Phần, người ta làm biếng uốn lưỡi, cong môi để xử dụng các ký tự này khi phát âm các từ chứa các ký tự này.

Để sửa chữa khuyết điểm nhỏ này (theo đề nghị), người ta nên dựa vào các cấu từ để quy định xử dụng các ký tự nêu trên thường bị nhầm lẫn do đặt lưỡi môi ở vị trí sai chút ít, nói chung. (Dĩ nhiên, chỉ bộ giáo dục đặt ra quy định này nếu muốn).

Danh từ	*Đại từ*	*Động từ*	*Tĩnh từ*	*Trạng từ*
Liên từ	*Giới từ*	*Mạo từ*	*Cảm từ*	*Dư từ*

Hay cố gắng đặt lưỡi môi ở vị trí đúng do các ký tự trên chỉ định. VnPA được nghĩ ra để diễn tả vị trí đúng để khi phát âm từ tạo thanh chính xác, nói lên sự khác biệt giữa các ký tự như [tʃ] cho "ch-"; [z] cho d; [r] cho "r"; [ʒ] cho "g(i)"; [s] cho "s"; [ʃ] cho "x"; [i](ngắn) và [i](ngắn, lướt) cho "i";[i:](dài) và [j] (dài, lướt) cho "y" như trong

Chong [tʃoŋ] ≠ trong [troŋ]; dỗ [zỗ] ≠ rỗ [rỗ] ≠ giỗ [ʒiỗ]
sa [sa] ≠ xa [ʃa]; tai [tAi] ≠ tay [tAj]; ti [ti] ≠ ty [ti:]

Chú thích
* Chi tiết các ký tự phiên âm VnPA được giải thích trong Chương 1.

Tuy thế, người ta vẫn có khuynh hướng dùng "ch, d, s, i" trong trường hợp vừa nêu trên. Đó là lý do tại sao viết sai chính tả thường xảy ra. Tại sao người Việt ta có khuynh hướng này sau khi nàng Việt ngữ ra đời? Có lẽ, các học giả xưa không đề cập tới VnPA (phiên âm Việt ngữ), nhưng họ mô tả vị trí lưỡi môi cho các ký tự bằng lời thay vì hình ảnh (bức tranh = 1000 lời). Đâu dễ nhớ vị trí và dạng lưỡi môi của mỗi ký tự khi nó được mô tả bằng lời vì lời mô tả không kèm hình ảnh cụ thể. Do vậy, sự phát âm sai tạo ra sự viết sai nối gót.

Theo thiển ý, thanh giọng (accent) tuỳ thuộc vị trí lưỡi và môi do các ký tự chỉ định. Cùng một từ, thí dụ, "hai", người Bắc có thanh giọng Bắc, người Trung (nhất là Quảng Nam và Quảng Ngãi) có thanh giọng Trung, và người Nam có thanh giọng Nam. Các từ khác cũng như thế như "hoang, quan, quang, ..."; 3 miền cho 3 giọng khác nhau vì họ đặt môi lưỡi hơi khác nhau chút ít. Do vậy, tạo ra thanh khác nhau.

Ngoài ra, độ giọng (tone) (khác giọng [accent]) là độ cao thấp của thanh: trầm hay bổng tuỳ thuộc vào dây thanh âm căng hay trùng. Nếu dây thanh âm căng, giọng bổng; nếu dây thanh âm trùng, giọng trầm. Cùng vùng miền, người ta phát âm tạo cùng thanh giọng, nhưng khác nhau về độ giọng trầm hay bổng. Ngoài ra, độ dầy hay mỏng của hai dây thanh âm cũng cho thanh nghe khác nhau; với cùng một thanh, người tạo thanh nghe ồm ồm (low-pitched) và kẻ tạo thanh nghe the thé (shrilled).

Người français, người American/English, người Việt có thanh giọng (accent) riêng biệt vì cấu trúc từ khác nhau. Nghĩa là, số ký tự được dùng khác nhau. Tuy thế, khi nói cùng ngôn ngữ, người français, người American/English, người Việt có độ giọng (tone) khác nhau: trầm hay bổng. (Soprano/treble ≠ contralto [female]; tenor ≠ bass [male]) tuỳ vào độ dầy hay mỏng và sự căng trùng của 2 dây thanh âm, ...

Việt ngữ được hình thành xa xưa nhờ duyên lành của dân tộc Việt là Đức Cha Alexandre de Rhodes qua truyền đạo ở Việt Nam thời gian. Lúc đó, người Việt chưa có chữ viết do chính mình nghĩ ra. Ông Hàn Thuyên dựa vào chữ Hán sáng chế ra chữ Nôm sau thời gian khá dài, vua quan Việt phải mượn Hán ngữ làm phương tiện trao đổi văn thư giữa triều đình và các bộ, phủ, huyện, xã, ... Hán ngữ khó viết và khó đọc. Nó không được phổ biến rộng trong dân chúng. So với đại đa số, chỉ thiểu số cặm cụi trong đèn dầu, ngồi tụng Hán ngữ ra ra như ve sầu mùa hạ, ê a như ông sư đọc kinh nhật tụng. Do vậy, có hai loại văn chương: bình dân và khoa bảng. Ngoài ra, không có môn khoa học, toán học, vật lý, ... hiện hữu thời đó vì chẳng người Việt lưu tâm tới chúng để tạo nền tảng cho các thế hệ sau nối tiếp và phát triển cách ngành liên quan tới khoa học, toán học, vật lý, ... Do đó, cho tới giờ, người Việt chưa có khả năng tự phát minh điều chi mới lạ ích dụng cho xã hội và nhân loại khi được so sánh với các dân tộc khác.

Sống ở Việt Nam, Ngài Alexandre de Rhodes giúp các học giả Việt tạo ra tả ngữ Việt bằng cách dùng ký tự Latin để ghi thanh Việt. Mãi tới khoảng thế kỷ 18, 19, Việt ngữ được phổ biến sâu rộng. Theo thời gian, Việt ngữ được gọt dũa thành những viên ngọc ngôn ngữ. Tuy vậy, Việt ngữ cũng đi vào khúc quanh 1954. Việt ngữ bị làm lu mờ kể từ khi Hồ Chí Ming du nhập thuyết CS ngoại lai vào miền Bắc. Thuyết này làm tan nát mọi mặt: linh hồn, tâm hồn, tư duy, tình cảm, tinh thần, lẫn thể xác dân chúng miền Bắc. Và sau chính biến chính trị 1975 do thế lực ngoại áp đặt cho hai phía để chấm dứt nội chiến, Việt ngữ xưa (trước 1945) do dân miền Nam bảo tồn và phát huy cũng bị người Việt theo Cộng Sản làm lu mờ; các nét hay Việt ngữ mất dần. Tuy thế, dân tộc Việt, nói chung, vẫn còn cơ may là số đồng bào Việt ở hải ngoại vì vượt biển lánh VC vào 1975 và số nhỏ đồng bào trong nước vẫn nêu cao tinh thần yêu thương tiếng Mẹ trong phong trào bảo tồn và phát huy Việt ngữ hải ngoại và nội, chứ không bao giờ quên ngôn ngữ đầu đời của mình.

Đó cũng là nguyên nhân cho cuốn Lối Nhìn Mới Về Văn Phạm Việt ra đời để hưởng ứng phong trào bảo tồn và phát huy Việt ngữ thuần tuý trước 1945.

Nỗi băn khoăn

* *Việt ngữ trong quá khứ trước 1954 ở Bắc-Việt, và Việt ngữ trước 1975 trong Nam-Việt quý phái, đẹp, thâm thuý, lịch duyệt; Miền Nam lưu giữ, bảo tồn, và gọt dũa Việt ngữ đã qua. Nó trở nên bình dân, thiếu lịch duyệt từ khi chủ nghĩa CS đã tồn tại và kéo dài ở Bắc-Việt từ 1954 và ở Nam-Việt từ 1975 tới nay.*

* *Chỉ sau khi chiếm Miền Nam do chính trị vào tháng Tư, 1975, Bảo Sanh Viện Từ Dũ đổi thành Xưởng Đẻ Từ Dũ do Đại Tướng VC Võ Nguyên Giáp trông coi. Ông này phe thân TC bị Duẩn, Thọ phe thân Nga đì sói trán.*

Oai phong lẫm liệt trên trận tuyến
Giam kiếp chinh nhân chốn nữ sanh.

Cách cư xử đồng chí của Duẩn, Thọ nói lên CS chủ thuyết biến bản chất con người hèn hạ, tiểu nhân, gian, và hiểm độc. Không thể đì ông ta như thế. Lẽ ra, phải đặt ông ta làm việc ở Bộ Tổng Tham Mưu VC để ngồi chơi sơi nước tới khi ông ta về hưu. Cư xử với các đồng chí của Duẩn, Thọ quá bẩn và quá tiểu nhân. Thọ và Giáp là hai tay Tây học. Sao lại phò ông Hồ thất học, gian ác?! Đáng tủi, đáng buồn, và đáng hối hận cho những ai hăm hở theo ông Hồ.

* *Đó là lý do tại sao phong trào bảo tồn Việt ngữ thuần tuý bộc phát ở hải ngoại, ở các nước cưu mang dân Việt tị nạn VC. Dân ta lơ là văn phạm và Việt ngữ từ khi Pháp chia tay về nước. Phong trào ngoại ngữ ùn ùn nổi lên: Nhật, Anh, Pháp, Đức, Nhật ngữ, ... Tuy thế, phong trào học Anh ngữ lấn lướt các ngoại ngữ còn lại. Học hai ngôn ngữ Anh và Pháp cùng lúc chỉ kéo dài vài năm ở bậc Trung Học thời tôi còn học ở Trung Học Nguyễn Bá Tòng. Khi Mỹ ào ào đổ quân vào MN, chỉ còn phong trào học Anh ngữ tồn tại. Dĩ nhiên, văn phạm và Việt ngữ khuất bóng từ đó. May, nhờ khúc quanh lịch sử hiện kim của dân tộc ta, văn phạm và Việt ngữ thuần tuý được tái sinh. Nhờ lớp già sắp lãnh thẻ bảo lãnh chầu Diêm Vương cố sức viết ra làm tài liệu.*

Thẳng thắn nói rằng dân tộc ta vô tình mang bản chất vọng ngoại thiếu suy xét chín chắn. Cái hay của ngoại ta tha hồ hấp thụ tuỳ khả năng và hoàn cảnh nhưng không ruồng bỏ cái hay của ta. Làm sao biến cái hay của ngoại thành cái hay của ta tuyệt đối? Giả sử làm được, ta đã làm mất gốc văn hoá Việt vì óc vọng ngoại thiếu ý thức. Văn hoá từ đâu ra? Từ tâm hồn, xúc cảm, suy tư thuần tuý của dân tộc Việt. Tâm hồn, cảm xúc, suy tư chuyển tải cho nhau nhờ Việt ngữ (khẩu ngữ rồi tả ngữ). Nếu Việt ngữ mất hoặc bị lơ là có nghĩa ta mất hay lơ là tâm hồn, cảm xúc, suy tư thuần tuý của dân tộc Việt. Vậy dân tộc Việt biến mất về mặt tinh thần chỉ còn lại cái xác vô hồn sống giữa các dân tộc biết giữ văn hoá và ngôn ngữ của riêng họ để phân biệt họ với các dân tộc khác.

Hy vọng rằng dân tộc Việt trong và ngoài nước Việt, kể cả người Việt lỡ theo ông Hồ ý thức rằng

Ngôn ngữ Việt còn, giống Bách Việt còn!

Để bảo vệ giống nòi và quê hương chống bất cứ ngoại xâm nào.

Hoang-Long Le

Milwaukee, Wisconsin, USA, 2015

Học Ngoại Ngữ Thế Nào Để Đạt Hiệu Quả?

Để nói ngoại ngữ thông thạo, người ta phải có tâm hồn của người nói ngoại ngữ đó, và hiểu văn hoá của ngoại ngữ đó bằng cách học ngoại ngữ theo phương pháp trực tiếp (direct method). Người học nên dùng từ của ngoại ngữ mình học và hiểu từ đó trực tiếp; không nên dịch bất cứ từ ngoại nào ra từ của ngôn ngữ Mẹ của mình ngay khi mình học ABC của ngoại ngữ đó theo kinh nghiệm khiêm nhường của tác giả.

Sau khi người français về nước khoảng 1954, mọi sinh hoạt được giao lại cho người Việt ta. Trong phạm vi học ngoại ngữ, thay vì trực tiếp khi người Việt học thẳng với người français, cách học ngoại ngữ trở thành cách học gián tiếp (indirect method). Nghĩa là, ngoại ngữ được chuyển dịch sang ngôn ngữ Việt. Điều này có nghĩa học thêm Việt ngữ qua ngoại ngữ, chứ không phải học ngoại ngữ. Dùng tiếng français làm thí dụ; người Việt học ở trường français ở Việt Nam nói lưu loát, tự nhiên hơn người Việt học français ở trường Việt. Đó là sự khác biệt giữa 2 phương pháp học ngoại ngữ. Đằng học theo phương pháp trực tiếp; đằng học theo phương pháp gián tiếp.

Khi học Việt ngữ, ngay từ vỡ lòng, có học sinh nào phải dịch ra français hay American để hiểu từ của Việt ngữ không? Hay là học thẳng, hiểu thẳng, và nói thẳng, không cần dịch? Vô tình, chúng ta chọn phương pháp trực tiếp để học ngôn ngữ Mẹ. Phương pháp trực tiếp là phương pháp Trời phú, mang lại hiệu quả thực dụng vì sau thời gian học Việt, người học trò Việt nói Việt ngữ lưu loát. Tại sao không xem ngoại ngữ là ngôn ngữ Mẹ của mình để học ngoại ngữ trực tiếp? Không nên dịch ra Việt trong thời gian học ngoại ngữ.

Dựa vào từ điển song ngữ, từ ngoại có nghĩa tương đương với từ Mẹ, nhưng trong cách dùng, cả hai được dùng khác nhau vì hai văn hoá khác nhau. Thí dụ đơn giản, "welcomed" = "đón tiếp", "không dám" = "not dare" để tỏ sự lịch sự khi ai đó nói "cám ơn".

Nếu dịch qua Việt, "you are welcomed" = "anh được đón tiếp", người Việt nghe tức cười, ngớ ngẩn; nếu dịch "dạ, không dám" = "yes, not dare/do not dare", người American giật mình, tự hỏi sao người Việt nói gì nghe lạ thế! Thời còn là học sinh trung học Nguyễn Bá Tòng, tôi hỏi vị cha dạy học rằng người American nói "thank you", con trả lời làm sao cho lịch sự; ông đáp "never mind". Khi người American thuê nhà nói "thank you" sau khi nhờ tôi làm việc chi đó, tôi hí hửng đáp "never mind". Sau thời gian, ông hàng xóm làm việc cùng ông American này và ông cũng là người giúp gia đình tôi cho người American này thuê phòng, gọi tôi lại và hỏi riêng tôi rằng con có làm gì phật ý người American thuê nhà không. Không. Ông ta than rằng con "cao bồi", bất lịch sự. Tôi ngạc nhiên; tôi nói con giúp ông ta mua thức uống lặt vặt như Pepsi Coke, Coca Cola cho ông ta. Ông ta nói "thank you";

con đáp *"never mind"* (Việt: tôi không quan tâm tới. Ý là việc giúp của tôi không đáng kể, ông không cần nói "cám ơn". Theo văn hoá Việt, đây là cách khiêm nhường và lịch sự đáp lại sự cám ơn)

À! Thì ra thế! Con dịch từ Việt theo nghĩa tương đương ra từ American. Ông ta hiểu lầm con là phải. Ông hàng xóm giải thích rằng "mind" ở affirmative có nghĩa "chú ý tới điều chi; nhưng nếu ở negative và interrogative, nó mang nghĩa "không để ý tới, hay có để ý tới vì điều đó làm mình khó chịu hay bực bội, thí dụ, "Would you mind if I smoke here?" = "Có phiền ông khi tôi hút thuốc ở đây không?", hoặc "I never mind it!" = "Tôi chẳng để ý điều đó (vì nó làm tôi bực)!" Do vậy, khi ông American này nói "thank you", con đáp "never mind". Câu này có nghĩa như vừa giải thích (lời cám ơn của ông làm tôi bực; tôi không thèm để ý tới; người American hiểu thế theo văn hoá họ). Ông ta nói con "cao bồi", bất lịch sử là phải phải! Để đáp lại lời cám ơn của bất cứ người American nào, con nói "you are welcomed".

Tôi ngẩn người và rút kinh nghiệm trong việc học ngoại ngữ. Từ đó, tôi cố tập học theo phương pháp trực tiếp và dùng tài liệu học viết bằng American để khảo sát American như dùng từ điển định nghĩa American-American, văn phạm do American viết, ... Khi đọc sách, tôi không dịch ra Việt để hiểu; tôi dùng óc tưởng tượng hay phương tiện nào đó để có hình ảnh trong đầu do các từ American vẽ ra.

Buổi đầu chuyển đổi phương pháp gián tiếp sang trực tiếp, tôi gặp khó khăn vì thói quen tai hại còn lưu động trong óc. Sau thời gian cố gắng, tôi đã diệt được thói quen này vì mỗi lần học American, tôi luôn nghĩ tôi là American giống như khi học Việt ngữ, tôi nghĩ tôi là Việt. Tôi không mượn bất cứ từ khác nào để hiểu American hay Việt. Nói cách khác cho dễ hiểu, khi học American, người ta dùng American để hiểu, và khi học Việt, người ta dùng Việt để hiểu. Không lấy râu ông nọ cắm cằm bà kia!!!

Văn hoá khác cho văn phạm khác; văn phạm khác cho hành văn khác. Tuy nhiên, hai hay ba hành văn khác nhau cho cùng hình ảnh. Đó là nền móng của dịch thuật khi ai đó phải làm công việc dịch thuật. Nếu không, không bao giờ dùng dịch thuật trong khi người ta học ngoại ngữ hay ngôn ngữ Mẹ. Dưới đây, là hình ảnh tôi vẽ ra rút từ vấp ngã trong việc học ngoại ngữ do phương pháp gián tiếp (dịch) tạo ra. Nếu phải làm dịch thuật, xin theo hình ảnh này:

    (Vietnamese) bàn ăn (table + eat) = dining table (American).

Đây là hình ảnh diễn tả dịch thuật

Nền móng của dịch thuật là ý tưởng (bức tranh tinh thần trong đầu) được diễn tả theo lối hành văn của ngôn ngữ bài văn được dịch sang.

Nguyên tắc dịch thuật

                        Bức tranh tinh thần
            ↗   ↖
Hành văn 1   *Hành văn 2*

Không bao giờ đi thẳng từ với từ
Hành văn 1 ≠ *Hành văn 2*
Hành văn 1 = Cùng ý tưởng (bức tranh tinh thần) = *Hành văn 2*

Ứng dụng nguyên tắc dịch thuật

Khi nào là lúc thuận tiện để mở quán?
= What time is good to run our restaurant?
= When is it good to run our restaurant?
= When does a chance come to run our restaurant?

Có 3 hành văn khác nhau diễn tả cùng ý. Cả 3 đúng trong mặt dịch thuật. Do vậy, khi dịch thuật ngoại ra Mẹ hay Mẹ ra ngoại, người dịch phải bám vào ý tưởng do hành văn1 diễn tả. Không bao giờ bám vào mỗi từ của hành văn 1. Khi có hình ảnh trong đầu dùng hành văn2 diễn tả cùng hình ảnh đó.

Cùng nguyên tắc, người dịch dịch thành bất cứ thể văn nào. (Trừ âm nhạc, khó nhất vì số thanh của từ lệ thuộc vào nốt nhạc. Người ta phải sáng tác bản nhạc khác để thoả mãn số nốt nhạc và điệu nhạc với điều kiện không đi sai ý tưởng của bản nhạc gốc.)

39. Van Thu Đừng Đến!   *No coming of Autumn!*

Nào tôi có gọi Thu đâu!   *I dare not expect Autumn's coming*
Mà Thu cứ đến làm tôi thấy buồn.   *Because of her doing come*, she invokes my sadness.*
Giọt thương nặng trĩu nửa hồn!   *One half of my soul is weighed down by drops of my loving!*
Nửa kia bão táp sóng cồn nhớ nhung! *The other is stormed by raging waves of my missing!*

Hoang-Long Le, 10/12/2006   *Rudely translated*
                                     Note: *to do come*: emphatic form; doing come: gerund.*

L'humilité   ***Khiêm nhường***

L'arrogance peut nous donner   *Sống đời kênh kiệu chẳng hay!*
L'illusion d'être fort pendant quelques minutes, *Chỉ là ảo lực trong vài phút giây!*
Mais c'est l'humilité, la véritable force,   *Sống đời khiêm tốn mới hay.*
Qui peut nous accompagner pour toute la vie.   *Đó là thực lực mỗi ngày bên ta!*

Degas   *Rudely translated by HLL*

Tôi mệt quá không làm việc nổi = I <u>too</u> tired to work. (Tôi mệt quá mức để làm việc)
Tôi rất mệt không làm việc nổi = I <u>so</u> tired to <u>not</u> work (Tôi mệt tới mức để không làm việc).
* *(Cả hai cùng ý):* "too"(negative) không cần "not"; "so" (affirmative) cần "not".

Khi học ngoại ngữ, chớ dịch ra Việt, nhưng dùng ngoại hiểu ngoại. Cách luyện học thắng, theo kinh nghiệm, học ít từ, từ cụ thể trước, khi biết nhiều từ, ghép chúng thành nhóm. Khi học từ vựng, học nhóm từ chứa từ vựng muốn học. Nhóm từ được viết trong thí dụ trong từ điển, thí dụ, American-American, hoặc người học tự chế để dễ nhớ. Thí dụ, "to give"; không học lẻ loi nhưng "to give someone something hay to give sth. to sne."; "to go", "I go to school; he goes to school, ..."

Tận dụng óc tưởng tưởng khi không học trực tiếp với người thầy nói ngoại ngữ mình học, thí dụ, American. Giả sử gặp từ "cup"; "cup" là cái gì? Tạm dùng từ điển Việt-

American. A! Cái ly. Sau khi biết nó là cái ly, người học phải hình dung hình ảnh cái ly trong đầu và bỏ từ "cái ly". Sau đó, luôn liên hệ qua lại "cup" = hình ảnh (cái ly); miệng phát âm "cup"; và ngược lại, miệng phát âm "cup", "hình ảnh (cái ly) hiện ra trong đầu. Từ một từ, tạo ra nhóm từ, thí dụ, "a cup of coffee", "a cup of hot coffee", I drink a cup of hot coffee", ... Sau thời gian, người học dùng từ cụ thể để suy ra ý nghĩa của từ ngoại trừu tượng, thí dụ "love". Hình ảnh nào diễn tả ý nghĩa của từ "love"? Trai và gái đang âu yếm nhau, người mẹ đang nâng niu đứa con, ... Theo thời gian và kiên nhẫn, người học không cảm thấy khó khăn khi đọc tài liệu ngoại trực tiếp. Anh ta sẽ cảm thấy như đọc tài liệu bằng tiếng Mẹ. Học ngôn ngữ chả khác chi mưa dầm thấm đất, và mưa rào không thấm đất. Trên là những vấp ngã của phương pháp gián tiếp và sự hiệu quả của phương pháp trực tiếp tôi muốn chia xẻ chân tình với bất cứ ai học ngoại ngữ.

Phương pháp tự nhiên để học bất cứ ngôn ngữ nào phải theo tiến trình tự nhiên Tạo Hoá lập ra: 1. Phương pháp trực tiếp; 2. Phát âm; 3. Văn phạm; 4. Từ vựng (đọc thật nhiều bài viết, truyện, sách, báo, ...) Nên đọc tờ báo ngoại trước tiên vì nó chứa các sự kiện xảy ra hàng ngày, nó có số từ gần ta nhất để dùng diễn tả các sự kiện hàng ngày: thời tiết, giá cả, thời sự, tai nạn, cáo phó, cưới hỏi, quảng cáo, trộm, cướp, ...Các sự kiện hàng ngày ở nước ngoài na ná các sự kiện hàng ngày ở xứ ta!

Am tường phát âm vững chắc, không cẩu thả hay lơi là, chiếu lệ khi khảo sát phát âm. Giữ trong đầu rằng các thanh nghe gần nhau không có nghĩa giống nhau. Do vậy, không thể dùng thanh Việt thay thanh American, thí dụ, "đít" và "did". "Đít du gô?" và "Did you go [did ju gou]?" nghe khác nhau. Cũng thế, người Việt học tiếng Hán xa xưa không phát âm đúng giọng Tàu. Do vậy, Nho ngữ là từ dùng phân biệt Hán ngữ dù hình thức viết giống nhau nhưng phát âm khác nhau giữa Việt và Tàu. Nếu không khảo sát kỹ, và cố công tập phát âm đúng cách tự nhiên, người học không thể phát âm đúng được. Thường người Việt phát [ao] của từ "out" [aut] và bỏ rơi ký tự phiên âm "t". Do vậy, [ao] nghe hơi khác [aut] (nếu lưu ý để phân biệt khi nghe). Hơn nữa, phải hiểu vị trí lưỡi môi của [ao] (Việt) khác vị trí lưỡi môi của [au] (Am.) Phải tìm hiểu cách phát âm của tiếng ngoại kỹ càng và chính xác. Hoạt động của lưỡi và môi phải hoàn toàn tự nhiên. Nguyên nhân chính làm các thanh khác nhau là vị trí và dạng lưỡi môi khác nhau chút ít; do đó, các thanh nghe khác nhau chút ít tựa sự khác nhau chút ít giữa La thăng, La giảm, và La bình.

Rút kinh nghiệm, để luyện phát âm, người học phải đi qua hai giai đoạn: đánh vần và phát âm từ thật tự nhiên. Thí dụ, "help".

Đánh vần: [h°el°p°] Phát âm tự nhiên [help]. Thanh gồm tiền thanh phối hợp với các phụ âm sau nguyên âm. "Help" [help] = h+ e + l + p = he + lp = thanh. Trong phát âm tự nhiên, nguyên âm được luồng hơi ra tạo âm nhưng phụ âm không được luồng hơi ra tạo âm; khác với đánh vần từ khi lưỡi và môi được đặt ở các ký tự này. Luồng hơi ra biến đổi liên tục theo dạng lưỡi và môi khi lưỡi và môi di động theo vị trí do các ký tự (nguyên và phụ) chỉ định. Chính sự biến đổi liên tục của luồng hơi ra tạo ra thanh.

Trong đánh vần, [^{o}] = bán nguyên, ký hiệu dùng tạo âm phụ âm trong tập đánh vần từ. Từ phụ âm, thả nhẹ lưỡi và môi dưới chút xíu để tạo kẽ hở cho luồng hơi thoát và tạo âm phụ âm, thí dụ, [t^o] (nghe khác thanh [tơ]). Để lưỡi và môi di chuyển đều đặn và chậm rãi theo luồng hơi ra. Ở ký tự đầu "h" của từ "help", lưỡi ở vị trí gốc để chặn hơi. Sau đó, khi do chuyển qua "e, l, p", lưỡi ở vị trí phụ (gần các vị trí gốc của "e, l") để luồng hơi không bị ngắt và thanh được tạo. Lưỡi tới vị trí gốc do "p" chỉ định để chấm dứt thanh [help]. Sau đó, hộp thanh âm hạ và luồng hơi qua mũi ở "p". Cho các ký tự khác "p", luồng hơi còn lại qua miệng và mũi hay qua mũi tuỳ loại ký tự chót.

Từ	**Đánh vần**	**Phát âm**
Helped [helpt] →	[h^{o}el^{o}p^{o}t^o] →	[help(t)]
Berry [beri] →	[b^{o}er^{o}i] →	[beri]
Mướt →	[m^{o}ướt^o] →	[mướt]
Má →	[m^{o}á] →	[má]

Chú thích
* (t): là ký tự thừa, không biến đổi thanh [help] của từ ngoại. Nó không là ký tự chót của từ hay thanh.
* [t^o] âm phụ ≠ [ơ] âm nguyên ≠ [tơ] thanh.

Từ ngoại đơn thanh hay đa thanh có nhiều ký tự; trong từ nào đó, có ký tự thừa, thường là phụ âm. Nó xuất hiện trong từ đó và phiên âm để phân biệt từ đó với từ khác trong hình thức. Trong phát âm, ký tự thừa không được dùng vì nó không ảnh hưởng tới thanh, thí dụ, "helped" [helpt] → [help(t)] (phát âm); (t) bị loại bỏ.

Sau phần phát âm, người học nên tìm văn phạm bao quát để biết nhiều về văn phạm. Ở trường, văn phạm bị giới hạn theo trình độ học vì người viết sách không thể thêm nhiều điểm văn phạm. Họ chỉ đề cập tới các điểm văn phạm liên quan tới đề tài học. Do vậy, muốn vững văn phạm, người học nên tìm sách chỉ xoáy vào văn phạm (Văn Phạm Bao Quát) hoặc tìm và đọc nhiều sách văn phạm khác nhau để biết rộng văn phạm ngoại. Đồng thời, khi đọc bài văn nào đó, nếu nhận ra điểm lạ trong hành văn, nên ghi lại. Nói cách khác, người học tự tạo cho chính mình cuốn văn phạm tổng quát. Trường học chỉ hướng dẫn văn phạm căn bản, những điểm thường dùng; điểm đặc biệt, trường hợp đặc biệt không được đề cập.

Sau khi có kiến thức văn phạm tổng quát tương đối, người học bắt đầu đọc nhiều để có vốn từ vựng rộng rãi. Trong thời gian chú tâm lần lượt phát âm và văn phạm, người học cũng biết số từ vựng liên quan tới phát âm và văn phạm cách tự nhiên khi áp dụng phương pháp trực tiếp. Do vậy, cứ từ tốn đọc nhiều thể loại để có kho từ vựng. Cách thực tế nhất là đọc hết tờ báo ngoại. Người học dư sức đàm thoại với người ngoại bằng tiếng ngoại trong giao tế hàng ngày với vài sự kiện đơn sơ. Tờ báo ghi nhận tất cả sinh hoạt xảy ra hàng ngày nào khác chi sinh hoạt hàng ngày xảy ra trong xã hội ta. Không nên tìm tài liệu học quá tầm với của mình.

Ban trách nhiệm dậy ngoại ngữ phải có cái nhìn thực tế để có chương trình ngoại ngữ thực dụng và hiệu quả. Cái hay nhất, theo thiển ý của tôi, mượn sách vở ở các cấp từ tiểu học tới đại học của tiếng ngoại, rút ra số bài nào đó, phần nào đó làm tài liệu học ngoại ngữ. Chương trình học ngoại ngữ bao quát đi song song với chương trình học của ngoại ngữ. Cho văn phạm, có giờ riêng và sách văn phạm riêng; đào sâu điểm nào đó, thí dụ, danh từ, có tài liệu rộng rãi nói về danh từ. Văn phạm cần dậy theo cách lý luận với 6 câu hỏi căn bản: "Ai?", "Gì?", "Ở đâu?", "Khi nào?", "Thế nào?", và "Tại sao?" Thời tôi, bắt học về Chính Phủ American, Quốc Hội American, ... Khi tị nạn VC, qua đây, trong sinh hoạt hàng ngày, chả người American nào nói về Chính Phủ và Quốc Hội cả. Các từ thông thường liên quan tới mua bán, đổ xăng, khám bác sỹ, đụng xe, mua bảo hiểm, giá cả, ... không có trong đầu tôi; ngay cả hành văn diễn ý về những sinh hoạt này cũng chẳng biết. Do vậy, tôi ngọng một thời gian.

Luôn nhớ rằng văn hoá khác nhau cho văn phạm khác nhau; văn phạm khác nhau cho hành văn khác nhau, nhưng cả hai hành văn khác nhau diễn tả cùng ý. Thí dụ, về hành văn khác nhau, "The bill is on me" = "Để tôi trả tiền, tôi đãi các bạn, ..., tôi là khổ chủ của bữa tiệc này, ...". Cả 3 hành văn Việt diễn tả cùng ý với hành văn ngoại. Ngược lại, muốn diễn tả cùng ý của 3 hành văn khác nhau này của Việt bằng American, người học nói "The bill is on me". Người học học các hành văn ngoại khi đọc sách ngoại để áp dụng. Nếu đọc sách ngoại, đầu dịch ra Việt, người học không thể học cách hành văn ngoại. Nếu ý vào từ có nghĩa tương đương; câu dịch rơi vào tình trạng ngớ ngẩn vô ý dù câu dịch hoàn toàn trúng văn phạm. Lý do là cách dùng từ, cách hành văn khác nhau do văn hoá khác nhau. Thí dụ, trong giao tế ở buổi tiệc, "help yourself" có nghĩa "ông, bà, anh, chị, ... dùng tự nhiên". Nó không mang nghĩa đen "giúp đỡ chính ông, bà, anh, chị ..."

Khi đọc bài văn, luôn phân tích văn phạm cho tới khi nào rành ngoại ngữ mình học. Học văn phạm theo lý luận, chứ không thuộc lòng, bằng cách khai thác 6 câu hỏi căn bản trong mọi ngôn ngữ: Ai? Gì? Đâu? Khi? Nào? Sao?

Sau khi khảo sát bản văn, người học nên diễn kịch 1 vai kiêm 3 nhiệm vụ: đọc lớn, nghe, và hiểu trong thế giới của riêng mình. Bắt 3 bộ phận của não làm việc cùng lúc.

Chứng minh cụ thể cho phương pháp trực tiếp hiệu quả,

    1. Các trẻ Việt học trường français trong Nam trước 1975;
    2. Các trẻ Việt học trường American ở US sau 1975.

Tóm lược, đây là thứ tự ưu tiên học ngoại hay ngữ Mẹ để đạt hiệu quả mỹ mãn.

    ***1.** Trực tiếp*   *(không dịch)*   ***2.** Phát âm (chi tiết)*
    ***3.** Văn phạm (chi tiết)*   ***4.** Từ vựng (đọc nhiều)*

Cùng nhau gạt bỏ phương pháp gián tiếp do người xưa truyền loại sau khi người Français về nước họ. Lý do sai hướng và không mang lại hiệu quả vì, thực ra, người học ngoại ngữ học thêm Việt ngữ qua ngoại ngữ vì dịch ngoại ngữ ra Việt ngữ để tìm hiểu ngôn ngữ ngoại, chứ không học cách diễn ý bằng ngoại ngữ thay vì Việt ngữ.

Viết từ kinh nghiệm của "nạn nhân" của phương pháp gián tiếp áp dụng học ngoại ngữ được truyền lại từ người xưa sau khi người Francais về nước họ vào 1954.

Chia xẻ khiêm nhường

Hoang-Long Le, America 10/16/2015

Xin giới thiệu hệ thống thời và thì được tạo theo Lối Nhìn Mới Về
   * *Văn Phạm Việt*
   * *Văn Phạm American*
   * *Văn Phạm Français*

Hệ thống thời và thì này được áp dụng cho 3 văn phạm nêu trên. Hệ thống giúp người học xử dụng thì chính xác để diễn tả biến cố xảy ra theo thời gian dựa vào nguyên tắc: **trước-cùng-sau** (anterior simultaneous posterior; antérieur simultané postérieur)

Với Việt ngữ, người ta cho rằng Việt ngữ là ngôn ngữ đơn giản nhất vì các đặc nét sau:

   1. *Cấu từ không biến dạng theo ngôi, thì, cách, giống, và số.*
   2. <u>*Theo lối nhìn mới về văn phạm Việt*</u>*, có 11 thì đơn tương ứng với 3 khoảng chính khung B.*

Có hai khung thời gian: A cố định và B di động. Trên khung A, có 3 khoảng phụ thời gian: Quá khứ, Hiện tại, và Tương lai. Có 5 thì căn bản được sắp xếp theo nguyên tắc: trước-cùng-sau trên khung A:

Quá khứ		*Hiện tại*		*Tương lai*
Quá khứ thì	*Cận khứ thì*	*Hiện tại thì*	*Cận lai thì*	*Tương lai thì*

Trên khung B, có 3 khoảng chính:

QUÁ KHỨ, HIỆN TẠI, TƯƠNG LAI

* *QUÁ KHỨ*	*Tiền khứ*	*Quá khứ*	*Hậu khứ*
	Tiền khứ thì	*Quá khứ thì*	*Hậu khứ thì*
* *HIỆN TẠI*	*Quá khứ*	*Hiện tại*	*Tương lai*
	Quá khứ thì Cận khứ thì	*Hiện tại thì*	*Cận lai thì Tương lai thì*
* *TƯƠNG LAI*	*Tiền lai*	*Tương lai*	*Hậu lai*
	Tiền lai thì	*Tương lai thì*	*Hậu lai thì*

Chú thích

* Tên các thì khác nhau, nhưng chia động từ có cùng hình thức vì chỉ "đã, vừa, 0, sắp, sẽ" được thêm vào động từ tuỳ vào khoảng thời gian biến cố xảy ra. Để rõ về hệ thống thì và 2 khung thời gian A và B, xin xem các chương kế.

3. Không từ nào có hơn một vần/độc thanh.
4. Phát âm như viết (không cần phiên âm như từ ngoại; tuy thế, VnPA cũng được dùng).
5. Có nhiều nguyên âm: đơn, nhị, và tam nguyên phối hợp với 5 dấu giọng tạo ra cả trăm nguyên âm.
6. Việt và Nho được pha trộn trong quốc ngữ hiện hành. Thí dụ, niên (Nho) = năm (Việt). Mậu Thân niên = năm Con Khỉ.
7. Nhấn và lên xuống giọng được tạo tự nhiên: trầm, trung, bổng do 5 dấu giọng. Có thể nói Việt ngữ là nhạc ngữ tự nhiên.
8. Việt ngữ không có âm gió (fricatives) sau nguyên âm như "về, thời, sa, xăm"; không "ềv, ờith, as, măx"

Gởi các bạn 4 phương

Bạn có thể phê bình và góp ý để tôi sửa các khuyết điểm vì loài người phải có lỗi. Cuốn sách được viết với tinh thần tự nguyện bảo tồn Việt ngữ; nhất là, văn phạm Việt bị lãng quên khi cao trào học ngoại ngữ dâng cao khoảng 1960. Thời tôi, văn phạm Việt chỉ dậy ở tiểu học và cũng chẳng dậy chi tiết. Do vậy, dựa vào văn phạm ngoại để làm khung sườn để tôi nương theo để viết chi tiết hơn về văn phạm Việt như phát âm, cấu trúc các từ, nhiệm vụ mỗi từ cấu (part of speech). Dựa vào sự so sánh giữa ngoại và Việt, tôi xét xem tính chất nào có thể dùng cho Việt, hay xem tôi có thể sắp xếp những nét chính của văn phạm rõ ràng như có thể ...Tôi viết theo khả năng khiêm nhường để có chút đóng góp cho phong trào bảo tồn Việt ngữ ở hải ngoại vì trong nước, VC làm mất nhiều nét thuần tuý của Việt ngữ ở thời rộ nở trước 1945. Các văn tài nhân và nhóm Tự Lực Văn Đoàn gọt dũa Việt ngữ thành những viên ngọc ngôn ngữ sáng bóng quý hơn kim cương.

Luôn luôn đón chào sự phê bình và góp ý của quý bạn để trau dồi chính tôi và làm cho Việt ngữ chúng ta toàn thiện và toàn mỹ.

Cám ơn tất cả bạn đọc về sự ủng hộ để lên tinh thần tìm tòi thêm.

Thân thương,

Hoang-Long Le
America, 2021

To my friends at whereabouts

You could give comments and opinions so that I could redress my mistakes because men are to err. The book was written with a voluntary spirit to conserve and preserve Vietnamese; especially, the Vietnamese grammar because it has been in oblivion since the high movement of learning foreign language rose in Vietnam in about 1960. In my time, the contemporary Vietnamese grammar was taught only at the elementary school level without details. Hence, in reference to foreign grammars to make a basic frame I rely on to write more details about the Vietnamese grammar such as pronunciation, structure of words, functions of each part of speech, ... Based on the comparison between foreign and Vietnamese grammars, I study if a certain quality can be used for Vietnamese or if I can organize the outlines of the Vietnamese grammar as clear as possible...With my humble ability, I write to have a little contribution to the movement abroad of conservation and preservation of Vietnamese since inland Communist Vietnamese have deteriorated many authentic features of the before-1945 Vietnamese. In its blooming phase, ingenious literary composers, and a Team of Self-Made Writers refined and polished Vietnamese into a more precious jade-like language than diamonds.

Your comments and opinions are always warmly welcomed to improve myself and to make our Vietnamese completely good and completely beautiful.

Thanks to you for your support to inspirit me to research more.

Affectionately yours,

Hoang-Long Le, America, 2021

(Rudely translated by HLL)

Lối Nhìn Mới Về VĂN PHẠM VIETNAM

Bạn vàng Hoang-Long Le,

Đọc xong quyển văn phạm giản yếu của bạn mấy hôm nay. Nhưng phải ngồi yên cho thanh thản để trả lời cho bạn.

Trước hết, phải xác định rõ là mình không sở trường về ngôn ngữ học, tuy là dân văn khoa thuở trước nhưng mình học triết và đang để hết tâm sức còn lại cho cái cử nhân văn chương Pháp nên mình không có thì giờ nghiên cứu về văn học VN nhiều. Khổ là phải lo chạy theo mảnh bằng trước đã!

Cho nên, với công trình quy mô, công phu như vậy, đó là yếu tố tinh thần quá lớn lao bao chùm hết quyển sách; mình chỉ có lời thán phục thôi!

Mình chỉ xin được nói lên ý kiến riêng của mình. Thứ nhất, mình rất cảm phục tấm lòng của bạn mình biết từ bao lâu nay, một tấm lòng ưu tư, đầy uất ức về tương lại dân tộc, một tâm hồn lớn, rất lớn qua những bài viết của bạn. Mình rất quý quan điểm suy tư và đánh giá của bạn. Đó là ưu điểm của người có tầm vóc.

Do vậy, nó dẫn tới quyển sách bạn đã bỏ biết bao nhiêu tâm tình, huyết, lệ trong đó. Mình chỉ biết đọc và cảm nhận công trình quá quý. Bạn đã soạn rất kỹ, rất công phu, từng chi tiết, từ cấu trúc, thành lập, cách xử dụng, và vị trí của từng loại từ. Còn kỹ hơn mấy quyển grammaires francaises mình học. Quyển sách của bạn rất dễ và đầy đủ cho những người ngoại quốc muốn học tiếng Việt.

Chúng ta sẽ bàn vẫn đề này sau, khi thuận tiện. Vì mình đang nghĩ tới việc in lại cuốn sách này và những bài viết rất hay của bạn.

Mình tạm ngưng. Có dịp, mình sẽ trở lại vấn đề này.

Kim Anh Nguyên, 01/03/2018

A New Look at Vietnamese Grammar

Golden friend Hoang-Long Le,

Reading your simple grammar book is finished today, but I have to sit still in serenity to answer to you.

First of all, I have to make it clear that I have no competence in linguistics, although I was a student of literature in the past, I studied philosophy and I am investing all my energy into my bachelor's degree in French literature; so I don't have time to study much of Vietnamese literature. It is a pity for me to pursue after a degree!

Thus, with such a large and elaborate work, it is too great a spiritual factor that covers the entire book; I only have to say thank you!

I just want to express my own opinion. Firstly, I am very impressed with the heart of a friend I have known for a long time, with his heart full of worries and frustrations about the future of the nation, and with his great, great soul through his writings. I really appreciate his thoughts and evaluations. That is the strong point of a person of noble thoughts.

Therefore, this strong point leads to compose a grammar book in which you input so much heart, so much blood, and so many tears. I can only read and feel that the work is too precious. You have prepared very meticulously in every detail from the structure, establishment, usage to the position of each word. More carefully than les grammaires francaises I studied. Your book is easy and complete for foreigners who want to learn Vietnamese.

We'll discuss this later when it's convenient because I'm thinking of reprinting this book and your great articles.

I stop. I will return to this issue when I have a chance.

Kim Anh Nguyên, 01/03/2018

(Rudely translated by HLL)

Un nouveau regard sur la grammaire vietnamienne

Ami doré Hoang-Long Le,

Lire votre simple livre de grammaire est terminée aujourd'hui, mais je dois rester assis dans la sérénité pour vous répondre.

Tout d'abord, je dois préciser que je n'ai aucune compétence en linguistique; bien que j'aie été étudiant en littérature dans le passé, j'ai étudié la philosophie et je mets toute mon énergie dans mon baccalauréat en littérature française; je n'ai donc pas le temps d'étudier beaucoup de la littérature vietnamienne. C'est dommage pour moi de poursuivre après un diplôme!

Ainsi, avec une œuvre aussi grande et élaborée, c'est un trop grand facteur spirituel qui couvre le livre entier; je dois juste dire merci!

Je veux simplement exprimer ma propre opinion. Tout d'abord, je suis très impressionné par le cœur d'un ami que j'ai connu depuis longtemps, par son cœur plein d'inquiétudes et de frustrations concernant l'avenir de la nation, et par sa grande, grande âme à travers ses écrits. J'apprécie vraiment ses réflexions et vos évaluations. C'est le point fort d'une personne aux pensées nobles.

Par conséquent, ce point fort vous amène à composer un livre de grammaire dans lequel vous avez mis tant de cœur, tant de sang et tant de larmes. Je ne peux que lire et sentir que ce travail est trop précieux. Vous avez préparé très méticuleusement chaque détail de la structure, de l'établissement, de l'usage jusqu'à la position de chaque mot. Plus soigneusement que les grammaires françaises que j'ai étudiées. Votre livre est facile et complet pour les étrangers qui veulent apprendre le vietnamien.

Nous en parlerons plus tard quand cela conviendra car je pense réimprimer ce livre et vos excellents articles.

Je fais une pause. Je reviendrai sur cette question quand j'en aurai l'occasion.

Kim Anh Nguyên, 01/03/2018

(Grossièrement traduit par HLL)

Mục Lục

Chương 1 Bảng mẫu tự và ký tự Việt
- *Bảng nguyên âm*
- *Loại nguyên âm*
- *Bảng dấu giọng*
- *Dấu giọng và nguyên âm*
- *Thêm dấu giọng*
- *Bảng phụ âm*
- *Loại phụ âm*

Chương 2 Phát âm Việt ngữ
- *Âm từ nguyên âm và phụ âm*
- *Chủ nguyên _ Phụ nguyên*
- *Quy tắc viết hoa chủ nguyên*

Chương 3 Cấu trúc ngữ từ
- *Cấu từ căn bản*
- *Định nghĩa*

Chương 4 Nhiệm vụ cách
- *Chủ từ cách _ Túc từ cách*
- *Giới từ cách _ Phụ từ cách*
- *Áp từ cách _ Tĩnh từ cách*
- *Trạng từ cách _ Hữu từ cách*

Chương 5 Cấu trúc ngữ từ
- *Từ nhóm*
- *Hình thức*
  - ** Động từ nhóm*
  - ** Giới từ nhóm*
- *Nhiệm vụ*
  - ** Danh từ nhóm*
  - ** Tĩnh từ nhóm*
  - ** Trạng từ nhóm*
- *Mệnh đề*
  - ** Chính mệnh đề*
  - ** Phụ mệnh đề*
- *Nhiệm vụ*
  - ** Danh mệnh đề*
  - ** Tĩnh mệnh đề*
  - ** Trạng mệnh đề*

Văn cú
 * *Đơn văn cú*
 * *Kép văn cú*
 * *Phức văn cú*

Chương 6 *Động từ*
Loại động từ
Mục đích
Bản chất
Gia đình động từ
Nhiệm vụ động từ

Chương 7 *Diễn ý cách, khung, thời, thì*
Khung thời gian A và B
Chia động từ theo 5 thì căn bản
Thể: Xác định_Phủ định_Tri vấn

Chương 8 *Xử dụng khung, thời, thì*
* *Khoảng chính QUÁ KHỨ*
Tiền khứ_____Quá khứ_____Hậu khứ
Tiền khứ thì_Quá khứ thì_Hậu khứ thì

* *Khoảng chính HIỆN TẠI*
Quá khứ_____Hiện tại_____Tương lai
Quá khứ thì_Cận khứ thì_Hiện tại thì_ Cận lai thì_Tương lai thì

* *Khoảng chính Tương lai*
Tiền lai_____Tương lai_____Hậu lai
Tiền lai thì_Tương lai thì_Hậu lai thì

Chương 9 *Danh từ*
Loại danh từ
Thành lập danh từ kép
Giống và số của danh từ
Nhiệm vụ danh từ

Chương 10 *Đại từ*
Loại đại từ
Nhiệm vụ đại từ

Chương 11 *Tĩnh từ*
Loại tĩnh từ
Thành lập tĩnh từ kép

Vị trí tĩnh từ
Thứ tự tĩnh từ
Nhiệm vụ tĩnh từ
So sánh tĩnh từ

Chương 12   Trạng từ
Loại trạng từ
Vị trí trạng từ
Thành lập trạng từ
Nhiệm vụ trạng từ
So sánh trạng từ

Chương 13   Liên từ
Loại liên từ
   * Liên từ độc lập
   * Liên từ phụ thuộc
Nhiệm vụ liên từ
Nhận dạng liên từ phụ thuộc

Chương 14   Giới từ
Loại giới từ
Nhiệm vụ giới từ

Chương 15   Mạo từ

Chương 16   Cảm từ_Dư từ

Chương 17   Giới hạn-chủ yếu/0 giới hạn-0 chủ yếu

Chương 18   Năng-thụ cách
Năng động cách
Thụ động cách

Chương 19   Thể đặc biệt
Liên tiến thể_Phủ-vấn thể
Vĩ vấn thể_Cường ý thể
Cảm ý thể_Song ý thể

Chương 20   Chủ từ giả_Túc từ giả
Chương 21   Diễn ý cách
Sự kiện cách_Mệnh lệnh cách
Cảm quan cách_Điều kiện cách

Chương 22   Trực thuyết cách_Gián thuyết cách

Trực thuyết cách
Gián thuyết cách

Chương 23   *Chấm câu và chính tả*

Chương 1   Mẫu tự và ký hiệu phiên âm

Bảng mẫu tự

A [a]	B [bê]	C [sê]	D [zê]	Đ [dê]
E [e]	G [gê]	H [hát]	I [i]	K [ka]
L [el]	M [em]	N [en]	O [o]	P [pê]
Q [kuɪ:]	R [erò]	S [esì]	T [tê]	U [u]
V [vê]	X [íksì]	Y [igrếk]		

Chú thích
* [...] = VnPA: phiên âm để biết phát âm tự và từ Việt thế nào. Không dùng để viết từ.
* g [ʒiÊ](lối xưa) nghe dễ lầm với d[zê]vì khó phân biệt. Do vậy, g [ʒiÊ](lối xưa) → g[gê]để tạo rõ nét khác biệt giữa g[gê] và d[zê]. (Sáng kiến phát sinh)

Từ bảng mẫu tự trên, Việt từ được tạo để tượng trưng thanh Việt với 5 dấu giọng:
  [sắk hujền hỏi ŋã nặŋ]

Nguyên âm từ bảng mẫu từ
  y i e a o u
Nguyên âm từ Việt ngữ
  ê ơ â ă ư ô

Chú thích
* y [i:](dài, chủ nguyên) khác với i [i](ngắn, chủ nguyên); y [j]và i [i](2 phụ nguyên/âm lướt/bán nguyên)

Bảng nguyên âm căn bản và dấu giọng

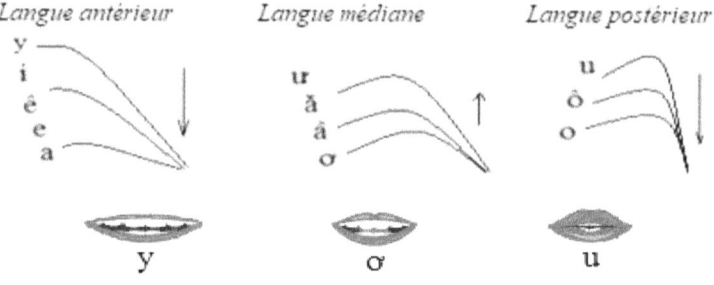

Chú thích
* Bắt đầu từ "y" xuống
* Bắt đầu từ "ơ" lên
* Bắt đầu từ "u" xuống

Dấu giọng Việt ngữ

  ́   ̀   ̉   ~   .
 sắc huyền hỏi ngã nặng

Dấu giọng *(xem các dấu trên A)*

Tên	VnPA	Mô tả	Ký hiệu
Sắc	[sắk]	sổ phải	(Á)
Huyền	[huJền]	sổ trái	(À)

Hỏi	[hỏi]	móc tung	(Ả)
Ngã	[ŋã]	móc hoành	(Ã)
Nặng	[nặŋ]	điểm chấm	(Ạ)

Hộp thanh âm dâng cao; hai dây thanh âm căng cho thanh cao; ngược lại, hộp thanh âm thấp; hai dây thanh âm trùng cho thanh thấp; hai dây thanh âm ví như hai dây đàn.

Với 5 dấu giọng và 12 nguyên âm không dấu, vô vàn nguyên âm được tạo. Tuy nhiên, không phải tất cả được dùng cho thanh Việt.

Ký tự phiên âm từ Việt (VnPA)

Ký tự phiên âm trong bảng VnPA (Vietnamese phonetic alphabet) dùng chỉ để chỉ định vị trí lưỡi và môi để luồng hơi thoát tạo thanh. Không quan tâm tới nghĩa của thanh hiện hữu hay không trong trao đổi hàng ngày, nhưng sự phối hợp các ký tự tạo được thanh hay không.

Hình thức tổng quát   Thanh = $[C_1V_2C_3]$ c: phụ âm, v: nguyên âm, C_1V_2: tiền thanh

VnPA *(ký tự phiên âm)*
Nguyên âm không dấu *(12)*
    Vowels from alphabet (Latin)
      y i e a o u
    Vowels from Vietnamese
      ê ơ â ă ư ô

Đơn phụ âm *(16)*

| B[b] | C[k] | D[z] | Đ[d] | G[g] | G(i)[ʒ] | H[h] | K[k] | L[l] |
| M[m] | N[n] | P[p] | Q[k] | R[r] | S[s] | T[t] | V[v] | X[ʃ] |

Kép phụ âm *(8)*

    Ch-[tʃ]   -Ch[k*]   Kh[K]   Ng[ŋ]   Nh[ɲ]   Ph[f]   Th[θ]   Tr[tr]

A. Bảng ký tự phiên âm dành cho nguyên âm

Chúng là nguyên âm dùng cho thanh Việt và vài nguyên âm vay mượn như [i:] (chủ nguyên) [j] (phụ nguyên/âm lướt) cho "y".

Khi lưỡi và môi được đặt ở vị trí do ký tự phiên âm nguyên âm chỉ định, hộp thanh âm dâng lên từ vị trí nghỉ tự nhiên, lưỡi và môi bất dịch, và luồng hơi thoát qua 2 dây thanh âm vào miệng tạo âm nguyên âm.

Ngay khi âm nguyên âm dứt, cùng lúc, lưỡi và môi bất dịch, hộp thanh âm hạ xuống về vị trí nghỉ tự nhiên, và phần luồng hơi còn lại đi qua miệng và qua mũi tạo âm hơi (≠ âm nguyên âm; nghe rất nhỏ; không đáng kể).

Khi hộp thanh âm tới hẳn vị trí nghỉ, diễn tiến tạo thanh ngưng, luồng hơi vào đi qua mũi để bắt đầu lại sự thở bình thường.

Hai dây thanh âm luôn rung ở vị trí nguyên âm để khuếch đại âm nguyên âm.

Lưu ý
* Không quan tâm tới nghĩa của các từ dưới đây, nhưng vị trí lưỡi và môi do ký tự phiên âm nguyên âm chỉ định.

a. *Nguyên âm không dấu*
* Đơn nguyên

[i:] [j] [i] [ê] [e] [a] [ơ] [â] [ă] [ư] [u] [ô] [o]; y = [i:], y = [j = i:]*

Ty [ti:] Ti [ti] Cô [kô] Khô [Kô] Ân [ân] Ngư [ŋư]

Chú thích
* y = [i:]: chủ nguyên; khi lưỡi và môi ở y = [i:], hai môi căng hai bên, dài hơn như trong "ty [ti:]".
* i = [i]: chủ nguyên; khi lưỡi và môi ở i = [i], hai môi không căng hai bên, dài tự nhiên như trong "ti [ti]".
* y = [j](= i:): phụ nguyên/âm lướt; khi lưỡi và môi ở y = [j = i:], hai môi căng hai bên, dài hơn như trong "tay [taj]".
* i = [i]: phụ nguyên/âm lướt; khi lưỡi và môi ở i = [i], hai môi không căng hai bên, dài tự nhiên như trong "tai [tAi]". Nên, "tai [tAi]" ≠ "tay [tAj]".

* Nhị nguyên

[iA] [iÊ] [Iu] [Ai] [Aj] [Êu] [Ơi] [Ui] [uÊ] [uA]
[Ôi] [oA] [Ao] [Oi] [iO] [Âu] [uƠ] [uI:] [Ưu] [Ua]

Gia [ʒiA] Cai [kAi] Cay [kAj] Khuy [kuI:] Khui [KUi] Khuê [kuÊ] Cua [kUa]
Tôi [tÔi] Hoa [hoA] Hua [hUa] Lao [lAo] Gio [ʒiO] Quơ [kuƠ] Quê [kuÊ] Qua [kuA]

Chú thích
* Hoa [hoA] = Hua [huA]; tuy thế, Hoa [hoA] được người xưa chọn. Hoa [hoA] = Hua [huA] ≠ Hua [hUa].
* o = tròn to hơn và u = tròn nhỏ hơn để tạo thanh Hoa [hoA] và Hua [huA]. Hai thanh chất hơi khác nhau.

* Tam nguyên

[iÊu] [jÊu] [uƠi] [uÔi] [ujÊ] [uÂj] [oEo] [iEo]
[uEo] [uƠu] [oAi] [oAj] [uAi] [uAj] [uÂj] [uI:a]

Khiêu [KiÊu] Yêu [jÊu] Uyên [ujÊn] Ươi [uƠi] Gieo [ʒiEo] Quây [kuÂj]
Quai [kuAi] Quay [kuAj] Khoai [KoAi] Khoay [KoAj] Khuây [KuÂj]
Chuyên [tʃujÊn] Quyên [kujÊn] Khuyên [KujÊn] Khuya [KuI:a]

b. *Nguyên âm có dấu*
* Đơn nguyên

[á] [à] [ả] [ã] [ạ] ... [ó] [ò] [ỏ] [õ] [ọ] ...

Tán [tán] Cản [kản] Ngành [ŋành] Ngó [ŋó] Nhỏ [ɲỏ] Gọn [gọn]

Nhị nguyên

[úi̯] [ùi̯] [ủi̯] [ũi̯] [ụi̯] ... [uí:] [uì:] [uỉ:] [uĩ:] [uị:]

Túi [túi̯]   Mùi [mùi̯]   Củi [kủi̯]   Lũi [lũi̯]   Thụi [θụi̯]   Thúi [θúi̯]
Quý [kuí:]   Quỳ [kuì:]   Quỷ [kuỉ:]   Quỹ [kuĩ:]   Quỵ [kuị:]   Thuý [θuí:]

Tam nguyên

[oái̯] [oài̯] [oải̯] [oãi̯] [oại̯] ... [uái̯] [uài̯] [uải̯] [uãi̯] [uại̯]
[oáj] [oàj] [oảj] [oãj] [oạj] ... [uáj] [uàj] [uảj] [uãj] [uạj]
[ứơi̯] [ừơi̯] [ửơi̯] [ữơi̯] [ựơi̯] ... [uối̯] [uồi̯] [uổi̯] [uỗi̯] [uội̯]
[uí:a] [uì:a] [uỉ:a] [uĩ:a] [uị:a] *(không trong từ Việt; chỉ để khảo sát)*

Khoái [Koái̯]   Hoài [hoài̯]   Toại [toại̯]   Bưởi [bửơi̯]   Cưới [kứơi̯]
Khoáy [Koáj]   Hoày [hoàj]   Hoạy [hoạj]   Quải [kuải̯]   Quảy [kuảj]
Khuýa [Kuí:a]   Khuỳa [Kuì:a]   Khuỷa [Kuỉ:a]   Khuỹa [Kuĩ:a]   Khuỵa [Kuị:a]

Chủ nguyên and phụ nguyên

Trong nhị và tam nguyên, luôn có một chủ nguyên và các nguyên âm còn lại là phụ nguyên/âm lướt. Luồng hơi mạnh ở chủ nguyên và nhẹ ở phụ nguyên/âm lướt. Luồng hơi biến dạng từ chủ nguyên qua phụ nguyên/âm lướt hay ngược lại để tạo âm nguyên âm.

   Tươi [tưƠi]: Ơ: chủ nguyên; ư, i: phụ nguyên/âm lướt

* *Phụ nguyên/âm lướt*
Phụ nguyên là âm lướt chỉ định vị trí ở đó luồng hơi yếu. Đơn nguyên là chủ nguyên và cũng là phụ nguyên tuỳ sự cấu tạo của nhị và tam nguyên. Vài thí dụ,

[Ua]   [U] chủ nguyên; luồng hơi mạnh ở [U]; [a] phụ nguyên/âm lướt; luồng hơi yếu ở [a]. Luồng hơi đi từ [U] sang [a] tạo âm nguyên âm [Ua]. Khi phụ âm thêm vào như "c", luồng hơi tạo thanh "cua [kUa]".

[uA]   [u] phụ nguyên/âm lướt; luồng hơi yếu ở [u]; [A] chủ nguyên; luồng hơi mạnh ở [A]. Luồng hơi đi từ [u] sang [A] tạo âm nguyên âm [uA]. Khi phụ âm thêm vào như "q", luồng hơi tạo thanh "qua [kuA]". Thanh "qua [kuA]" nghe khác thanh "cua [kUa]".

[Aj]   [A] chủ nguyên; luồng hơi mạnh ở [A]; [j] phụ nguyên/âm lướt; hai khoé môi hơi căng hai bên chút ít hơn [i] (phụ nguyên/âm lướt); luồng hơi yếu ở [j]. Luồng hơi đi từ [A] sang [j] tạo âm nguyên âm [Aj]. Khi phụ âm thêm vào như "ng", luồng hơi tạo thanh "ngay [ŋAj]".

[Ai]   [A] chủ nguyên; luồng hơi mạnh ở [A]; [i] phụ nguyên/âm lướt; hai khoé môi không căng, dài tự nhiên; luồng hơi yếu ở [i]. Luồng hơi đi từ [A] sang [i] tạo âm nguyên âm [Ai]. Khi phụ âm thêm vào như "ng", luồng hơi tạo thanh "ngai [ŋAi]". Thanh "ngai [ŋAi]" nghe khác thanh "ngay [ŋAj]".

Chú thích
* Phụ nguyên/âm lướt không bao giờ mang dấu giọng, thí dụ, "đoái, đoài, đoải, đoãi, đoại" [doái doài doải doãi doại]. "o, i" là phụ nguyên/âm lướt.
* Thêm nữa, phụ nguyên/âm lướt không bao giờ viết hoa trong VnPA, thí dụ, "mua" [mUa], "hoa" [hOa], "cua" [kUa], [a] = phụ nguyên/âm lướt; "qua" [kuA], khuy [KuI:], [u] = phụ nguyên/âm lướt; khui [KUi], [i] = phụ nguyên/âm lướt.

Lưu luyến [lƯu lujến]   Người miền xuôi [ŋười miền ʃuÔi]

* *Các quy luật viết hoa chủ nguyên hay không trong VnPA.*

1. *Nếu không dấu, chủ nguyên phải viết hoa để phân biệt với phụ nguyên/âm lướt.*

Cua [kUa] Qua [kuA] Tươi [tưƠi] Chiêu [tʃiÊu] Uy [uI:]

2. *Nếu mang dấu, chủ nguyên không viết hoa vì dấu giọng luôn rơi trên chủ nguyên.*

Cúi [kúi] Quý [kuí:] Chuối [tʃuối] Tưới [tưới] Chiều [tʃiều]

3. *Nếu đơn nguyên, chủ nguyên không viết hoa*

Tu [tu] Nhánh [ɲáɲ] Nhang [ɲaŋ] Ngánh [ŋáɲ] Ngang [ŋaŋ] Tí [tí] Ty [tị:]

Dấu giọng và chủ nguyên
Dấu giọng luôn rơi trên chủ nguyên

Mì	[mì]	*dấu giọng rơi trên*	*"i"*
Quả	[kuả]	*dấu giọng rơi trên*	*"a"*
Của	[kủa]	*dấu giọng rơi trên*	*"u"*
Nuối	[nuối]	*dấu giọng rơi trên*	*"ô"*
Khuyến	[Kujến]	*dấu giọng rơi trên*	*"ê"*
Quý	[kuí:]	*dấu giọng rơi trên*	*"y"*

Chú thích
* Các quy định trong sách này:
  ê = e-mũ; ơ = o-móc; â = a-mũ; ă = a-cong; ư = u-móc; ô = o-mũ + [sắc – huyền – hỏi – ngã – nặng]
* Thí dụ, ế = e-mũ [sắc]; tạo âm [ế].

B. Bảng ký tự phiên âm phụ âm
Chúng là phụ âm Việt và vài phụ âm vay mượn như ŋ, ɲ, z, ʒ. Phụ âm và nguyên âm quện vào nhau để luồng hơi thoát tạo thanh. Các phụ âm khác nhau quện với các nguyên âm khác nhau cho thanh khác nhau. Ngay khi các phụ âm khác nhau quện

với cùng nguyên âm cũng cho thanh khác nhau.

Lưu ý
Không quan tâm tới nghĩa của từ dưới đây; chú ý tới vị trí lưỡi và môi do ký tự phụ âm chỉ định.

a. *Đơn phụ âm (16)*

    [b] b   ban, bán, bản
                  [ban bán bản]

    [k] c, q, k cuốc, quốc, nước; quay quắt; quai thao; cua; qua; que
                  [kuốk kuốk nướk]; [kuAj kuắt]; [kuAi θAo]; [kUa]; [kUA]; [kuE]
                  * (que [kuE]= qoe [koE] (không chọn); [u] và [o] tròn nhỏ và to, riêng biệt).

    [z] d   da, dang, danh
                  [za zaŋ zaɲ]

    [d] đ   đỗ, đậu, đi
                  [dỗ dậu di]

    [g] g   gà, gán, gạch; ghi, ghiền, ghiềng, ghĩa
                  [gà gán gạk*]; [gi giền giềŋ gĩa]
                ghia, ghía, ghìa, ghỉa, ghĩa, ghịa
                [gIa gía gìa gỉa gĩa gịa]
                ghi ghí ghì ghỉ ghĩ ghị
                [gi gí gì gỉ gĩ gị]

    [h] h   hoa, hoạch, hoai; loay hoay (-ch = k*: căng môi)
                [hoA hoạk* hoAi]; [loAj hoAj] (k*: căng môi)
                hoai, hoái, hoài, hoải, hoãi, hoại
                [hoAi hoái hoài hoải hoãi hoại]
                hoay, hoáy, hoày, hoảy, hoãy, hoạy
                [hoAj hoáj hoàj hoảj hoãj hoạj]

    [ʒ] g(i)   gi, gí, gì, gỉ, gĩ, gị (g(i) = [ʒ]: luôn đi với [i]; thanh nghe khác gia đình "ghi")
                [ʒi ʒí ʒì ʒỉ ʒĩ ʒị] ([ʒ]: nhiều gió hơn [z]; i = [i]: chủ nguyên)
                gia, giá, già, giả, giã, giạ
                [ʒiA ʒiá ʒià ʒiả ʒiã ʒiạ]; (i = [i]: phụ nguyên/âm lướt)
                giáng, giêng, giám
                [ʒiáŋ ʒiÊŋ ʒiám]
                gya, gýa, gỳa, gỷa, gỹa, gỵa (g(y)= [ʒ])
                [ʒI:a ʒí:a ʒì:a ʒỉ:a ʒĩ:a ʒị:a] (y = [i:]: chủ nguyên)
                * (chỉ "giặt gya" [ʒiặt ʒị:a] [quá khứ] = giặt giũ [ʒiặt ʒiũ] [ngày nay])
                giay, giáy, giày, giảy, giãy, giạy
                [ʒiAj ʒiáj ʒiàj ʒiảj ʒiãj ʒiạj] (y=[j]: phụ nguyên/âm lướt; hơi căng môi)
                giai, giái, giài, giải, giãi, giại
                [ʒiAi ʒiái ʒiài ʒiải ʒiãi ʒiại] (i=[i]: phụ nguyên/âm lương; không căng môi)

    [l] l   làm, lành, láng
                [làm làɲ láŋ]

    [m] m   má, mang, mạc

		[má maŋ mạk]
[n]	n	na, ná, nác, nách
		[na ná nák nák*] (k: không căng môi ≠ k*: căng môi)
[p]	p	áp, ạp, ắp
		[áp ạp ắp]
[r]	r	rồi, róc, rong, roong, rảnh rang
		[rồi rók roŋ rOoŋ rảɲ raŋ]
[s]	s	sa, sách, sáng, sánh
		[sa sák* sáŋ sáɲ] (ŋ ≠ ɲ)
[t]	t	tá, tạc, tạch, tạnh; tía, tiến, tiếng
		[tá tạk tạk* tạɲ]; [tía tiến tiếŋ]
[v]	v	viên, via, vía, váng, vành, vác, vách
		[viÊn vIa vía váŋ vàɲ vák vák*]
[ʃ]	x	xa, xôi, xách, xạc ([ʃ]≠ [s] tạo thanh hơi khác nhau; có gió nhiều và ít)
		[ʃa ʃÔi ʃák* ʃạk]

Chú thích

* [ʃ] cho "x" để phân biệt về hình thức; "ʃ" phân biệt "x" với "s" vì hai từ cho nghĩa khác nhau như "xa" và "sa";
* Theo thói quen sai và được xã hội chấp nhận từ lâu, [ʃ] = [s]. Thực ra, khi tạo thanh với "x", hai môi hơi đẩy ra phía trước để tạo thanh có gió nhiều hơn thanh với "s" như "xa" [ʃa] và "sa" [sa].

b. *Kép phụ âm (8)*

[tʃ]	ch-	cha, chán, chánh
		[tʃa tʃán tʃáɲ]
[k*]-ch		cách, khách, mách
		[kák* Kák* mák*]
[K]	kh	khách khứa; khuếch đại; khắc khổ; khuy áo; đồ khui hộp
		[Kák* Kứa]; [Kuếk* dại]; [Kắk Kổ]; [KuI: áo]; [dồ KUi hộp]
		khuya, khuýa, khuỳa, khuỷa, khuỹa, khuỵa (chỉ để khảo sát)
		[KuI:a KuÍ:a KuÌ:a KuỈ:a KuĨ:a KuỊ:a]
[ŋ]	ng	ngang tàng; ngoẳng ngoặc
		[ŋaŋ tàŋ]; [ŋoẳŋ ŋoặk]
[ɲ]	nh	nhanh, nhánh, nhành; nhí nhảnh; loại nhoai; loại ngoai
		[ɲaɲ ɲáɲ ɲàɲ]; [ɲí ɲảɲ]; [loAi ɲoAi]; [loAi ŋoAi]
[f]	ph	phai, phái, phải; phay, phanh, phán
		[fAi fái fải]; [fAj faɲ fán]
[θ]	th	thu, thú, thù, thủ, thũ, thụ
		[θu θú θù θủ θũ θụ]
		thi, thí, thì, thỉ, thĩ, thị
		[θi θí θì θỉ θĩ θị]
		thy, thý, thỳ, thỷ, thỹ, thỵ
		[θi: θí: θì: θỉ: θĩ: θị:]
		thui, thúi, thùi, thủi, thũi, thụi
		[θUi θúi θùi θủi θũi θụi]

thuy, thuý, thuỳ, thuỷ, thuỹ, thuy
[θuI: θuí: θuì: θuỉ: θuĩ: θui:]

[tr] tr   *trơi, trói, trời, trởi, trỡi, trợi*
[trơi trói trời trởi trỡi trợi]

* Dưới đây là vài thí dụ để dùng VnPA tượng trưng thanh Việt với 5 dấu giọng. Đa số hiện hữu trong từ Việt; thiểu số không hiện hữu. Do vậy, không quan tâm tới nghĩa, nhưng sự phối hợp của các ký tự phiên âm để tạo thanh.

Bươi bưới bười bưởi bưỡi bượi
[bươi bưới bười bưởi bưỡi bượi]

Các, cạc (chỉ đi với dấu sắc và nặng)
[kák kạk]

Cách, cạch (chỉ đi với dấu sắc và nặng)
[kák* kạk*] (k*: hơi căng hai khoé môi)

Chanh chánh chành chảnh chãnh chạnh
[tʃaɲ tʃáɲ tʃàɲ tʃảɲ tʃãɲ tʃạɲ]

Da dá dà dả dã dạ
[za zá zà zả zã zạ]

Di dí dì dỉ dĩ dị
[zi zí zì zỉ zĩ zị]

Dia día dìa dỉa dĩa dịa
[zIa zía zìa zỉa zĩa zịa]

Dê dế dề dể dễ dệ
[zê zế zề zể zễ zệ]

Diên diến diền diển diễn diện
[ziÊn ziến ziền ziển ziễn ziện]

Duyên duyến duyền duyển duyễn duyện
[zujÊn zujến zujền zujển zujễn zujện]

Đuôi đuối đuồi đuổi đuỗi đuội
[duÔi duối duồi duổi duỗi duội]

Gi gí gì gỉ gĩ gị
[ʒi ʒí ʒì ʒỉ ʒĩ ʒị]

Giêng giếng giềng giểng giễng giệng
[ʒiÊŋ ʒiếŋ ʒiềŋ ʒiểŋ ʒiễŋ ʒiệŋ] (ʒ ≠ z về vị trí)

Gia giá già giả giã giạ
[ʒiA ʒiá ʒià ʒiả ʒiã ʒiạ]

Gya gýa gỳa gỷa gỹa gyạ (không hiện hữu; chỉ "giặt gyạ" [ʒiặt ʒi:ạ]; ít thấy hiện nay)
[ʒɪ:a ʒí:a ʒì:a ʒỉ:a ʒĩ:a ʒi:ạ] khác với [ʒiA ʒiá ʒià ʒiả ʒiã ʒiạ] (y [i:] ≠ i)

Ghya ghýa ghỳa ghỷa ghỹa ghyạ (ít thấy; chỉ cho khảo sát)
[gɪ:a gí:a gì:a gỉ:a gĩ:a gi:ạ]

Ghia* ghía ghìa ghỉa ghĩa ghịa (h: phải thêm vào nghe khác "gya [ʒɪ:a]")
[gIa gía gìa gỉa gĩa gịa]
(≠ *gya* gýa gỳa gỷa gỹa gya* [ʒɪ:a ʒí:a ʒì:a ʒỉ:a ʒĩ:a ʒi:ạ]) (y ≠ i)
(≠ *gia* giá già giả giã giạ* [ʒiA ʒiá ʒià ʒiả ʒiã ʒiạ]) (y ≠ i)

Ghi* ghí ghì ghỉ ghĩ ghị (h: thêm vào để nghe khác "gi [ʒi]")
[gi gí gì gỉ gĩ gị] (≠ *gi* gí gì gỉ gĩ gị* [ʒi ʒí ʒì ʒỉ ʒĩ ʒị])

Hoai hoái hoài hoải hoãi hoại (oai = uai, nhưng [uai]: không chọn)
[hoAi hoái hoài hoải hoãi hoại]

Hoay hoáy hoày hoảy hoãy hoạy (oay = uay, nhưng [uay]: không chọn)
[hoAj hoáj hoàj hoảj hoãj hoạj]

Khuênh khuếnh khuềnh khuểnh khuễnh khuệnh
[kuÊɲ kuếɲ kuềɲ kuểɲ kuễɲ kuệɲ]

Khuyên khuyến khuyền khuyển khuyễn khuyện
[kujÊn kujến kujền kujển kujễn kujện]

Khuya khuýa khuỳa khuỷa khuỹa khuyạ
[kuɪ:a kuí:a kuì:a kuỉ:a kuĩ:a kui:ạ]

Tiên tiến tiền tiển tiễn tiện
[tiÊn tiến tiền tiển tiễn tiện]

Toai toái toài toải toãi toại (oai = uai, nhưng [uai]: không chọn)
[toAi toái toài toải toãi toại]

Tuai tuái tuài tuải tuãi tuại (uai = oai, nhưng [uai]: không chọn)
[tuAi tuái tuài tuải tuãi tuại]

Toay toáy toày toảy toãy toạy (oay = uay, nhưng [uay]: không chọn)
[toAj toáj toàj toảj toãj toạj]

Tai tái tài tải tãi tại
[tAi tái tài tải tãi tại]

Tay táy tày tảy tãy tạy
[tAj táj tàj tảj tãj tạj]

Ti tí tì tỉ tĩ tị
[ti tí tì tỉ tĩ tị] ([i]: không căng hai góc môi)

Ty tý tỳ tỷ tỹ tỵ
[ti: tí: tì: tỉ: tĩ: tị:] (y [i:]: căng hai góc môi)

Thui thúi thùi thủi thũi thụi
[θƱi θúi θùi θủi θũi θụi]

Thuy thuý thuỳ thuỷ thuỹ thuỵ
[θuƖ: θuí: θuì: θuỉ: θuĩ: θuị:]

Trai trái trài trải trãi trại
[trAi trái trài trải trãi trại]

Quai quái quài quải quãi quại (uai = oai, nhưng [oai]: không chọn)
[kuAi kuái kuài kuải kuãi kuại]

Qoai qoái qoài qoải qoãi qoại (oai = uai, nhưng [oai]: không chọn)
[koAi koái koài koải koãi koại]

Quay quáy quày quảy quãy quạy (uay = oay, nhưng [oay]: không chọn)
[kuAj kuáj kuàj kuảj kuãj kuạj]

* Dựa vào dây thanh âm, ký tự phiên âm phụ âm chia thành:
  * Phụ âm rung dây thanh âm

    b d g l m n r v ŋ ɲ z ʒ *(12)*

  * Phụ âm không rung dây thanh âm

    p t k k* K f h θ s ʃ tʃ *(11)*

Để tạo âm phụ âm, lưỡi và môi đặt ở vị trí do phụ âm chỉ định, cùng lúc, hộp thanh âm dâng lên chút từ vị trí nghỉ tự nhiên, lưỡi và môi thả nhẹ xuống chút xíu tạo kẽ hở, và luồng hơi thoát tạo âm phụ âm [Cơ] (C = bất cứ phụ âm nào + ơ) ≠ [Cơ] (thanh). [ơ] = bán nguyên âm; thả nhẹ lưỡi và môi chút xíu từ phụ âm để luồng hơi thoát và tạo âm phụ âm. Vị trí lưỡi ở [ơ] (bán nguyên) ≠ vị trí lưỡi ở [ơ] (nguyên âm).

Ngay khi âm phụ âm dứt, cùng lúc, lưỡi và môi hơi thả nhẹ xuống, hộp thanh âm hạ xuống về vị trí nghỉ tự nhiên, và phần luồng hơi còn lại đi qua miệng và qua mũi tạo âm hơi.

Khi hộp thanh âm về hẳn vị trí nghỉ tự nhiên, sự tạo âm ngưng, và luồng hơi vào qua mũi để lấy lại sự thở bình thường.

Dây thanh âm rung hay không tuỳ loại phụ âm

Chú thích
* *Cẩn thận: [ᵒ] vị trí thả nhẹ lưỡi xuống ≠ [ơ] (âm nguyên âm), C + ᵒ = âm phụ âm ≠ C + ơ = thanh.*
* *Vị trí [ᵒ] ≠ vị trí [ơ]; ở [ᵒ], lưỡi thả nhẹ chút ít từ vị trí phụ âm; ở [ơ], lưỡi hạ xuống nhiều hơn từ vị trí phụ âm. Thí dụ, [tᵒ] (âm phụ âm) ≠ [tơ] (thanh).*

   * *Phụ âm nổ*

   [dᵒ] [tᵒ] [gᵒ] [kᵒ] [k*ᵒ] [Kᵒ] [bᵒ] [pᵒ]

   * *Phụ âm mũi*

   [mᵒ] [nᵒ] [ɲᵒ] [ŋᵒ]

   * *Phụ âm gió*

   [vᵒ] [fᵒ] [θᵒ] [hᵒ] [lᵒ] [rᵒ] [sᵒ] [ʃᵒ] [zᵒ] [ʒᵒ]

   * *Phụ âm nổ-gió*

   [tʃᵒ]

Phân biệt giữa các âm
Các âm hơi khác nhau, thí dụ, [ơ] âm nguyên âm ≠ [tᵒ] âm phụ âm ≠ ['] âm hơi.

* *Âm nguyên âm được tạo bằng luồng hơi thoát từ lưỡi môi do nguyên âm chỉ định. Lưỡi và môi bất động ở vị trí nguyên âm; luồng hơi thoát tạo âm nguyên âm.*
* *Âm phụ âm được tạo ở vị trí lưỡi do phụ âm chỉ định; cùng lúc hộp thanh âm dâng chút ít, lưỡi và môi thả nhẹ chút ít, và luồng hơi thoát tạo âm phụ âm trong khi hộp thanh âm dâng. [Cᵒ] (C = bất cứ phụ âm nào) ≠ [Cơ] (thanh).*
* *Âm hơi ['] là âm do luồng hơi thoát qua miệng và mũi từ phụ âm như "b' p' d' t' k' g' ...v'   f' th' l' r' s' x'...", và nguyên âm như "i:' i' ê' e' a' ..." hay qua mũi ở "m', b', hay p'"' ở cuối thanh. Cùng lúc, lưỡi và môi bất dịch, hộp thanh âm hạ xuống, và luồng hơi thoát. Âm hơi nghe quá nhỏ; xem như không có.*

   ['] *âm hơi ≠ [Cᵒ] âm phụ ≠ [ơ] âm nguyên ≠ [Cơ] thanh.*

Ở cuối thanh (thanh ngưng), người Việt có khuynh hướng giữ lưỡi bất dịch ở phụ âm và nguyên âm chót để luồng hơi qua miệng và mũi hay qua mũi (tuỳ loại ký tự).

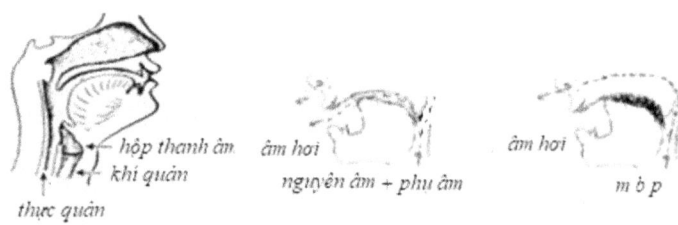

Phân biệt thanh và âm
Thanh và âm khác nhau: (thanh)[tơ] ≠ [ơ], [tᵒ], [t'] (âm). Thanh được tạo do luồng hơi thoát liên tục và biến dạng theo dạng lưỡi môi dọc theo các ký tự (nguyên+phụ). Âm cũng được tạo do luồng hơi thoát ở mỗi nguyên âm và mỗi phụ âm, riêng lẻ.

Hiểu lầm thanh là âm
Theo thiển ý, phần lớn người Việt lầm lẫn thanh với âm. Đúng thực, thanh và âm khác nhau chút ít do tính vật lý âm học; khi luồng hơi vang âm nguyên âm và phụ âm riêng lẻ, luồng hơi tạo âm nguyên âm và âm phụ âm như [ơ] và [t⁽ᵒ⁾]; chúng nghe khác nhau. Khi luồng hơi thoát qua các vị trí lưỡi môi do các nguyên âm và phụ âm liên tục và biến dạng liên tục, thanh được tạo. Thanh (dạng tổng quát) = ph. + ng. + ph. Thí dụ, lưỡi và môi di chuyển từ [t] tới [ơ], luồng hơi tạo thanh [tơ]. Vì thế, thanh [tơ] ≠ âm [ơ] ≠ [tᵒ] ≠ [t'].

Chú thích
* Cận thận: [ᵒ]: vị trí lưỡi thả nhẹ xuống chút ít ≠ [ơ] (âm nguyên âm), C + ᵒ = âm phụ âm ≠ C + ơ = thanh.
* Vị trí [ᵒ] ≠ vị trí [ơ], ở [ᵒ], lưỡi thả nhẹ chút ít từ vị trí phụ âm; ở [ơ], lưỡi di chuyển xuống nhiều hơn từ phụ âm tới vị trí nguyên âm [ơ]. Thí dụ [tᵒ] (âm phụ âm) ≠ [tơ] (thanh).

Âm nguyên âm   a i ê e ơ ớ ờ ở ... oi ới ao uôi oai ...
Âm phụ âm   bᵒ pᵒ tᵒ đᵒ dᵒ kᵒ gᵒ ...
Thanh   bơ bớ bờ bở bỡ bợ ... tơ tới tời tới tỡi tợi ...

Để tạo âm phụ âm, lưỡi và môi đặt ở vị trí phụ âm; rồi, cùng lúc, hộp thanh âm dâng lên chút ít, lưỡi và môi dưới thả nhẹ chút ít để luồng hơi thoát và tạo âm phụ âm. Thí dụ,

    bᵒ: lưỡi và môi dưới thả nhẹ tới vị trí [ᵒ]; luồng hơi thoát và tạo âm phụ âm [bᵒ] nghe khác thanh [bơ]. [ᵒ] ≠ [ơ]; do vậy, [bᵒ] ≠ [bơ].

    tᵒ: lưỡi và môi dưới thả nhẹ tới vị trí [ᵒ]; luồng hơi thoát và tạo âm phụ âm [tᵒ] nghe khác thanh [tơ]. [ᵒ] ≠ [ơ]; do vậy, [tᵒ] ≠ [tơ].

Phần lớn người ta không phân biệt thanh với âm, họ tạo âm phụ âm [bᵒ] thành thanh [bơ], [tᵒ] thành [tơ]. Nên phân biệt [bᵒ, tᵒ](âm phụ âm) ≠ [bơ, tơ](thanh) ≠ [bê, tê](thanh).

Thanh = ph. + ng. + ph.

    b+ơ = bơ   t+ơ = tơ   d+ơ = dơ   c+ơ = cơ khác [bᵒ tᵒ dᵒ cᵒ] (c, q, k = [k]).

Cần có sự phân biệt:

    [tê]: thanh chỉ tên phụ âm "t" [tê].
    [tơ]: thanh chỉ tên âm phụ âm của phụ âm "t" [tê].
    [tᵒ]: âm phụ âm của phụ âm "t" [tê] *(âm phụ âm [tᵒ] ≠ [tơ] thanh)*

Thí dụ,

- *Cho tôi biết đài phát thanh nào loan tin tức hay.*
- *Đài phát thanh VTV [vê tê vê]*
- *Thanh nào chỉ tên phụ âm "t"[tê]? Thanh [tê].*
- *Thanh nào chỉ tên âm phụ âm của phụ âm "t" [tê]? Thanh [tơ].*
- *Âm nào là âm phụ âm của phụ âm "t" [tê]? Âm phụ âm [t$^{(o)}$]; ([t^o] ≠ [tơ])*

Theo thiển ý, khái niệm: [t^o] ≠ [tơ] ≠ [tê].

Thanh độ

Nhờ 5 dấu giọng: Sắc-Huyền-Hỏi-Ngã-Nặng, khi nhóm từ được âm vang, nghe như điệu nhạc du dương, luồng gió thu nhẹ thổi, hay những đợt sóng Thái Bình vỗ bờ quê Mẹ thân thương.

Hai dây thanh âm ví như hai sợi dây đàn. Nếu căng, chúng cho âm nguyên âm cao; nếu trùng, âm nguyên âm thấp như trong A, Á, À, Ả, Ã, Ạ. Khi từ được phát âm, hộp thanh âm dâng lên, hai dây thanh âm khép lại để luồng hơi đi qua hai dây thanh âm này và rung để khuếch đại thanh. Nếu hộp thanh âm dâng cao, hai dây thanh âm căng, thanh nghe cao; nếu hộp thanh âm dâng thấp, hai dây thanh âm trùng, thanh nghe thấp.

Cao độ của thanh

Cách tự nhiên, dành cho các nguyên âm không dấu, hộp thanh âm dâng tới mức gọi là 0. Dành cho các nguyên âm có dấu, nếu dâng quá mức zero hay thấp hơn mức zero, thanh nghe cao hay thấp. Thanh độ của Việt ngữ nằm trong khoảng kín [-3, 0, +2].

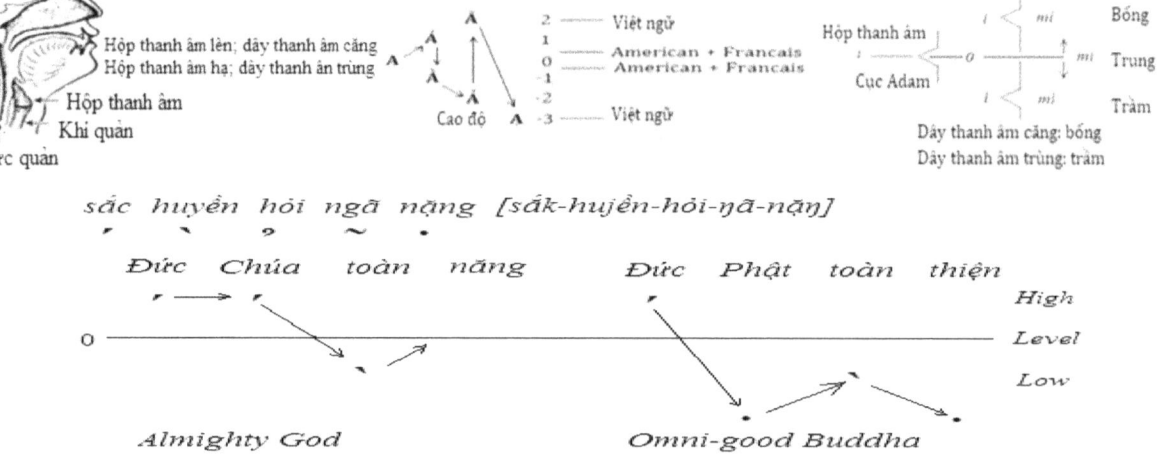

Ứng dụng ký tự phiên âm VnPA

Để tránh bối rối với các nét tự và thanh hay từ sau:

c = q = k   ngh = ng   gh = g

tí [tí]   ≠ tý [tí:] (thanh nghe khác; nghĩa khác)
xí [ʃí]   ≠ sí [sí] (thanh nghe khác; nghĩa khác)
hoa [hoA]   = hua[huA] ("hua" không được trọn)
qua [kuA]   = qoa[koA] ("qoa" không được trọn)
thinh [θiɲ]   = thing[θiŋ] ("thing" không được trọn)
quốc [kuốk]   = cuốc [kuốk] (cùng thanh; khác nghĩa)
nghinh [ŋiɲ]   = nginh[ŋiɲ] (không đẹp mắt) = nging[ŋiŋ] ("nging" không được trọn)

và đơn giản hoá hình thức từ để dễ tập đánh vần, bảng ký tự phiên âm từ Việt được thiết lập gọi là VnPA (sáng kiến). Bảng gồm các nguyên âm và phụ âm và vài ký tự vay mượn từ IPA. Các ký tự phiên âm dùng chỉ định vị trí lưỡi môi khi đánh vần và phát âm từ Việt. Nó cũng được dùng để phiên âm từ ngoại phảng phất hình bóng Việt ngữ.

Trái bắp [trái bắp]   Quả đu đủ [kuả du dủ]
Dưa Gang [zƯa gaŋ]   Cha già [tʃa zià]
Chau chuốt [tʃAu tʃuốt]   Ngang tàng [ŋaŋ tàŋ]
Nhà ngang [ɲà ŋaŋ]   Nhã nhặn [ɲã ɲặn]
Thương thân [θưƠŋ θân]   Cua đồng [kUa dồŋ]
Nhánh sông [ɲáɲ sôŋ]   Quan ngại [kuAn ŋại]
Nghênh ngang [ŋêɲ ŋaŋ]   Sầu cố quốc [sầu kố kuốk]

Trách móc [trák* mók]   Nhanh [ɲaɲ]   Già dặn [zià zặn]
Tháng giêng [θáŋ ziÊŋ]   Cái kiềng [kái kiềŋ]   Tiếng Việt [tiếŋ việt]
Khoan khoái [KoAn Koái] Huy hoàng [huI: hoàŋ] Quý mến [kuí: mến]
Thu thuỷ [θu θuỉ:]   Nón lá [nón lá]   Quay tơ [kuAj tơ]
Khuya khoắt [KuI:a Koắt] Đường xưa [dườŋ ʃƯa]   Lối cũ [lối kũ]

Chú thích
* -ch [k*]: hai khoé môi hơi căng như trong "trách [trák*] và c [k]: không căng, dài tự nhiên như trong "trác [trák],
* y [i:] (chủ nguyên) hay y [j] (phụ nguyên/âm lướt): hai khoé môi hơi căng như trong "ty [ti:]" và "tay [taj].
* i [i] (chủ nguyên hay phụ nguyên/âm lướt) như trong "ti [ti]" và "tai [tai]". i [i] ở độ dài tự nhiên. Tuy nhiên trong xã hội y = i như trong [ty = ti]; trừ trường hợp đặc biệt như trong [tay ≠ tai].

Khúc nhạc tương phùng [Kúk ɲạk tưƠŋ fùŋ]
Khách phong trần [Kák* foŋ trần]
Phở VN thuần tuý [fở VN θuần tuí:]
Nỗi lòng chinh phụ [nỗi lòŋ tʃiɲ fụ]
Dòng sông định mệnh [zòŋ sôŋ diɲ mệɲ]

Nỗi buồn dân tộc [nỗi buồn zân tộk]
Vạn nẻo xa xôi [vạn nẻo ʃa ʃôi]
Quán vắng chiều mưa [kuán vắŋ tʃiều mƯa]
Biển ngăn, núi cản [biển ŋăn, núi kản]
Đảo điên thế sự, ngán ngẩm lòng người [dảo diÊn θế sự ŋán ŋẩm lòŋ ŋười]
Thành phố sau cơn mưa lũ [θàŋ fố sAu kơn mƯa lũ]
Lịch sử thăng trầm, thịnh suy [lịk* sử θăŋ trầm θịŋ suI:]

Nhớ nước, đau lòng con quốc quốc [ɲớ nướk dAu lòŋ kon kuốk kuốk]
Thương nhà, mỏi miệng cái gia gia [θưƠŋ ɲà mỏi miệŋ kái ʒiA ʒiA]

Cách biến đổi danh từ riêng và địa danh ngoại bằng cách dùng từ Việt hay Nho lỗi thời, và tạo thêm rắc rối. Sau khi học tên bằng từ Việt, khi gặp từ gốc, học sinh nghĩ là 2 vật thể khác nhau, thí dụ, Mỹ ≠ the United States of America ≠ Hoa Kỳ.

Vẫn dùng từ gốc vì nó là danh từ riêng không thể biến "United States of America" thành Hoa Kỳ hay Mỹ. Theo thiển ý, đây là quan điểm sai của người xưa vì bị ảnh hưởng Tàu. Người Tàu không thể tạo phiên âm bằng Latin, họ phải đọc lơ lớ gần với thanh ngoại như Nã Phá Luân, Kha Luân Bố, ... giống như người Việt ta phát âm lơ lớ thanh Tàu như Bà Tổng Thống Tiwan Thái Anh Văn [tsai ing-wen].

Thanh Việt ngữ rất rất gần với thanh ngoại như American và français và lợi thế hơn thanh Tàu. Tại sao không dùng thanh Việt làm phiên âm và để cạnh từ gốc của tiếng ngoại? Thí dụ, Napoléon [napolêoŋ], United States [juˈnaitid stêts], La Fontaine [la fôŋten], ... (dựa vào VnPA). Thí dụ, tên riêng các nước trên bản đồ thế giới do US hay France làm, dùng VnPA để bên cạnh danh từ riêng nước nào đó; thí dụ, Allemande [almăŋd] (do France), Germany [ˈʒơmơni] (do US).

Tại sao không tận dụng lợi thế của Việt ngữ có sẵn từ khi chỉ khẩu ngữ hiện hữu? Vì không chịu khảo sát ngôn ngữ Việt, óc vọng ngoại thái quá. Vọng ngoại hay vọng nội thái quá đều không lợi. Biết hoà hợp ngoại và nội để sinh lợi cho dân tộc là sự khôn ngoan. Du nhập ngoại và điều chỉnh ngoại sao thích hợp để tạo nét dân tộc riêng biệt (to adapt but not to adopt).

Có cán ngố VC nào đó đã ví von,

"**Mỹ** thua ở Việt Nam vì không có **Hoa Kỳ** trợ giúp."

Hiện tượng này báo hiệu rằng giáo dục Việt Nam trong lãng quên, sai hướng, và suy tàn từ 1954 ở Miền Bắc. Việt ngữ không được tiếp tục vun trồng, mỹ hoá sau khi đã hình thành trước 1954. Ngược lại, Việt ngữ bị lu mờ hoá theo thời gian kể từ 1954 ở Miền Bắc tới nay. Ai cũng có cơ hội so sánh hai cách nói Bắc, Nam sau 1975 khi Saigon rơi vào tay VC sau biến cố chính trị do các thế lực ngoại Mỹ-TC sắp đặt và thực thi qua lực lượng VC. Để thoả mãn tham vọng bành trướng của TC lan rộng cả Châu Á trong đó có Việt Nam là mục tiêu chính của TC và tham vọng của Mỹ ở Trung Đông để khai thác dầu hoả, Mỹ trói tay chân Miền Nam bằng cách cúp viện trợ quân sự cho Miền Nam tới mức thê thảm, và TC tăng cường viện trợ quân sự cho Miền Bắc tối đa. Thằng không bị trói đánh thành bị trói; thằng nào thua? Dĩ nhiên, Miền Nam thở hơi cuối cùng vào 10 giờ sáng ngày 30, tháng 4, 1975 sau bài diễn văn của Tổng Thống lâm thời Dương Văn Minh đọc kêu gọi quân nhân Miền Nam buông súng để tránh Saigon đổ máu.

Nhờ tình thế này, ngôn từ Miền Bắc xâm nhập Miền Nam như "Xưởng Đẻ Từ Dũ" (Từ Dũ Birth-Labor Factory), "Cà phê cái nồi ngồi trên cái cốc" (Pot-on-Cup Coffee), "Nhà đái ẻ có giấy chùi" (A restroom with toilet paper) (Thủ Tướng Nguyễn Tấn Dũng VC khánh thành trịnh trọng), ...

Chắc chắn, đó là thực và chẳng ai có thể chối từ rằng hiện tượng xấu được các biến cố hiện hành phản chiếu. Đó là lý do tại sao Cuốn Văn Phạm Việt Ngữ ra đời theo khả năng khiêm nhường và kiến thức văn phạm tác giả có thể thu thập để cùng những người Việt chân chính vun bồi và bảo tồn văn hoá và Việt ngữ thuần tuý dân tộc trong cao trào bảo tồn văn hoá và Việt ngữ hải ngoại. Bảo tồn văn hoá và Việt ngữ không những là trách nhiệm của vài nhóm người mà còn là trách nhiệm của từng cá nhân còn tâm hồn và linh hồn Việt vì văn hoá và Việt ngữ là tấm thẻ bài dân tộc Việt để phân biệt dân tộc Việt với các dân tộc khác trên quả đất này.

Xin lưu ý

Phần lớn người Bắc dùng "ch, d, s, i" đã từ lâu; họ không phân biệt "ch" với "tr", "d" với "r" với "g(i)", "s" với "x", "i" (ngắn) với "y" (dài), và "i" (ngắn, lướt) với "y" (dài, lướt) dù các ký tự này chỉ định các vị trí khác nhau cho lưỡi và môi để tạo sự khác biệt nào đó giữa các thanh.

Để nhận thức sự khác biệt giữa các thanh được tạo do các ký tự khác nhau, ký tự phiên âm tương ứng được đặt ra trong bảng phiên âm VnPA như sau:

[i] (ngắn) cho i   [i:] (dài) cho y   [r] cho r
[i] (ngắn, lướt) cho i   [j] (dài, lướt) cho y   [s] cho s
[z] cho d   [ʒ] cho g(i)   [ʃ] cho x
[tʃ] cho ch   [tr] cho tr   [k*] cho -ch (đứng sau nguyên âm)
[K] cho kh   [θ] cho th   [ŋ] cho ng
[ɲ] cho nh   [f] cho ph

Chong [tʃoŋ]   ≠ Trong [troŋ]   Rỗ [rỗ]   ≠ Dỗ [zỗ]
Giỗ [ʒiỗ]   ≠ Dỗ [zỗ]   Da [za]   ≠ Gia [ʒiA]
Sa [sa]   ≠ Xa [ʃa]   Ti [ti]   ≠ Ty [ti:]
Tui [tUi]   ≠ Tuy [tUi:]   Tai [tAi] ≠ Tay [tAj]

Chú thích
* [i:]: hai khoé môi hơi căng chút ít ở [i] để tạo [i:]. Cũng thế cho [j] (dài, lướt). Do vậy, "tay [tAj]" và "tai [tAi]", "quay [kuAj]" và "quai [kuAi]" nghe khác nhau chút ít.

Ngoài ra, cũng có số người Việt ở Miền Bắc nhầm lẫn nghịch đảo [l] cho [n], và [n] cho [l], thí dụ, họ đổi [làm] thành [nàm]; [nắm] thành [lắm]. Vùng khác bỏ [r] như trong [trâu] thành [tâu] Con trâu trắng [kon trâu trăŋ] thành [kon tâu tăŋ].

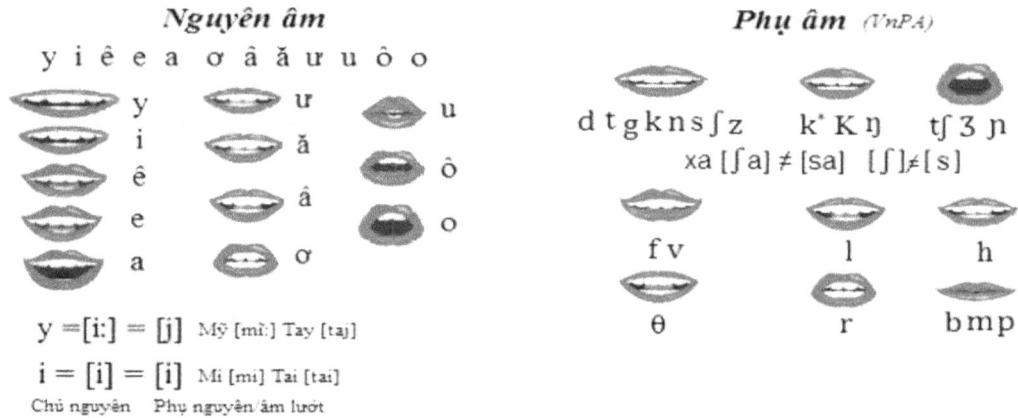

Phát âm Việt ngữ thế nào để giống người Việt?
 1. Học phát âm từ người Việt chính gốc
 2. Học cách phát âm từ kỹ càng
 3. Cho môi, nhìn môi họ để bắt chước
 4. Cho lưỡi, nghe thanh để điều chỉnh lưỡi
 5. Tránh tạo thanh lơ lớ

Bảng phiên âm VnPA để phát âm từ Việt và từ ngoại dễ dàng

* Theo phương pháp dựa vào vị trí lưỡi môi để luồng thoát và tạo thanh.
* Theo phương pháp xưa gồm quy tắc tạo thanh là danh sách dài khó nhớ và dễ bối rối vì dựa vào mặt từ để nhớ thanh và tạo thanh.

Ý nghĩa không lưu tâm ở đây nhưng chỉ thanh có thể âm vang hay không với các ký tự phiên âm nguyên âm và phụ âm.

Tất cả nguyên âm (dấu và không dấu) và tất cả phụ âm dùng tạo mặt từ Việt biến thành ký tự phiên âm. Chỉ một số phụ âm được thay thế bằng ký hiệu khác vì không phù hợp chỉ định vị trí lưỡi. Thí dụ, [ch] = [tʃ] vì "c và h" hợp lại để chỉ một vị trí lưỡi không phải hai vị trí do "c" và "h" chỉ định như trong từ khác, thí dụ, "ca" và "ha".

Dấu giọng

ˊ   ˋ   ˀ   ˜   .
sắc huyền hỏi ngã nặng

* Đơn nguyên

  Không dấu   Có dấu
  y i ê a ơ â ă ư u ô   ý í ề ả õ ẫ ặ ứ ừ ổ

* Nhị nguyên

  Không dấu   Có dấu
  yê ia oa ua oi ôi   yế ìa oả ũa ọi ối

* Tam nguyên

  Không dấu   Có dấu
  yêu oai ươi oay   yếu oài ưởi oãy

Chú thích: y [iː](dài, chủ nguyên) khác với i [i](ngắn, chủ nguyên); y [j] dài, phụ nguyên khác với i [i](ngắn, phụ nguyên); phụ nguyên = âm lướt = bán âm.

* Đơn phụ âm

  [b] b   bán [bán]   [k] k   cuốc [kuốk*] (k: căng hai góc môi tự nhiên)
  [z] d   dang [zaŋ]   [d] đ   đỗ [dỗ]
  [g] g   gà [gà]   [h] h   hoạch [hoạk*] (k*: căng hai góc môi hơn k)
  [ʒ] g(i) giêng [ʒiÊŋ]   [l] l   láng [láŋ]
  [m] m   mạc [mạk]   [n] n   nách [nák*]
  [p] p   ắp [ắp]   [r] r   roong [rOoŋ]
  [s] s   sách [sák*]   [t] t   tiếng [tiếŋ]
  [v] v   viên [viÊn]   [ʃ] x   xách [ʃák*] ([ʃ]≠[s] tạo thanh hơi khác; thực tế, chỉ [s] được dùng)

* Kép phụ âm

  [tʃ] ch- chánh [tʃáɲ]   [k*] -ch khách [Kák*]
  [K]   kh khuếch [KuÊk*]   [ŋ] ng ngoẳng [ŋoẳŋ]
  [ɲ]   nh nhánh [ɲáɲ]   [f] ph phái [fái]
  [θ]   th thủ [θủ]   [tr] tr trỗi [trỗi]

Luật viết hoa chủ nguyên trong nhị nguyên và tam nguyên trong bảng VnPA
1. Không dấu, chủ nguyên phải viết hoa

    Mưa [mƯa] Rơi [rƠi] Xứ [ʃƯ] Huế [huế] Cua [kUa] hoa [hoA]

2. Có dấu, chủ nguyên không viết hoa vì dấu giọng luôn rơi trên chủ nguyên

    Buồn [buồn] Đời [dời] Quạnh [kuạɲ] Quẽ [kuẽ]

3. Đơn nguyên, chủ nguyên không viết hoa

    Tim [tim] Tím [tím] Chim [tʃim] Trời [trời] Cá [ká] Biển [biển]

Bảng phiên âm VnPA gồm các ký tự phiên âm trên dùng phát âm từ Việt. Chúng chỉ định vị trí lưỡi và môi. Lưỡi và môi có các dạng khác nhau ở các vị trí nguyên âm và phụ âm khác nhau. Luồng hơi thoát qua miệng liên tục và dạng luồng hơi biến đổi liên tục theo dạng lưỡi môi tựa nước ở trong ly, bát, lọ có dạng khác nhau. Sự biến dạng liên tục tạo ra thanh. Dây thanh âm rung luồng hơi để khuếch đại thanh. Việt từ không có ký tự thừa hay thiếu.

Lợi thế của Việt ngữ hơn Tàu ngữ là dùng ký tự Latin. Vì vậy, phiên âm từ ngoại dễ dàng và rất rất gần đúng.

    United States of America [junai'tid stêts ov ơ'merikơ]
    New York [nju jork]   Arkansas ['arkơnso]   Italy ['itơli]
    Napoléon [napolêoɲ]   Veston [vestoŋ]   Parler [parlê]
    France [frăŋs]   Germany ['ʒơmơni]   England ['iŋglơnd]

Chương 2 Phát âm từ Việt

Thanh Việt được Tạo Hoá ban cho tính chất sau: trầm, trung, bổng trong những khẩu ngôn. Nhờ ký tự Latin, người Việt ghi tiếng Mẹ thân thương của mình bằng hình thức gọi là tả ngữ. Ngay khi tiếp xúc văn hoá Tây Phương do các người français thuộc địa mang tới. Người Việt được giúp tạo ra tả ngữ thay vì chỉ khẩu ngữ. Từ khi đó, tả sử (written history), thay vì khẩu sử (oral history), giòng giống Bách Việt được viết bằng Việt ngữ thân thương thay vì Hán hay Nôm. Tất cả các tài liệu khác về mọi lãnh vực văn hoá cũng được chuyển qua Việt ngữ. Thoạt đầu, chỉ có khẩu sử (oral history) tạo ra tam sao thất bản.

Để diễn tả độ trầm, trung, bổng trong Việt ngữ, các học giả xưa nghĩ ra 5 dấu giọng: Sắc-Huyền-Hỏi-Ngã-Nặng.

Dấu giọng thêm vào nguyên âm không dấu

′ ˋ ̉   ˜ .
sắc huyền hỏi ngã nặng

Những câu nói thốt ra từ người Việt nghe như những làn gió thu nhẹ thổi, những lời thì thầm ngọt lịm của người tình mộng bên tai, những điệu nhạc du dương, những vần thơ lãng mạn, ... đều nhờ 5 dấu giọng này.

Trước khi nàng gái Việt ngữ sinh ra, người Việt ta dùng khẩu ngữ thân thương đượm tính dân tộc của mình trong trao đổi ý tưởng với nhau trước khi có tả ngữ. Nhờ công lao của Đức Cha Alexandre de Rhodes đóng góp và hướng dẫn các học giả Việt tạo tả ngữ gọi là Quốc Ngữ cách đây rất lâu vào khoảng thế kỷ 18, 19.

Thanh và âm

Phân biệt giữa thanh và âm

Thanh và âm nghe khác nhau do tính chất âm học khác nhau. Tổng quát, lời ca sĩ là thanh, và tiếng đàn nhạc công là âm. Âm gió hú, âm mèo kêu, âm tích tắc của đồng hồ, ... là âm.

Chỉ loài người tạo thanh. Thanh và âm tương ứng nhau dầu chúng nghe khác nhau. Thí dụ, 7 nốt nhạc tương ứng với tất cả thanh khác nhau của các ngôn ngữ khác nhau. Đây là thiên cơ nhiệm mầu của Thượng Đế Ngài ban cho loài người, sinh vật thượng đẳng. Loài hạ đẳng như con vật, cây cối, núi rừng, sông, biển, đồ vật, ... chỉ tạo được âm mà thôi.

Tổng quát, trong phát âm mọi ngôn ngữ, có 3 loại âm:

Âm nguyên âm, thí dụ, [ơ] Âm phụ âm, thí dụ, [tº] Âm hơi, thí dụ, [a'] [t']

Từ $= C_1V_2C_3$ Thanh $= [C_1V_2C_3]$ *(dạng tổng quát; c = phụ âm; v = nguyên âm)*

Phát âm miệng từ Việt tự nhiên

Từ tiêu biểu thanh. Từ gồm các ký tự gọi là các nguyên âm và các phụ âm; chúng chỉ định các vị trí lưỡi môi. Lưỡi và môi thay đổi dạng ở mỗi vị trí; luồng hơi thoát qua miệng và biến dạng theo dạng của lưỡi và môi. Tựa nước trong ly, trong bát, trong lọ, luồng hơi có dạng khác nhau. Sự biến dạng liên tục của luồng hơi tạo ra thanh. Thanh hay nhóm thanh cho ý nghĩa. Thí dụ, từ "người" cho thanh [ŋười] chỉ định hiện thể biết hoạt động: đi, đứng, nằm, ngồi, nói, khóc, cười, suy nghĩ, ăn, ngủ, học hành, làm việc,...

Phát âm thành thanh phải theo luật tự nhiên tạo ra cho sự di động của hộp thanh âm, hai dây thanh âm, lưỡi và môi, và luồng hơi. Có dân tộc nào thiếu vài trong 5 thành phần này để tạo thanh không? Không.

Lưu ý!
Khi thực hành phát âm từ ngoại, người học không nên so sánh thanh ngoại với bất cứ thanh nào được biết, được phát âm, ... trước đây. Sau khi phát âm thanh ngoại cách tự nhiên, nhớ thanh ngoại này. Cũng thế, tạo thanh Việt, chỉ chú ý tới thanh Việt, không so sánh với bất thanh nào đã được biết; khi tạo thanh, thí dụ, français, thanh American, ... chớ lái sang thanh Việt, hay ngược lại, vì nghĩ rằng chúng giống nhau. Sai; chúng gần nhau chứ không giống nhau. Phần lớn người Việt ta, khi học ngoại ngữ français và American/English, phát âm theo giọng Việt tạm gọi là thanh français và thanh American giọng Việt (accent Français-Vietnamien, Vietnamese-American accent). Người Chinese, Korean, Japanese, Philippino, ... cũng phạm lỗi sơ ý tương tự. Nên nghiên cứu kỹ cách phát âm của ngoại ngữ mình học trước khi tiến xa hơn kẻo gặp trở ngại khó chấn chỉnh sau này.

1. Thành phần tạo thanh
Có 5 thành phần tạo thanh

***a.** Lưỡi và môi*
Lưỡi và môi di chuyển theo vị trí do các ký tự (nguyên âm và phụ âm) chỉ định; lưỡi tiếp tục đổi dạng, và môi cũng tiếp tục đổi dạng; lưỡi đổi dạng chủ động, và môi đổi dạng thụ động ăn khớp với lưỡi để tạo sự hoạt động hài hoà, nhịp nhàng, mềm mại, ... Cả hai biến dạng luồng hơi tựa ly, bát, lọ biến dạng nước chứa.

***b.** Hộp thanh âm, dây thanh âm, và luồng hơi*
Khi hộp thanh âm dâng từ vị trí nghỉ tự nhiên, hai dây thanh âm khép lại, luồng hơi thoát qua hai dây thanh âm vào miệng để biến dạng theo lưỡi môi và tạo thanh. Hai dây thanh âm rung luồng hơi để khuếch đại thanh. Miệng tựa thùng đàn ghi ta và hai môi là vòng tròn thoát âm trên thùng đàn.

Phân biệt giữa các âm
Các âm hơi khác nhau, thí dụ, [ơ] âm nguyên âm ≠ [tơ] âm phụ âm ≠ ['] âm hơi.

  * Âm nguyên âm được tạo bằng luồng hơi thoát từ lưỡi môi do nguyên âm

chỉ định. Lưỡi và môi bất động ở vị trí nguyên âm; luồng hơi thoát tạo âm nguyên âm.

* Âm phụ âm được tạo ở vị trí lưỡi do phụ âm chỉ định; cùng lúc hộp thanh âm dâng chút ít, lưỡi và môi thả nhẹ chút ít, và luồng hơi thoát tạo âm phụ âm trong khi hộp thanh âm dâng. [C$^\sigma$] (C = bất cứ phụ âm nào) ≠ [Cơ] (thanh).

* Âm hơi ['] là âm do luồng hơi thoát qua miệng và mũi từ phụ âm như "b' p' d' t' k' g' ...v' f' th' l' r' s' x'...", và nguyên âm như "i:' i' ê' e' a' ..." hay qua mũi ở "m', b', hay p'" ở cuối thanh. Cùng lúc, lưỡi và môi bất dịch, hộp thanh âm hạ xuống, và luồng hơi thoát. Âm hơi nghe quá nhỏ; xem như không có.

['] âm hơi ≠ [C$^\sigma$] âm phụ ≠ [ơ] âm nguyên ≠ [Cơ] thanh.

Phân biệt thanh và âm
Thanh và âm khác nhau: (thanh)[tơ] ≠ [ơ], [t$^\sigma$], [t'] (âm). Thanh được tạo do luồng hơi thoát liên tục và biến dạng theo dạng lưỡi môi dọc theo các ký tự (nguyên+phụ). Âm cũng được tạo do luồng hơi thoát ở mỗi nguyên âm và mỗi phụ âm, riêng lẻ.

Phân biệt các vị trí
Giả sử có từ và thanh sau:

$$\text{Từ} = C_1V_2C_3 \qquad \text{Thanh} = [C_1V_2C_3] \text{ (mẫu; } C_1V_2\text{: tiền thanh)}$$

Vị trí gốc
Khi chỉ nguyên âm hay phụ âm được vang, vị trí do nguyên âm này hay phụ âm này cho lưỡi và môi là vị trí gốc. Trong từ chứa một vần hay một thanh, lưỡi và môi ở ký tự đầu là vị trí gốc, như trong [$C_1V_2C_3$], C_1 là vị trí gốc. Với từ đa vần hay đa thanh, vị trí gốc là vị trí bắt đầu một vần hay một thanh. Thí dụ, [$C_1V_2C_3$]; C_1 và C_3 là vị trí gốc.

Vị trí phụ
Khi di chuyển, do thay đổi vị trí và dạng, lưỡi và môi tới vị trí phụ đâu đó gần vị trí gốc để không chặn luồng hơi. Nhờ đó, luồng hơi biến dạng liên tục và tạo thanh, như trong [$C_1V_2C_3$], V_2 và C_3 là các vị trí phụ.

Vị trí đầu
Vị trí đầu là vị trí ở đó lưỡi chặn luồng hơi để bắt đầu tạo thanh. Vị trí đầu chính là vị trí gốc. Cùng lúc, khi hộp thanh âm dâng, lưỡi bắt đầu di chuyển qua các vị trí kế

tiếp, và luồng hơi được thả để tạo thanh, như trong [C₁V₂C₃], C₁ là vị trí đầu.

* *Vị trí giữa*
Vị trí giữa là vị trí phụ ở đó lưỡi tới đâu đó gần vị trí gốc để không chặn luồng hơi, như trong [C₁V₂C₃], V₂ là vị trí giữa.

* *Vị trí cuối*
Vị trí cuối cũng là vị trí phụ ở đó thanh ngưng và luồng hơi còn lại qua miệng và mũi (nguyên âm) hay qua mũi (phụ âm) như trong [C₁V₂C₃], C₃ là vị trí cuối.

* *Vị trí chặn hơi*
Vị trí chặn hơi là vị trí gốc ở đó lưỡi chặn luồng hơi để chuẩn bị thả luồng hơi tạo thanh, như trong [C₁V₂C₃], C₁ là vị trí chặn hơi.

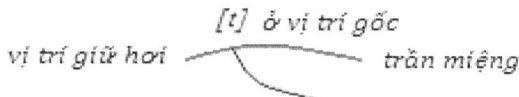

* *Vị trí thả hơi*
Vị trí thả hơi là vị trị phụ hay là vị trí giữa và cuối vì ở các vị trí này luồng hơi không bị chặn và biến dạng liên tục để tạo thanh, như trong [C₁V₂C₃], V₂ và C₃ là các vị trí thả hơi.

* *Vang thanh*
Vang thanh = thanh + thanh + thanh + ... = bắt đầu từ vị trí chặn hơi, rồi các vị trí thả hơi. Chặn hơi và thả hơi là chu kỳ cho một thanh.

Nhầm lẫn thanh cho âm
Theo thiển ý, phần lớn người Việt tưởng thanh cho âm và âm cho thanh vì không phân biệt điểm khác biệt giữa thanh và âm. Nếu luồng hơi thoát chỉ ở một một ký tự như nguyên âm hay phụ âm, luồng hơi tạo âm như [ơ](âm nguyên âm) và [tơ](âm phụ âm). Nếu trong khi lưỡi và môi di chuyển qua các vị trí do các ký tự chỉ định, luồng hơi thoát liên tục và tạo thanh = ph. + ng. + ph. Trong sự tạo thanh tự nhiên (phát âm tự nhiên), luồng hơi biến dạng liên tục qua phụ âm, nguyên âm, và phụ âm để tạo thanh. Đó là 2 đặc điểm để phân biệt giữa thanh và âm.

  Âm nguyên âm a i ê e ơ ở ờ ở ..., oi ới ao uôi oai ...
  Âm phụ âm bơ pơ tơ đơ dơ kơ gơ ...
  Thanh   bơi bới bời bởi bõi bợi; buôn buốn buồn buốn buỗn buộn

Lưu ý
* Ở [Cơ], dây thanh âm rung luồng hơi hay không tuỳ loại phụ âm; ở [ơ], dây thanh âm luôn rung luồng hơi ở nguyên âm để thanh được khuếch đại.

Khi tạo thanh, luồng hơi không vang nguyên âm và phụ âm riêng lẻ. Vì biến dạng liên tục theo dạng lưỡi và môi, luồng hơi tạo thanh. Do vậy, cấu trúc của thanh có dạng tổng quát:

Thanh = [C₁V₂C₃]   c: phụ âm; v: nguyên âm

Sáng Trưa Chiều Tối Bơ Bớ Bờ Bở Bỡ Bợ

Tạo âm phụ âm thế nào
Khi lưỡi môi ở vị trí do phụ âm chỉ định, sau khi lấy hơi, cùng lúc, hộp thanh âm dâng chút ít, lưỡi và môi dưới thả nhẹ chút ít tạo kẽ hở nhỏ để luồng hơi thoát và tạo âm phụ âm [Cσ] ≠ thanh [Cơ] trong khi hộp thanh âm dâng. Sau đó, hộp thanh âm hạ xuống để chấm dứt âm phụ âm, thí dụ,

- *bσ: lưỡi và môi ở [b] và thả nhẹ chút ít; luồng hơi tạo âm phụ âm [bσ] nghe khác thanh [bơ].*
- *tσ: lưỡi và môi ở [t] và thả nhẹ chút ít; luồng hơi tạo âm phụ âm [tσ] nghe khác thanh [tơ].*

Phần lớn người Việt không phân biệt thanh với âm; thay vì vang âm phụ âm [bσ] và [tσ] của phụ âm "b" [bê] và "t" [tê], họ vang thanh [bơ/ờ] và [tơ/ờ] chỉ tên âm phụ âm của hai phụ âm "b" [bê] và "t" [tê]. Thực sự, [bσ] ≠ [bơ]; [tσ] ≠ [tơ] vì [bơ/ờ] và [tơ/ờ] là thanh có dạng tổng quát = ph. + ng. + ph.

Để tạo âm phụ âm, lưỡi và môi thả nhẹ chút ít để tạo kẽ hở nhỏ cho luồng hơi thoát và tạo âm phụ âm. Chớ để lưỡi di chuyển tới [ơ/ờ] vì nếu lưỡi tới [ơ/ờ], thanh = [phụ âm + ơ/ờ] được tạo. Đa số tạo thanh với [ờ]. Thực ra, [ơ] xuống giọng gần thanh độ [ờ] nhưng không tới thanh độ [ờ]. [ơ] và [ờ] nghe hơi khác nhau.

b+σ = [bơ]   t+σ = [tơ]   d+σ = [dơ]   c+σ = [cơ]   khác [bσ tσ dσ cσ]

Phân biệt rất cần thiết:

- *[tê]: thanh chỉ tên phụ âm "t" [tê].*
- *[tơ]: thanh chỉ tên âm phụ âm của phụ âm "t" [tê].*
- *[tσ]: âm phụ âm của phụ âm "t" [tê]. (âm phụ âm [tσ] ≠ [tơ] thanh)*

Thí dụ,
- *Hãy cho tôi biết đài phát thanh nào đưa tin vui.*
- *Đài phát thanh VTV [vê tê vê]*
- *Thanh nào chỉ tên âm phụ âm của phụ âm "t" [tê]? Thanh là [tơ].*
- *Âm nào là âm phụ âm của phụ âm "t" [tê]? Âm phụ âm là [tσ] (≠ [tơ])*

Khái niệm: [tσ] ≠ [tơ/ờ] ≠ [tê]

2. Diễn tiến tạo thanh

* Từ độc vần = $C_1V_2C_3$ (dùng làm mẫu) Thanh = $[C_1V_2C_3]$

$$\underset{\text{hơi vào}}{\text{Thanh} = [\overset{\circ}{C_1} V_2 \overset{\circ}{C_3}]} \underset{\text{mắt + hơi ra}}{\quad} \quad \text{ĐÁNH VẦN}$$

$$\underset{\text{mắt + hơi vào}}{\text{Thanh} = [C_1 V_2 C_3]} \underset{\text{hơi ra}}{\longrightarrow} \quad \text{PHÁT ÂM}$$

∘ : vị trí giữ hơi+hộp thanh âm dâng
· : vị trí thả hơi+hộp thanh âm hạ

Việt ngữ chỉ có các từ độc vần. Sự tập tạo thanh có hai giai đoạn: đánh vần và phát âm.

Trong đánh vần, sau khi lấy hơi, trong khi mắt bay trên từ từ đầu và truyền các ký tự lên óc; óc điều khiển 5 thành phần để tạo âm ở mỗi ký tự.

Trong phát âm, nguyên âm được âm vang nhưng phụ âm không được âm vang. Trong khi lấy hơi, mắt nhìn cả từ và truyền ký tự lên óc; rồi theo luồng hơi ra, óc điều khiển 5 thành phần để tạo thanh. Sự phát âm miệng tự nhiên là sự phối hợp và đồng bộ của 5 thành phần tạo thanh.

Từ là hình thức tiêu biểu thanh hay nhóm thanh. Hình thức này gồm số ký tự gọi là nguyên âm và phụ âm. Nguyên âm và phụ âm chỉ định vị trí lưỡi môi và nắn dạng lưỡi môi. Khi luồng hơi thoát qua miệng, luồng hơi biến dạng theo lưỡi và môi ở mỗi vị trí. Sự biến dạng liên tục của luồng hơi tạo thanh hay các thanh. Để tạo thanh từ $C_1V_2C_3$, 5 thành phần hoạt động như sau:

1. Lưỡi và môi di chuyển từ C_1 qua V_2 tới C_3;

2. Ở C_1 (vị trí giữ hơi), lưỡi và môi bất dịch, và hộp thanh ở vị trí nghỉ tự nhiên để giữ luồng hơi; sau đó, lưỡi môi di chuyển qua V_2 và C_3, và hộp thanh âm dâng lên, và luồng hơi thoát tạo thanh $[C_1V_2C_3]$;

3. Khi tiến tới C_3, lưỡi và môi bất dịch, cùng lúc, hộp thanh âm hạ, phần còn lại của luồng hơi đi qua miệng và mũi (C_3 = nguyên âm + phụ âm) hay mũi (C_3 = m, b, hay p). Ngay khi hộp thanh âm về vị trí nghỉ tự nhiên, sự tạo thanh ngưng, và luồng hơi vào qua mũi để lấy lại sự thở bình thường.

Sự dâng hạ của hộp thanh âm, sự di chuyển của lưỡi môi, và sự giữ hơi và thả hơi được đồng bộ tự nhiên để tạo thanh.

Các ký tự được dùng linh động để tạo các thanh nhờ vào sự hoạt động của 5 thành phần: hộp thanh âm, dây thanh âm, lưỡi, môi, và luồng hơi. Lưỡi tới các ký tự chỉ định vị trí giữ hơi và lướt qua các ký tự chỉ định vị trí thả hơi. Giữ hơi và thả hơi hay sự dâng và hạ của hộp thanh âm là chu kỳ của một thanh.

Tóm lược phát âm một từ

Từ = $C_1V_2C_3$ Thanh = $[C_1V_2C_3]$ (mẫu)

1. Trong phát âm miệng, nguyên âm và phụ âm không được tạo âm riêng lẻ. Lưỡi và môi đi qua các vị trí và biến dạng luồng hơi liên tục;

2. Trong khi lưỡi và môi đang di chuyển dọc các vị trí do các ký tự chỉ định, luồng hơi thoát, biến dạng, và tạo thanh, thí dụ, "bóng" [bóŋ].

3. Trong tiến trình tạo thanh, khi lưỡi và môi ở [b], vị trí gốc (giữ hơi), luồng hơi bị cản và hộp thanh âm dâng từ vị trí nghỉ. Sau đó, lưỡi và môi di chuyển dọc theo [ó, ŋ], các vị trí phụ, các vị trí thả hơi, luồng hơi thoát và tạo thanh.

4. Khi lưỡi và môi tới [ŋ] (phụ âm trong VnPA), hộp thanh âm bắt đầu hạ, và phần luồng hơi còn lại thoát miệng và mũi ở [ŋ] (ng).

5. Ngay khi hộp thanh âm về hẳn vị trí nghỉ, sự tạo thanh ngưng và luồng hơi vào qua mũi để lấy lại sự thở bình thường.

6. Diễn tiến tạo thanh này cũng áp dụng cho mỗi thanh của từ đa thanh ngoại hay nhóm thanh của các từ Việt đơn thanh.

7. Khi tạo một thanh hay nhóm thanh, ký tự đầu của mỗi thanh ở vị trí gốc, và các ký tự còn lại ở vị trí phụ để không chặn luồng hơi thoát ra. Sau đó, luồng hơi thoát còn lại qua miệng và mũi hay qua mũi tuỳ loại ký tự. Cuối cùng, luồng hơi vào qua mũi để lấy lại sự thở bình thường.

Chú thích
* Không phát âm như như đánh vần [bºóŋº]. Từ "Bóng" chỉ có một và một thanh, [bóŋ] trong phát âm miệng tự nhiên. Nhìn từ từ đầu sau khi lấy hơi; trong lúc lưỡi môi di chuyển qua các ký tự, luồng hơi thoát và tạo thanh.

Tôi học Việt ngữ.
Cùng nhau, Việt ngữ bảo tồn,
Trau dồi Việt ngữ, giữ hồn Việt Nam.

Nói tóm,
1. Nhìn từ và phát âm
* Phát âm miệng
Trong khi lấy hơi, mắt bay trên cả từ và truyền ký tự lên óc. Óc điều khiển 5 thành phần theo luồng hơi ra để tạo thanh hay các thanh. Khi sự tạo thanh ngưng, luồng

hơi vào qua mũi để lấy lại sự thở bình thường. Điểm quan trọng là sau khi tạo thanh, liên kết thanh với hình ảnh thanh diễn tả *(nghĩa của từ tạo ra thanh này)*. Thí dụ,

Cái ly [kái li] ↔ hình ảnh/nghĩa *(lối này cũng được áp dụng để học ngoại ngữ trực tiếp)*

* Phát âm thầm
Mắt thay lưỡi và môi. Lưỡi môi ở vị thế nghỉ; hộp thanh âm, dây thanh âm, và luồng hơi ở vị thế động. Trong khi lấy hơi, mắt bay trên cả từ, truyền ký tự lên óc. Óc điều khiển luồng hơi ra tạo thanh. Khi diễn tiến tạo thanh ngưng, luồng hơi vào qua mũi để lấy lại sự thở bình thường.

2. Không nhìn từ và phát âm.
* Phát âm miệng
Ý tưởng, hình ảnh làm óc nhớ thanh và điều khiển 5 thành phần tạo thanh. Khi diễn tiến tạo thanh ngưng, luồng hơi vào qua mũi để lấy lại sự thở bình thường.

* Phát âm thầm
Hình ảnh, ý tưởng gợi thanh lên óc. Óc điều khiển luồng hơi ra tạo thanh. Khi diễn tiến tạo thanh ngưng, luồng hơi vào qua mũi để lấy lại sự thở bình thường.

Các thanh nghe hơi khác nhau tựa sự khác biệt giữa La thăng, La giảm, và La bình vì vài yếu tố: khác biệt ký tự, khác biệt số ký tự, khác biệt dấu giọng, khác biệt vị trí lưỡi môi, ... Do vậy, mỗi ngôn ngữ có ngữ điệu riêng.

Trong từ Việt, không bao giờ phụ âm gió như "v, ph, x, s, th, ..." đứng sau nguyên âm.

      Ve Phê Thê Se Xe   <u>Không</u>: ev eph êth es ex

Khi lưỡi môi ở các vị trí do một nguyên âm và hai phụ âm chỉ định, luồng hơi tạo các thanh khác nhau, thí dụ, [á, n, t]:

      [á, t, n]: [á] [tá] [ná] [át] [án] [tán] [nát]

Đôi khi âm nguyên âm được xếp vào thanh khi nó có ý nghĩa như Á *(đau đớn)*, À, Ồ *(ngạc nhiên)*, Ơ *(sửng sốt, ngạc nhiên vì điều bất ngờ xảy ra)*, ...

Nhận xét về diễn tiến phát âm miệng
a. *Hộp thanh âm*
Trong phát âm miệng, ở vị trí do nguyên âm chỉ định, hộp thanh âm dâng; ở vị trí do phụ âm chỉ định, hộp thanh âm hạ.

b. *Lưỡi và môi*
Lưỡi và môi di chuyển dọc theo vị trí do ký tự trong từ chỉ định. Ở vị trí giữ hơi (vị trí gốc, vị trí đầu), lưỡi giữ luồng hơi. Ở vị trí thả hơi (vị trí phụ, vị trí giữa, cuối), lưỡi không chặn luồng hơi. Luồng hơi thoát liên tục, biến dạng liên tục theo dạng

lưỡi và môi tạo ra thanh.

c. Luồng hơi
Luồng hơi thoát liên tục, biến dạng liên tục theo dạng lưỡi và môi tạo ra thanh. Chu kỳ của thanh là: giữ hơi-thả hơi hay hộp thanh âm dâng-hạ.

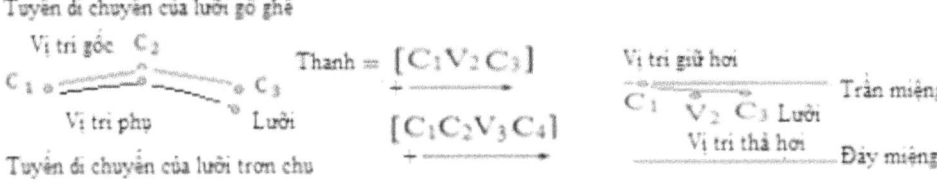

A. Thực hành nhìn từ, tạo thanh
Việt từ chỉ có độc vần/độc thanh. Khi lưỡi môi di chuyển tự nhiên, thanh được tạo, và óc ghi nhận thanh này. Tập tạo thanh có 2 giai đoạn: đánh vần và phát âm. Chúng khác nhau hoàn toàn.

Đánh vần
Mỗi ký tự trong từ được tạo âm riêng lẻ và rời rạc. Nguyên âm cho âm nguyên âm như [ơ, ớ, ờ, ở, ỡ, ợ]; phụ âm cho âm phụ âm như [bơ tơ dơ zơ kơ gơ].

Phát âm
Trong phát âm, <u>chỉ nguyên âm được âm vang nhưng các phụ âm trong từ không được âm vang</u>. Trong khi lưỡi và môi di chuyển dọc theo các ký tự trong từ, luồng hơi thoát và biến dạng liên tục tạo ra thanh. Khi thanh ngưng, luồng hơi còn lại thoát qua miệng và mũi hay mũi tuỳ loại ký tự. Ngay khi hộp thanh âm về hẳn vị trí nghỉ tự nhiên, sự tạo thanh ngưng, và luồng hơi vào qua mũi để lấy lại sự thở bình thường.

Sau khi thực hành phát âm, để phát âm nhanh và tự nhiên khi nhìn từ, trong khi lấy hơi sâu để mắt lướt trên cả từ rồi phát âm. Để phát âm nhiều từ trong một luồng hơi, trong lúc phát âm từ trước, mắt nhìn từ kế tiếp. Cùng cách cho các từ khác.

Để tập phát âm dễ dàng, tập từ tốn như sau:

Từ	VnPA	Đánh vần	Phát âm
Cha	[tʃa]	[tʃºa]	[tʃa]
Là	[là]	[lºà]	[là]
Bóng	[bóŋ]	[bºóŋº]	[bóŋ]
Mát	[mát]	[mºátº]	[mát]
Giữa	[ʒiữa]	[ʒºiữa]	[ʒiữa]
Trời	[trời]	[tºrºời]	[trời]
Cha	[tʃa]	[tʃºa]	[tʃa]

Là	[là]	[lᵛà]	[là]
Điểm	[diểm]	[dᵛiểmᵛ]	[diểm]
Tựa	[tựa]	[tᵛựa]	[tựa]
Cuộc	[kuộk]	[kᵛuộkᵛ]	[kuộk]
Đời	[dời]	[dᵛời]	[dời]
Của	[kủa]	[kᵛủa]	[kủa]
Con	[kon]	[kᵛonᵛ]	[kon]

Chú thích

* Đánh vần, mỗi ký tự được tạo âm (thanh) riêng lẻ. Phát âm: ký không được phát âm riêng lẻ; lưỡi môi di chuyển qua các ký tự; luồng hơi tạo thanh. Ngoại ngữ cũng thế; tất cả ký tự không tạo âm riêng lẻ khi phát âm. Ngoại ngữ có nhiều ký tự được dùng hết, như "helped, asked". Lưỡi và môi đi qua chúng tự nhiên; luồng hơi tạo thanh.

Nói tóm, sự biến dạng liên tục của luồng hơi tạo ra thanh. Dây thanh âm rung luồng hơi để khuếch đại thanh. Đánh vần có nghĩa tạo âm nguyên âm và phụ âm riêng lẻ và rời rạc. Phát âm là không tạo âm phụ âm và nguyên âm riêng lẻ; chỉ để lưỡi ở các vị trí do phụ âm và nguyên âm chỉ định; để luồng hơi thoát liên tục trong khi lưỡi môi liên tục di chuyển. Sự biến dạng liên tục của luồng hơi tạo ra thanh.

Khi phát âm, người học phải liên kết thanh và hình ảnh/nghĩa để nghe hiểu (listening comprehension) trước tiên; đây là giai đoạn quan trọng khi học bất cứ ngôn ngữ nào bằng phương pháp trực tiếp (chớ dịch ra tiếng mẹ, phương pháp gián tiếp; không hiệu quả). Viết mặt từ thực hành sau. Người Việt ta viết giỏi khi học ngoại ngữ nhưng không nghe hiểu giỏi vì nhiều lý do: học theo phương pháp gián tiếp (dịch qua Việt để hiểu), không học nghe ngoại ngữ qua đọc chính tả hay qua sinh hoạt trong giờ ngoại ngữ. Trong buổi học ngoại ngữ, thầy không nói ngoại ngữ, học sinh không nói ngoại ngữ; tất cả dịch ra Việt. Đa số học ngoại ngữ câm và dịch. Do vậy, không nghe thông, nói thạo ngoại ngữ. Cần đổi lại phương pháp dậy ngoại ngữ ở VN từ khi français về nước!

Chính chúng ta học Việt ngữ qua phương pháp tự nhiên, phương pháp trực tiếp; dùng Việt ngữ hiểu Việt ngữ. Trẻ ngoại cũng thế khi chúng học tiếng Mẹ của chúng. Do đó, khi học bất cứ ngôn ngữ nào, người học nên theo phương pháp tự nhiên.

Người ta có thể học nhiều ngoại ngữ cùng lúc nếu thích. Tạo nhiều ngăn kéo riêng cho nhiều ngoại ngữ trong đầu, thí dụ, Việt, American, và Français. Khi học Việt, dùng ngăn kéo Việt; American, ngăn kéo American; Francais, ngăn kéo Français. Chớ nhổ râu ông nọ, cắm cầm bà kia!

Hình ảnh các từ độc thanh

$$\text{Thanh} = [C_1 V_2 C_3] \qquad \text{Thanh} = [C_1 V_2] \qquad \text{Thanh} = [V_2 C_3] \qquad \text{Thanh} = [C_1 C_2 V_3 C_4]$$

Quan trọng!

* Sau khi thanh được tạo, óc ghi nhận nó và liên hệ nó với nghĩa hay hình ảnh thanh chỉ định. Không bao giờ tưởng tượng từ trong óc để nhìn ký tự để phát âm miệng hay thầm vì óc chỉ chú ý tới mặt từ. Nó không liên kết thanh và nghĩa/hình ảnh. Do đó ngược đọc không hiểu ý diễn.

* Khi học từ, luôn luôn, chú ý tới **thanh** ↔ **nghĩa/hình ảnh** của thực thể cụ thể hay trừu tượng để dùng trong trao đổi ý tưởng. Rồi viết từ sau. Cuối cùng, đọc chính tả là cách hay nhất để luyện nghe, hiểu, và viết từ. Luôn luôn đọc chính tả kèm theo sau khi khảo sát một bài văn (ngoại hay mẹ) trong sự học và dậy ngôn ngữ.

Các điểm lưu ý

1. Trong Việt ngữ, hộp thanh âm dâng và hạ trong khoảng (-3, 0, +2) tạo thanh trầm, trung bổng. Thanh Việt có dấu và không dấu; thanh ngoại như American không dấu, và français có dấu dùng phân biệt từ nhưng không dùng cho sự tạo thanh.

2. Từ Việt có dấu nhấn và lên xuống giọng tự nhiên nhờ 5 dấu giọng. Có đủ độ trầm, trung, bổng. Do vậy, Việt ngữ có tính nhạc Thượng Đế ban cho.

Ngoài ra, khi phát âm nhóm từ, mệnh đề, hay câu, người ta nên nhấn mạnh danh từ, đại từ, động từ, tĩnh từ, trạng từ, và cảm xúc từ vì chúng là từ nòng cốt trong khẩu ngữ.

<u>Lặng</u>   <u>ngắm</u>   <u>trăng</u>   <u>vàng</u>   <u>soi</u>   <u>đáy</u>   <u>nước</u>,
[lặŋ   ŋắm   trăŋ   vàŋ   sOi   dáj   nướk]
<u>Con</u>   <u>tim</u>   <u>trĩu</u>   <u>nặng</u>   <u>nỗi</u>   <u>xa</u>   <u>nhà</u>.
[kon   tim   trĩu   nặŋ   nỗi   ʃa   ɲà]

3. Giữ lưỡi và môi mềm mại để tạo thanh nghe trơn tru, không ép lưỡi tới bất cứ vị trí nào nó không thể tới trong phát âm tự nhiên. Từ Việt không dư hay thiếu ký tự; từ ngoại có nhiều ký tự, thí dụ, "as, ass, asked, helped" (tuy thế không phải tất cả được dùng tuỳ vào sự hoạt động tự nhiên của 5 thành phần tạo thanh). Lưỡi phải lướt nhanh qua tất cả ký tự trong từ để luồng hơi tạo thanh.

Chu kỳ một thanh là: giữ hơi-thả hơi hay hộp thanh âm dâng-hạ. Trong một từ độc thanh, ký tự đầu cho vị trí gốc, vị trí giữ hơi; các tự kế tiếp cho các vị trí phụ, các vị trí thả hơi. Ở tự cuối, luồng hơi còn lại thoát qua miệng và mũi hay mũi tuỳ loại ký tự, và sự tạo thanh ngưng. Sau đó, luồng hơi vào qua mũi để lấy lại sự thở bình thường.

<u>Lặng</u>   <u>ngắm</u>   <u>trăng</u>   <u>vàng</u>   <u>soi</u>   <u>đáy</u>   <u>nước</u>,
[lặŋ   ŋắm   trăŋ   vàŋ   sOi   dáj   nướk]
<u>C</u>on   <u>t</u>im   <u>tr</u>ĩu   <u>n</u>ặng   <u>n</u>ỗi   <u>x</u>a   <u>nh</u>à.
[kon   tim   trĩu   nặŋ   nỗi   ʃa   ɲà]

Việt từ không có phụ âm gió như "l, r, v, f (ph), s, x, ..." đứng sau nguyên âm.

Và   Phai   Lơ   Rả   So   Xe; không: àv   aiph   ơl   ảr   os   ex

Một từ hay vài từ hợp lại chỉ một thực thể.

Nhà	Nỗi buồn	Niềm hạnh phúc	Sự đau đớn
[ɲà]	[nỗi buồn]	[niềm hạn fúk]	[sự dAu dớn]
Trời	Mây	Trăng	Khuyết
[trời]	[mÂj]	[trăŋ]	[Kujết]

Toà cao ốc chính phủ
[toà kAo ốk tʃín fủ]

Lặng	ngắm	trăng	vàng	soi	đáy	nước
[lăŋ	ŋắm	trăŋ	vàŋ	sOi	dáj	nướk]
Con	tim	trĩu	nặng	nỗi	xa	nhà.
[kon	tim	trĩu	nặŋ	nỗi	ʃa	ɲà]

Một thanh hay nhóm thanh cho một ý nghĩa. Có sự liên hệ chặt chẽ giữa từ, thanh, và nghĩa/hình ảnh. Nghe thanh, suy ra nghĩa và viết từ; viết từ nghĩ tới thanh và nghĩa/hình ảnh. Từ ↔ thanh ↔ nghĩa/hình ảnh.

Khi học ngôn ngữ (mẹ hay ngoại), để nghe thông, hiểu thạo, người ta phải tập nghe và hiểu trước tất cả. Do vậy, phát âm là giai đoạn đầu tiên và rất quan trọng vì nó giúp tạo thanh đúng, nghe đúng, và nói đúng.

B. Thực hành không nhìn từ, tạo thanh

Ý tưởng, hình ảnh, hay thực thể gợi thanh của từ trong óc. Sau khi lấy hơi, óc điều khiển 5 thành phần tạo thanh. Không nhìn từ, quay chỗ khác và phát âm

Trái bắp [trái bắp]	*Quả đu đủ* [kuả du dủ]
Dưa gang [zƯa gaŋ]	*Cha già* [tʃa ʒià]
Chau chuốt [tʃAu tʃuốt]	*Ngang tàng* [ŋaŋ tàŋ]
Nhà ngang [ɲà ŋaŋ]	*Nhã nhặn* [ɲã ɲặn]
Thương thân [θưƠŋ θân]	*Cua đồng* [kUa dồŋ]
Quên sóng [kuên sóŋ]	*Qua sông* [kuA sôŋ]
Nhánh sông [ɲáɲ sôŋ]	*Quan ngại* [kuAn ŋại]
Khoe khoang [KoE KoAŋ]	*Sầu cố quốc* [sầu kố kuốk]

Sau khi thanh được tạo, óc ghi nhận thanh và liên hệ tới nghĩa/hình ảnh thanh đó tiêu biểu. Thí dụ, nghe thanh [ly], óc có hình ảnh cái ly, và hình ảnh cụ thể dẫn tới hình ảnh trừu tượng. Thanh diễn tả hình ảnh trừu tượng được tạo. Từ viết được tạo để ghi thanh. Để tạo từ viết, các ký tự chỉ định vị trí lưỡi môi được sắp xếp; luồng hơi thoát và biến dạng liên tục theo các vị trí lưỡi môi để tạo thanh. Thanh diễn tả thực thể cụ thể hay trừu tượng như người, con vật, vật, ..., ý tưởng, tình cảm, ... Nói tóm có sự liên hệ giữa thực thể ↔thanh ↔chữ. Do vậy, có 2 loại ngôn ngữ tạm gọi là ngôn ngữ tượng hình như Greece, Chinese, Thái, ..., và ngôn ngữ ký tự như Latin, français, Việt, American, ...

Có hai cách phát âm miệng

1. Thành tiếng
Nếu dây thanh âm rung luồng hơi, thanh được khuếch đại, và nghe được bằng tai.

2. Không thành tiếng
Nếu dây thanh âm không rung luồng hơi, luồng hơi không thể tạo thanh mặc dù lưỡi và môi di động. Do vậy, phải nhìn miệng người nói để đoán họ nói chi.

Phát âm thầm Việt từ

Trong phát âm thầm, lưỡi, môi ở thế nghỉ. Chỉ hộp thanh âm, dây thanh âm, và luồng hơi hoạt động để tạo thanh. Luồng hơi ra qua dây thanh âm vào miệng qua mũi để tạo thanh. Thanh không vang vì dây thanh âm không rung và miệng đóng và luồng hơi qua mũi. Do vậy, thanh không được nghe bằng tai nhưng trong đầu.

Sau khi sự tạo thanh ngưng, luồng hơi vào lấy lại sự thở bình thường.

* Nhìn từ phát âm thầm
Trong khi lấy hơi sâu, mắt nhìn cả từ rồi phát âm. Khi thanh dứt, luồng hơi vào qua mũi để lấy lại sự thở bình thường.

PHÁT ÂM THẦM
* Lưỡi và môi nghỉ
Thanh = [C₁V₂C₃]   * Hộp thanh âm, dây thanh âm, luồng hơi hoạt động
        ↑
      mắt + hơi vào → hơi ra

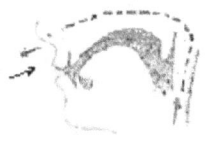

Con   tim   trĩu   nặng   nỗi   xa   nhà.
[kon tim   trĩu   nặŋ   nỗi   ʃa   ɲà]
                  (hơi ra)   *(hơi vào)*

[kon tim]   [trĩu nặŋ]   [nỗi ʃa ɲà]
(hơi ra) (hơi vào) *(hơi ra) (hơi vào)* *(hơi ra) (hơi vào)*

* Không nhìn từ phát âm thầm
Ý tưởng hay hình ảnh gợi thanh lên óc. Óc điều khiển chức năng tạo thanh trong óc theo luồng hơi ra. Khi diễn tiến tạo thanh ngưng, luồng hơi vào hoàn thành một thanh hay hoàn thành thanh cuối của nhóm thanh, và lấy lại sự thở bình thường.

* Thực hành phát âm thầm

Nỗi buồn gác trọ   Đỉnh sầu cô đơn
[nỗi buồn gák trọ]   [dỉnh sầu kô dơn]
Mưa buồn xứ Huế   Hà Nội mùa phượng đỏ
[mƯa buồn ʃứ huế]   [hà nội mùa fượŋ   dỏ]

Sài Gòn trong nắng hạ   Đà Lạt sương mù
[sài gòn troŋ nắŋ hạ]   [dà lạt sưɤŋ mù]
Giọt cà phê tình   Chiều mưa kỷ niệm
[ʒiọt kà fê tìŋ]   [tʃiều mưa kỉ: niệm]

* Phát âm tên ký tự

Cha:	c [sê]	h [hát]	a [a]
Chán:	c [sê]	h [hát]	á [a sắc] n [en]
Khuy:	k [ka]	h [hát]	u [u] y [i:-grếk*]
Cắng:	c [sê]	ắ [a-cong sắc]	n [en] g [ʒiê]
Ống:	ố [o-mũ sắc]	n [en]	g [ʒiê]

Trong sách này,
* ê = e-mũ; ơ = o-móc; â = a-mũ; ă = a-cong; ư = u-móc; ô = o-mũ.
* ế = e-mũ sắc; ò = o huyền; ở = o-móc hỏi.

Lưu ý

Theo thói quen quá khứ truyền lại, số ký tự không được dùng đúng. Thường, chúng là tr [tr] = ch [tʃ]; r [r], g(i) [ʒ] = d [z].

Từ	Phát sai	Phát đúng
Rồi	[zồi]	[rồi]
Trong	[tʃoŋ]	[troŋ]
Ngày giỗ	[ŋài zỗ]	[ŋài ʒỗ]
Nước trong	[nưức tʃoŋ]	[nưức troŋ]
Rà tìm	[zà tìm]	[rà tìm]
Gia đình	[za dìŋ]	[ʒiA dìŋ]

Từ		Phát đúng
Dồi		[zồi]
Chong		[tʃoŋ]
Dỗ dành		[zỗ zàŋ]
Chong chóng		[tʃoŋ tʃóŋ]
Dần dà		[zần zà]
Mầu da		[mầu za]

Ngoài ra, loại phụ âm và xử dụng lầm phụ âm

Miền Bắc

    n → l và l → n

        no [no] → [lo] (phát sai); lo [lo] → [no] (phát sai)
        lắm [lắm] → [nắm] (phát sai); nắm [nắm] → [lắm] (phát sai)
        tôi lo [tÔi lo] → [tÔi no] (phát sai)
        tôi no [tÔi no] → [tÔi lo] (phát sai)

    r: bỏ

        con trâu [kon trÂu] → [kon tÂu] (phát sai)

trắng [trăŋ] → [tăŋ] (phát sai)
con trâu trắng [kon trÂu trăŋ] → [kon tÂu tăŋ] (phát sai)

Miền Trung
Khuynh hướng bỏ dấu giọng và hạ giọng

Sông Hương Núi Ngự [sôŋ hưƠŋ nÚi ŋự] → [sôŋ hưƠŋ nUi ŋư] (hạ giọng)

Miền Nam
q → g
    quan [kuAn] → [guAn] (phát sai)
    quang [kuAŋ] → [guAŋ] (phát sai)
    quang vinh [kuAŋ viŋ] → [guAŋ viŋ] (phát sai)
h → g
    hoang [hoAŋ] → [goAŋ] (phát sai)
    hoang tàn [hoAŋ tàn] → [goAŋ tàn] (phát sai)
    hoàng [hoàŋ] → [goàŋ] (phát sai)
r → g
    cá rô [ká rô] → [ká gô] (phát sai)
    con cá rô bỏ trong rổ [kon ká rô bỏ troŋ rổ] → [kon ká gô bỏ troŋ gổ] (phát sai)

Vài trường hợp đặc biệt
Thí dụ, ua [uA]= oa [oA]; tuy nhiên, "ua" được chọn cho "quang, qua", và "oa" được chọn cho "hoang, hoa" theo các học giả xưa. Ngoài ra, ua [Ua] ≠ ua [uA] như trong "cua" [kUa] và "qua" [kuA] vì 2 chủ nguyên khác nhau.

* Thực hành phát âm

Trái bắp [trái bắp]	Quả đu đủ [kuả du dủ]
Dưa gang [zƯa gaŋ]	Cha già [tʃa zià]
Chau chuốt [tʃAu tʃuốt]	Ngang tàng [ŋaŋ tàŋ]
Nhà ngang [ɲà ŋaŋ]	Nhã nhặn [ɲã ɲặn]
Thương thân [θưƠŋ θân]	Cua đồng [kUa dồŋ]
Nhánh sông [ɲáɲ sôŋ]	Quan ngại [kuAn ŋại]
Nghênh ngang [ŋêɲ ŋaŋ]	Sầu cố quốc [sầu kố kuốk]

* Thực hành phát âm nhóm từ

Khúc nhạc giao tình [Kúk ɲạk ziAo tìɲ]	Khách phong trần [Kák* foŋ trần]
Phở VN thuần tuý [fở VN θuần tuí:]	Nỗi lòng chinh phụ [nỗi lòŋ tʃiɲ fụ]
Dòng sông định mệnh [zòŋ sôŋ diɲ mệɲ]	Nỗi buồn dân tộc [nỗi buồn zân tộk]

Quán vắng chiều mưa [kuán vắŋ tʃiều mƯa]
Thành phố sau cơn mưa lũ [θàɲ fố sAu kơn mƯa lũ]
Lịch sử thăng trầm, thịnh suy [lịk* sử θăŋ trầm θịɲ suI:]
Đảo điên thế sự, ngán ngẩm lòng người [dảo diÊn thế sự ŋán ŋẩm lòŋ ŋười]

Nhớ nước, đau lòng con quốc quốc [nớ nướk dAu lòŋ kon kuốk kuốk]
Thương nhà, mỏi miệng cái gia gia [θưƠŋ ɲà mỏi miệŋ kái ʒiA ʒiA]
(chim da da/đa đa = gia; chim cuốc = quốc) → (quốc + gia).

Nghĩa bóng: nỗi buồn đau khi vận nước lâm nguy

* *Thực hành phát âm đoạn văn*

Thu đến. Lá vàng rụng nhiều; bầu trời ảm đạm; làn gió nhẹ, lành lạnh thổi. Lòng tôi buồn man mác. Phải chăng tôi nhớ quê mẹ hay hình bóng cố nhân? Có lẽ, cả hai!

Việt ngữ gồm các từ độc thanh. Khi nhóm từ được tạo thanh, nhóm thanh nghe phảng phất điệu nhạc nhờ 5 dấu giọng tạo độ trầm, trung, bổng. Giọng điệu nhóm thanh nghe như những làn sóng rì rào của biển Thái Bình nhấp nhô, dạt vào bờ, vang âm sóng vỗ.

VnPA, Bảng Phiên Âm Từ Việt

Việt ngữ giản đơn; các cấu từ không biến dạng; nhất là, động từ không biến đổi theo cách, thì, thể, và chia động từ theo ngôi. Có lẽ, Việt ngữ phong phú hơn English và français về nguyên âm (12 không dấu x (5 có dấu + 1 không dấu) x 3 loại nguyên âm = 216 nguyên âm; dĩ nhiên, không phải tất cả được dùng cho Việt từ), mạo từ, đại từ, và dư từ. Mạo từ ví như gia vị của món ăn ngôn ngữ: ngọt, bùi, chát, đắng, lẫn chua, cay.

Việt ngữ giống như français không cần phiên âm vì cả hại dựa vào mặt từ để tạo ra quy tắc tạo thanh/phát âm. Phương pháp này đòi hỏi người học nhớ mặt từ rồi nhớ thanh để dùng miệng tạo thanh. Thường có nhiều quy tắc liệt kê thành một danh sách dài, khó nhớ. Do vậy, có sự khác biệt chút ít trong sự tạo thanh do sự quên (không bàn tới sự khác biệt nào đó do địa phương tính) như quên mặt từ và viết, thí dụ, [ch] thành [tr], [y] thành [i], [r, g(i)] thành [d], ..., và ngược lại. Nói chung, người ta dễ phạm lỗi chính tả khi quên mặt từ vì lâu ngày không nhìn mặt từ.

Phương pháp dùng ký tự phiên âm để chỉ định vị trí lưỡi môi và để bên cạnh từ gốc để giúp người học tạo thanh dễ dàng hơn và không phải nhớ nhiều. Người ta đã lập ra bảng phiên âm cho français; ngày nay, từ điển français có phiên âm hiện hữu để người học dễ tạo thanh.

Cũng có người Việt hải ngoại nghĩ tới việc thiết lập bảng phiên âm cho tiếng Việt gọi là VnPA cũng như software từ Việt do ông Phạm Kim Long sáng chế; không bán kiếm tiền nhưng ông cống hiến cho xã hội Việt để gõ từ Việt và đánh dấu giọng. Cũng thế, cơ duyên cho VnPA (sáng kiến) ra đời là một số các mục sư American đề nghị hướng dẫn Việt ngữ cho họ để họ giảng đạo bằng Việt ngữ cho các con chiên Việt ở hải ngoại. VnPA tạo cho việc hướng dẫn người ngoại dễ dàng phát âm Việt ngữ vì các ký tự phiên âm được dùng chỉ định vị trí lưỡi môi. Phiên âm được để bên cạnh từ Việt gốc. Thí dụ,

Kính trọng [kíŋ trọŋ]   Chính phủ [tʃíŋ fủ]   Khuyến khích [Kujến Kík]*

Bảng phiên âm từ Việt VnPA

* Nguyên âm
Nguyên âm từ bảng mẫu tự
  y i e a o u
Nguyên âm từ Việt ngữ
  ê ơ â ă ư ô

Chú thích
* y [i:](dài, chủ nguyên) khác với i [i](ngắn, chủ nguyên); y [j]và i [i](2 phụ nguyên/âm lướt)
* Có 3 loại nguyên âm không dấu: đơn nguyên, nhị nguyên, và tam nguyên; dấu giọng tạo thành nhiều nguyên âm.

Bảng dấu   Sắc Huyền Hỏi Ngã Nặng

        ┌─────────────┐
        │ ´ ` ? ~ . │
        └─────────────┘

* Đơn phụ âm

[b]	b	bán [bán]	[k]	k	cuốc [kuốk] (k: căng hai góc môi tự nhiên)
[z]	d	dang [zaŋ]	[d]	đ	đỗ [dỗ]
[g]	g	gà [gà]	[h]	h	hoạch [hoạk*] (k*: căng hai góc môi hơn k)
[ʒ]	g(i)	giêng [ʒiÊŋ]	[l]	l	láng [láŋ]
[m]	m	mạc [mạk]	[n]	n	nách [nák*]
[p]	p	ắp [ắp]	[r]	r	roong [rOoŋ]
[s]	s	sách [sák*]	[t]	t	tiếng [tiếŋ]
[v]	v	viên [viÊn]	[ʃ]	x	xách [ʃák*] ([ʃ]≠ [s] tạo thanh hơi khác; thực tế, [s] được dùng)

* Kép phụ âm

[tʃ]	ch-	chánh [tʃáɲ]	[k*]	-ch	khách [Kák*]
[K]	kh	khuếch [Kuếk*]	[ŋ]	ng	ngoẵng [ŋoẵŋ]
[ɲ]	nh	nhánh [ɲáɲ]	[f]	ph	phái [fái]
[θ]	th	thủ [θủ]	[tr]	tr	trỗi [trỗi]

Lưu ý
* VnPA là sáng kiến khi văn phạm được viết do HLL lý do: có dịp hướng dẫn mục sư American học Việt ngữ; thoạt đầu dựa vào quy tắc tạo thanh. Vì thấy các vị này khó nhớ mặt từ, và người hướng dẫn mất thời giờ giải thích, thí dụ, từ này đi với từ này, phát âm thế này (biểu diễn); từ kia đi với từ kia, phát âm thế kia (biểu diễn), tôi nhớ tới bảng phiên âm IPA. Sau khi thử nghiệm, tôi thấy có lý và cá nhân nghĩ tới thiết lập bản VnPA. Thoạt đầu, tôi chỉ để ký tự phiên âm bên cạnh từ Việt gốc và hướng dẫn họ để vị trí lưỡi môi theo ký tự phiên âm. Ngày sau kiểm soát lại, thấy họ phát âm dễ dàng. Tại sao, vì họ quen với các ký tự trong IPA. Thí dụ, "cha" [tʃa]. Hầu hết ký tự tạo mặt từ Việt được ứng dụng cho phiên âm để tạo thanh từ Việt. Tất cả nguyên âm Việt (dấu + không dấu) trở thành ký tự phiên âm nguyên âm. Tất cả đơn phụ âm Việt trở thành ký tự phiên âm phụ âm. Chỉ một ít ký tự phiên âm mới được tạo dùng cho phụ âm kép của từ Việt, thí dụ,

  ch [tʃ]   như trong "chan chứa"   [tʃan tʃứa]
  -ch [k*]   như trong "lách cách"   [lák* kák*]

kh [K]	như trong "khuya khoắt"	[kɯ:a Koắt]	
nh [ɲ]	như trong "nhanh nhẹn"	[ɲaɲ ɲẹn]	
ng [ŋ]	như trong "ngang tàng"	[ŋaŋ tàŋ], ...	

Từ	VnPA	Đánh vần	Phát âm
Cha	[tʃa]	[tʃᵒa]	[tʃa]
Là	[là]	[lᵒà]	[là]
Bóng	[bóŋ]	[bᵒóŋᵒ]	[bóŋ]
Mát	[mát]	[mᵒátᵒ]	[mát]
Giữa	[ʒiữa]	[ʒᵒiữa]	[ʒiữa]
Trời	[trời]	[tᵒrᵒời]	[trời]
Cha	[tʃa]	[tʃᵒa]	[tʃa]
Là	[là]	[lᵒà]	[là]
Điểm	[diểm]	[dᵒiểmᵒ]	[diểm]
Tựa	[tựa]	[tᵒựa]	[tựa]
Cuộc	[kuộk]	[kᵒuộ-kᵒ]	[kuộk]
Đời	[dời]	[dᵒời]	[dời]
Của	[kủa]	[kᵒủa]	[kủa]
Con	[kon]	[kᵒonᵒ]	[kon]
Mẹ	[mẹ]	[mᵒẹ]	[mẹ]
Là	[là]	[lᵒà]	[là]
Dòng	[zòŋ]	[zᵒòŋᵒ]	[zòŋ]
Suối	[suối]	[sᵒuối]	[suối]
Ngọt	[ŋọt]	[ŋᵒọtᵒ]	[ŋọt]
Thanh	[θaɲ]	[θᵒaɲᵒ]	[θaɲ]
Tưới	[tưới]	[tᵒưới]	[tưới]
Hồn	[hồn]	[hᵒồnᵒ]	[hồn]
Con	[kon]	[kᵒonᵒ]	[kon]
Trẻ	[trẻ]	[tᵒrᵒẻ]	[trẻ]
Tươi	[tươi]	[tᵒươi]	[tươi]
Xanh	[ʃaɲ]	[ʃᵒaɲᵒ]	[ʃaɲ]
Cuộc	[kuộk]	[kᵒuộkᵒ]	[kuộk]
Đời	[dời]	[dᵒời]	[dời]

Chú thích
* Đánh vần, mỗi ký tự được tạo âm (thanh) riêng lẻ. Phát âm: ký không được phát âm riêng lẻ; lưỡi môi di chuyển qua các ký tự; luồng hơi tạo thanh. Ngoại ngữ cũng thế; tất cả ký tự không tao âm riêng lẻ khi phát âm. Ngoại ngữ có nhiều ký tự được dùng hết, như "helped, asked". Lưỡi và môi đi qua chúng tự nhiên; luồng hơi tạo thanh.

Không gì khó để lập bảng VnPA. Ai cũng thiết lập được. Nhớ kỹ là VnPA gồm các ký tự dùng chỉ định vị trí lưỡi môi để tạo thanh (không dùng thay thế mặt từ Việt như Bùi Hiền VC). Phiên âm trong ngoặc vuông [...] và luôn bên cạnh từ Việt gốc để giúp người học (ngoại + nội) phát âm dễ dàng.

Về tạo thanh, bất cứ ngôn ngữ nào cũng xử dụng 5 thành phần: hộp thanh âm, hai dây thanh âm, lưỡi, môi, và luồng hơi ra. Trong khi lưỡi và môi di chuyển từ ký tự phiên âm này tới ký tự phiên âm kia, luồng hơi thoát và biến dạng nương theo dạng lưỡi môi; sự biến dạng liên thục của luồng hơi tạo ra thanh. Hai dây thanh âm hơi khép nhỏ lại để rung luồng hơi và khuếch đại thanh để tai nghe được. Đó là phát âm miệng (oral pronunciation). Nếu hai dây thanh âm không khép, luồng hơi không rung và không thể khuếch đại thanh. Đó là phát thì thào (lips-reading pronunciation) với môi lưỡi di động. Cũng có phát âm thầm (in-mind pronunciation) với môi lưỡi bất dịch nhưng chỉ hộp thanh âm, dây thanh âm, và luồng hơi hoạt động để tạo thanh nghe trong đầu.

Do các dấu giọng, thanh được nhấn, nâng, hạ, giữ cách tự nhiên. Các dấu giọng đặc tính hoá nhóm thanh Việt chất nhạc. Việt ngữ là nhạc ngữ.

Thanh độ

Dấu giọng tạo ra thanh độ cho thanh Việt. Mỗi câu nói được ví như mỗi điệu nhạc du dương vì mang nét trầm, trung, bổng, vần điệu, nhịp nhàng, lúc khoan thai, lúc thôi thúc.

Hai dây thanh âm tựa hai dây đàn; khi hộp thanh âm dâng cao, dây thanh âm căng cho giọng bổng, khi hộp thanh âm dâng thấp, dây thanh âm trùng cho giọng trầm. Sắc-huyền-hỏi-ngã-nặng [sắk-hujèn-hỏi-ŋã-nặŋ] được diễn tả bằng đồ biểu thanh độ A Á À Ả Ã Ạ trong khoảng kín [-3, 0, +2].

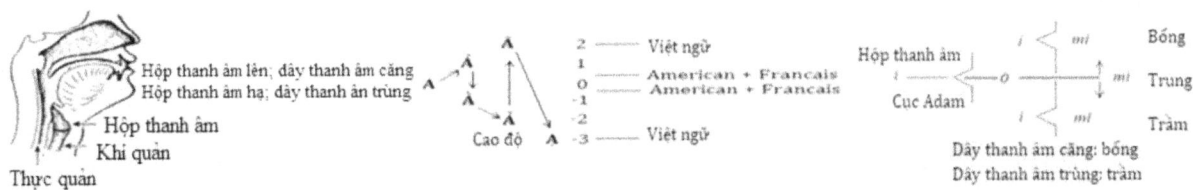

Minh hoạ nét trầm, trung, bổng trong nhóm từ Việt ngữ

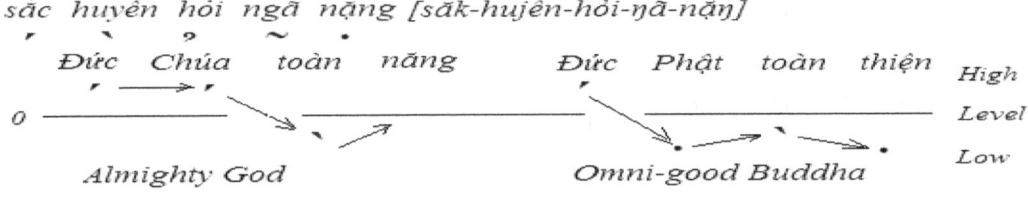

Khi hộp thanh âm dâng ở mức dây thanh âm tạo thanh không dấu; mức này là (0). hộp thanh âm dâng cao hơn hay thấp hơn để tạo thanh có dấu. Mức cao thấp này mang tên sắc-huyền-hỏi-ngã-nặng.

Bổng   Mán   Mãn
0   Man

Trầm   Màn   Mản   Mạn

Minh hoạ nét trầm, trung, bổng trong nhóm từ Việt ngữ

Nét đặc sắc là thơ nhạc ru tâm hồn người nghe lạc chốn bồng lai mờ ảo vì 5 dấu giọng tạo ra nét du dương chiêu dụ.

Ngoài ra, khi phụ âm thêm vào, các thanh khác nhau được tạo. Phụ âm tuỳ thuộc nguyên âm và thanh độ. Vài có thể đi với tất cả nguyên âm và thanh độ; một số bị giới hạn. Vài chỉ trước nguyên âm và một số chỉ sau nguyên âm, ...

  Mít   Mịt   Tím   Tịm
  Kếch   Lệch   Tác   Hạc   Phép   Chạp
  chếk chệl cát cạh péph pạch (không)

  Min   Mín   Mìn   Mỉn   Mĩn   Mịn
  Nim   Ním   Nìm   Nỉm   Nĩm   Nịm

  La   Lá   Là   Lả   Lã   Lạ *(không "al ál àl ảl ãl ạl")*
  Hi   Hí   Hì   Hỉ   Hĩ   Hị *(không "ih íh ...")*
  Vi   Ví   Vì   Vỉ   Vĩ   Vị *(không "iv ív ...")*

Việt ngữ không có phụ âm gió như "v, f, s, x, ..." đứng sau nguyên âm.

Trong một câu, có hai loại từ: từ tạo ý và từ làm nhiệm vụ.

a. Từ tạo ý

Các từ quan trọng diễn ý là: danh từ, động từ chính, tĩnh từ, trạng từ, và cảm từ (luồng hơi mạnh ở các từ này).

b. Từ làm nhiệm vụ

Các từ nối các từ tạo ý là: đại từ, động từ phụ (là, bị, được, có thể, nên, phải, ...), liên từ, giới từ, mạo từ (luồng hơi yếu ở các từ này).

  Tôi thấy đứa bé ngủ trên võng.
  Tôi đi học vội vã kẻo tôi trễ học.
  Á! Anh làm tôi đau vì dẫm chân tôi.

Tuy nhiên, trong trường hợp đặc biệt, từ nào đó được nhấn mạnh.

Nhờ cơ hội tiếp xúc văn minh tây phương, dân tộc có dịp đón chào Đức Cha Alexandre de Rhode, người giúp học giả Việt xa xưa tạo ra Việt ngữ được dùng làm Quốc Ngữ, thẻ bài dân tộc Việt, được gọt dũa thành viên ngọc ngôn ngữ sáng bóng theo thời gian.

Kể từ đó, Việt ngữ được lưu truyền qua bao thế hệ và gắn bó với dân tộc qua bao thăng trầm, thịch suy của dòng sử Việt. Việt ngữ thấm sâu vào thân xác, trí não, tâm hồn người Việt. Do vậy, bảo tồn Việt ngữ là trách nhiệm trọng đại của từng cá nhân bất kể xu hướng chính trị, chủ thuyết, tư duy, ... khác hay giống, nói chung, vì Việt ngữ còn, người Việt còn; Việt ngữ mất, người Việt mất. Việt ngữ là thẻ bài dân tộc Việt.

Ứng dụng ký tự phiên âm VnPA cho từ Việt và ngoại

A. *Dùng phát âm Việt từ*

VnPA dùng cho đánh vần và phát âm. Hình thức phiên âm được đơn giản hoá. Một số ký tự phiên âm cần lưu ý:

c, q, k	[k]	cua [kUa]	qua [kuA]	ký [kí:]
		các [kák]	khác [Kák]	chác [tʃák]
g(i)	[ʒ]	gì [ʒì]	gia [ʒiA]	giá [ʒiá] *(có thể dùng [dʒ])*
g	[g]	ga [ga]	gu [gu]	gai [gAi]
s	[s]	sa [sa]	sá [sá]	sạ [sạ]
x	[ʃ]	xa [ʃa]	xá [ʃá]	xạ [ʃạ]
ngh, ng	[ŋ]	nghi [ŋi]	ngố [ŋố]	nga [ŋa] *(Hàm Nghi; nghi ngờ)*
gh	[g]	ghi [gi]	ghe [ge]	ghia [gIa]
nh	[ɲ]	anh [aɲ]	nhanh [ɲaɲ]	nhang [ɲaŋ]
kh	[K]	khua [KUa]	khoa [KoA]	khuya [KuI:a]
		khuy [KuI:]	khui [KUi]	khuyên [KujÊn]
ch-	[tʃ]	cha [tʃa]	chua [tʃUa]	choa [tʃoA]
-ch	[k*]	cách [kák*]	khách [Kák*]	trách [trák*] *(k*: căng 2 góc môi ≠ k)*
ph	[f]	phai [fAi]	phái [fái]	phải [fải]
th	[θ]	thui [θUi]	thuy [θuI:]	thuý [θuí:] ≠ thúi [θúi]
tr	[tr]	trôi [trÔi]	trội [trội]	tuyên truyền [tujÊn trujền]

Những dòng sông định mệnh   *Chiều nhạt nắng*
[nữŋ zòŋ sôŋ dịɲ mệɲ]   *[tʃiều ɲạt nắŋ]*

Chú thích
* k*: căng hai khoé môi ≠ k: dài tự nhiên
* y [i:] (chủ nguyên) và y [j] (phụ nguyên/âm lướt). Y [i:] và y[j]: căng ≠ i [i] chủ nguyên và i [i] âm lướt: dài tự nhiên.
* Giặt gya [ʒiặt ʒị:a] (cũ) = giặt giũ [ʒiặt ʒiũ] (ngày nay)
* Thí dụ, cua [kUa] ≠ qua [kuA] = qoa [koA] (không chọn do các học giả xưa).
* Có 3 loại nguyên âm: đơn, nhị, và tam. Luôn có một và chỉ một chủ nguyên trong nhị nguyên và tam nguyên.

Viết hoa chủ nguyên trong nhị nguyên và tam nguyên

    1. Viết hoa chủ nguyên nếu chủ nguyên không dấu

        Cua [kUa]   Qua [kuA]   Uyên [ujÊn]   Quên [kuÊn]

2. Không viết hoa chủ nguyên nếu chủ nguyên mang dấu

   Của [kủa] Quả [kuả] Uyển [ujển] Uển [uển]

3. Không viết hoa chủ nguyên nếu chỉ có một nguyên âm có dấu hay không.

   Mi [mi] Mí [mí] Mì [mì] Mỉ [mỉ] Mĩ [mĩ] Mị [mị]

Ngoài ra, VnPA giúp người ngoại học Việt ngữ dễ dàng.

B. *Dùng phát âm từ ngoại rất gần giống*

  United States of America [ju'naitid stêts ov ơ'merikơ]
  New York [nju jork] Italy ['itơli] Napoléon [napolêoŋ]
  France [frăŋs] Germany ['ʒơmơni] England ['iŋglơnd]

Thay vì

  Hoa kỳ/Mỹ [hoa kì:/mĩ:]
  Nữu Ước [nĩu ướk] Ý [í:] Nã Phá Luân [nã fá luân]
  Pháp [fáp] Đức [dứk] Anh [aɲ]

Ngoài ra nên bỏ dùng tên Việt thay tên riêng ngoại vì danh từ riêng không thể thay thế bằng bất cứ từ nào.

  France ≠ Pháp, the United States of America ≠ Hoa Kỳ, Italy ≠ Ý, ...

Theo đề nghị khiêm nhường, dùng VnPA để ghi thanh từ ngoại và để phiên âm bên cạnh từ ngoại. VnPA trông gọn và sáng.

  New York [nju jork] Italy ['itơli] Napoléon [napolêoŋ]
  France [frăŋs] Germany ['ʒơmơni] England ['iŋglơnd]

Lưu ý

* Mặc dù, người Việt không dùng tất cả ký tự trong bảng mẫu tự Latin, người Việt phát âm từ ngoại dễ dàng. Do vậy, khi dùng ký tự Việt để phiên âm từ ngoại, người ta không nên làm sai lạc thanh của từ ngoại, thí dụ,

  Livestream [laivs'tri:m] nhưng không [lai chim] hay [lai (vờ) (sờ) chim]
  Columbus [kơ'lămbơs] nhưng không [kơlămbớt (sờ)] hay [kha luân bố]

Alexandre de Rhodes *[alêksăŋdr dơ rod]*

Nhờ cơ may khi các vị giáo sĩ Công Giáo hiện hữu ở Việt Nam cách đây rất lâu, Đức Cha Alexandre de Rhodes giúp sức các học giả Việt Nam xa xưa tạo ra Việt ngữ dùng làm Quốc Ngữ. Đức Cha hiên diện ở VN năm 1624 và rời VN 1630 theo sử liệu. Ngài nghĩ tới dùng latin để ghi thanh Việt nhưng mãi tới khoảng 20 (hai số đầu của năm+1 = thế kỷ)(nhớ mang máng), Việt ngữ được phổ biến thay thế chữ Nôm và trải qua nhiều giai đoạn gọt dũa để hoàn chỉnh và dùng cho tới nay. Thời Việt ngữ nở rộ là thời Pháp hiện diện ở VN ở các trào vua thời đó. Trước thời đại VN chịu ảnh hưởng văn hoá Tây Phương đậm nét, Việt được cổ võ dùng. Có lẽ, mạnh mẽ vào thời Bảo Đại vì tôi nhớ vào 54 trước khi Hồ chiếm MB, phong trào bình dân học vụ còn lưu hành qua lời khích lệ từ radio trong nhà

> *"... Hỏi thăm Cố Tú đánh vần được chưa.*
> *Đánh vần năm ngoái, năm xưa;*
> *năm nay quên hết, nên chưa biết gì ..."*

Nhớ lõm bõm khi tôi 9 tuổi ở Hà Nội trước khi theo gia đình vào Nam lánh VC. Từ đó, tiếng Việt được lưu truyền qua bao thế hệ cho tới nay.

Nhân tiện, khi viết cuốn văn phạm Việt để có chút đóng góp cho phong trào bảo toàn và bảo tồn Việt ngữ hải ngoại, xin mạn phép thay mặt dân tộc Việt chân chính, trọng nghĩa, biết ơn, chúng con xin thắp nén hương lòng bày tỏ lòng tôn kính và biết ơn Ngài về công lao giúp dân tộc chúng con tạo tả ngữ Việt dùng làm thẻ bài dân tộc phân biệt dân tộc Việt Nam với các dân tộc khác trên trái đất này.

Tôn kính,

Hoang-Long Le, America 10/16/2015

Đức Cha Alexandre de Rhodes

"*Alexandre de Rhodes was an Avignonese Jesuit missionary and lexicographer who had a lasting impact on Christianity in Vietnam. He wrote the Dictionarium Annamiticum Lusitanum et Latinum, the first trilingual Vietnamese-Portuguese-Latin dictionary, published in Rome, in 1651.*"
— Wikipedia

Chương 3   Cấu trúc các cấu từ

Văn cú có ít nhất một chính mệnh đề hay vài mệnh đề đan nhau để diễn tả ý đầy đủ. Đầu tiên, thuyết cách được tạo theo thói quen tự nhiên của dân tộc nói khẩu ngữ của họ để trao đổi ý tưởng với nhau. Về sau, ai đó nghĩ về sự đơn giản, sự khúc chiết, sự mạch lạc, sự thứ tự, ... trong thuyết cách để tránh bất cứ sự tối nghĩa, sự hàm hồ, sự hiểu sai, ... Tất cả điểm sửa chữa, điều chấn chỉnh, chi tiết trau dồi, ... được tổng hợp thành văn phạm. Do vậy, mỗi ngôn ngữ có văn phạm riêng dựa vào văn hoá của dân tộc nói ngôn ngữ của họ. Các văn phạm được tạo tự nhiên trước hết; rồi văn phạm được trau dồi, bổ khuyết, chấn chỉnh, ... cho tốt hơn, sáng ý hơn, ... Ai nắm vững văn phạm, người đó nói hay hành văn rõ nét, sáng ý, gãy gọn, ... và nhất là chấm câu chính xác.

Các cấu từ căn bản

Thật khó trả lời tại sao tất cả văn phạm khác nhau có cùng số cấu từ và 6 câu hỏi căn bản: "ai, gì, khi, đâu, nào, sao" được xem là những hòn đá tảng xây lâu đài ngôn ngữ. Cấu từ là:

Danh từ	Đại từ	Động từ	Tĩnh từ	Trạng từ
Liên từ	Giới từ	Mạo từ	Cảm từ	Dư từ

Chú thích
* Không cấu từ nào của Việt ngữ biến đổi theo ngôi, thể, thì, số, giống, ...
* Dư từ: không được xem là cấu từ vì nó có thể bị loại trong nhưng bản văn nghiêm nghị không là mẩu chuyện hàng ngày.
* Expletive, n. [ɪˈksplɪtɪv]
1. An exclamation or oath, especially one that is profane, vulgar, or obscene.
2. A word or phrase that does not contribute any meaning but is added only to fill out a sentence or a metrical line.
3. <u>Linguistics</u> A word or other grammatical element that has no meaning but is needed to fill a syntactic position, such as the words "it" and "there" in the sentences "It's raining and There are many books on the table."
   adj. Added or inserted in order to fill out something, such as a sentence or a metrical line.
* Dư từ Việt là "thế, hả, sao, cơ, đấy, à nghe, hỉ, rứa, ..."
    Ông làm gì, <u>thế</u>?

Định nghĩa tổng quát

* **Danh từ**: cấu từ dùng chỉ tên vật linh động hay vật không linh động.

    Đàn ông, đàn bà, con chó, con mèo, bàn, ghế, nhà, biển, núi, tư tưởng, vấn đề, hoàn cảnh.

* **Đại từ**: cấu từ thay thế cấu từ đề cập trước để tránh lập lại.

    Con bà X tên là <u>Hồng</u>.
    <u>Cô ta</u> đẹp nhất làng. *(cô ta = Hồng)*

* **Động từ**: cấu từ diễn tả hành động sống động hay tĩnh của chủ từ.

    Chúng <u>đang đi</u>. Họ <u>cảm thấy</u> hạnh phúc. Nó <u>là</u> học sinh.

* *Tĩnh từ*: cấu từ bổ nghĩa danh từ và đại từ.

   Mệnh phụ <u>đài các</u>. Nàng ta <u>đẹp</u>. Đừng làm tôi <u>buồn</u>.

* *Trạng từ*: cấu từ bổ nghĩa động từ, tĩnh từ, trạng từ, liên từ, giới từ, ... Đôi khi, trạng từ đứng đầu câu bổ nghĩa cả câu

   Nó chạy <u>nhanh</u>. <u>Ngay</u> khi nó ra đi. <u>Rất</u> mệt. Nàng đi <u>rất chậm</u>.
   <u>Hanh phúc</u> (thay),^(*) họ sống bên nhau tới già!

Chú thích
* Thay* = một trong các dư từ Việt; vô nghĩa nhưng nói lên thái độ người nói đối với đối tượng: đáng khen, mỉa mai, châm chọc, ...

* *Liên từ*: cấu từ nối kết các cấu từ khác, các nhóm từ, các mệnh đề, ... Ít nhất là hai từ, nhóm, mệnh đề, ...

   Anh <u>và</u> tôi. Nó ngủ <u>nhưng</u> tôi thức.
   <u>Khi</u> đi học, con phải đội nón.

* *Giới từ*: cấu từ giới thiệu từ sau giới từ cho từ trước giới từ. Dạng tổng quát A + giới từ + B.

   Nhà <u>của</u> cha mẹ tôi. Tôi trao <u>cuốn</u> sách <u>cho</u> nàng. Hàng cây <u>dưới</u> mưa.

Chú thích
* Của = giới từ giới thiệu "cha mẹ" (B) cho "nhà" (A). Nhà nào? Nhà của cha mẹ tôi. "Cha mẹ tôi" bổ nghĩa "nhà" qua giới từ "của."
* Của cha mẹ tôi = giới từ nhóm (hình thức) làm tĩnh từ (nhiệm vụ) bổ nghĩa danh từ "nhà".
* Cho = giới thiệu "nàng" cho "trao". Trao cho ai? Cho nàng. "Nàng" = gián túc của "trao".

* *Mạo từ*: cấu từ thường cặp kè với danh từ. Người ta thường lầm lẫn [mạo từ + danh từ] = danh từ. Mạo từ ví như gia vị thêm thắt vào danh từ để nói lên ẩn ý của người nói hay viết dành cho danh từ họ đề cập. Mạo từ tạo hương vị: ngọt, bùi, chát, đắng, lẫn chua, cay cho danh từ nó cặp kè. Đôi khi mạo từ không đi với danh từ. Mạo từ không diễn tả số lượng; nó không là tĩnh từ số lượng; nó chỉ diễn tả danh từ nào đó ở số ít trong số danh từ cùng loại. Thường, người Việt nhầm lẫn mạo từ ngoại cho tĩnh từ số lượng như "a, an" (American) và "un, une" (Français) = một (tĩnh từ số đếm) vì thói quen cổ dịch mạo tự ngoại thành từ Việt. Thực ra, mạo từ ngoại tương ứng với mạo từ Việt như "cái, con, chiếc, ngọn, ngôi, cơn, người, thằng, mụ, ..."

   <u>Chiếc</u> bàn, <u>cái</u> ghế, <u>con</u> dao, <u>ngọn</u> cỏ, <u>nàng</u> gái, <u>chàng</u> trai,
   <u>mảnh</u> trăng vàng, <u>ngôi</u> trường, <u>mái</u> nhà, chiếc lá, mái thuyền, ...

Chú thích
* Mạo từ đi với danh từ số ít hay số nhiều. Mạo từ không nghĩa nhưng phân giống của danh từ, cho danh từ đặc nét, tính chất, hay bộc lộ ẩn ý của người nói, viết về danh từ đó. Việt ngữ phong phú về mạo từ.
   <u>Mảnh</u> trăng (thơ văn); <u>mụ/con</u> đàn bà (xem thường)
   <u>Người</u> đàn bà (ý thông thường)
   Đàn bà (không mạo từ)

* *Cảm từ:* cấu từ được thốt lên diễn tả cảm xúc: ngạc nhiên, chú ý, hỉ, nộ, buồn, đau, thất vọng, vui mừng, ...

Trời ơi, ái, úi da, thôi, vạn tuế, đả đảo, muôn năm.
Này! Vểnh tai nghe bà nói đây!

Chú thích
* *Cảm từ = đơn từ hay nhóm từ.*

* *Dư từ:* cấu từ vô nghĩa đính kèm theo lời nói hay từ viết đứng cuối nhóm từ và sau dấu phẩy để phân biệt. Dư từ cũng diễn tả ẩn ý của người nói, viết: hăm doạ, trách móc, mỉa mai, riễu cợt, chú ý, ... Đôi khi không hàm ý gì, nhưng dư từ thêm vào để nghe êm tai, ... Chỉ nên dùng dư từ trong câu chuyện, bài văn về đối đáp hàng ngày; tránh dùng trong các thể văn nghiêm nghị.

Dư từ thuộc ba miền: Bắc, Trung, Nam khác nhau.

* *Bắc: cơ, hả, à, thế, đấy, nhỉ, nhé, thôi, mà, ...*
* *Trung: răng, rứa, hỉ, tề, mô, tê, hề ...*
* *Nam: cà, nghe, à nghe, coi, ta, hé, héng, vậy [zậy], ...*

Hôm nay chủ nhật; ông cũng đi làm, <u>hả</u>? Siêng, <u>nhỉ</u>! (hả: hăm doạ, nghi ngờ)
Tôi ghé chút, <u>thôi</u>. Xem lại giấy tờ, <u>mà</u>!
Rồi về, tôi đưa bà đi chơi, <u>nhé</u>.
Bà đang làm gì, <u>thế</u>?
Đi mô, <u>rứa</u>?
Kỳ lạ, <u>hỉ</u>!
Đẹp quá, <u>ta</u>!
Đừng chọc tui giận, <u>à nghe</u>!

Chú thích
* *Để hiểu nét tinh tế của dư từ, người học ngoại phải đạt tâm hồn Việt và hiểu văn hoá Việt.*

Nhận xét
Trong Việt ngữ, từ có thể thuộc loại từ khác, thí dụ, "con" có thể là danh từ, đại từ ngôi 1 và 2, trạng từ, mạo từ, ...

<u>Con</u> *đi đâu?* <u>Con</u> *đi ra ngoài.*
Các <u>con</u>, <u>con</u> *người, bé* <u>con</u>

Chú thích
* *Con = đại từ ngôi 1 và 2.*
* *Con = danh từ*
* *Con +(người) = mạo từ*
* *Con + (bé) = trạng từ*

Cấu trúc văn cú

Văn cú gồm nhóm từ, từ nhóm, và mệnh đề lồng vào nhau. Nhóm từ khác từ nhóm, khác mệnh đề, khác văn cú. Có hai loại mệnh đề căn bản: chính và phụ. Chính mệnh đề là văn cú, nhưng văn cú có một chính mệnh đề hay nhiều chính mệnh đề, hoặc ít nhất một chính mệnh đề và một phụ mệnh đề. Chỉ phụ mệnh đề không tạo văn cú. Phụ mệnh đề luôn đi theo chính mệnh đề để bổ nghĩa. Đôi khi, phụ mệnh đề lẻ loi (chính mệnh đề ẩn hay được hiểu).

1. Nhóm từ là tập hợp số từ diễn tả tiểu ý. Nhóm từ không bắt đầu bằng động từ không chia hay bằng giới từ.

  <u>Nhà</u> cha mẹ tôi, <u>cánh hoa</u> trước gió.
  <u>Yêu</u> trong giấc điệp (yêu = tình yêu, dt.)

Chú thích
* Nhóm từ ≠ từ nhóm.

2. Từ nhóm là tập hợp số từ diễn tả tiểu ý. Từ nhóm bắt đầu bằng động từ không chia hay bằng giới từ.

  <u>Đứng</u> dưới mưa *(động từ nhóm bắt đầu bằng động từ "đứng")*
  <u>Yêu</u> trong giấc điệp *(yêu, đt.)*
  <u>Trước</u> cơn bão táp *(giới từ nhóm bắt đầu bằng giới từ "trước")*
  (Nhà) <u>của</u> cha mẹ tôi, (cánh hoa) <u>trước</u> gió.

Chú thích
* Tương đương với American hay français:
  Nhóm từ = group of words = groupe de mots
  Từ nhóm = phrase   = unité (từ mới theo lối nhìn mới về Văn Phạm français)
  Mệnh đề = clause   = proposition
  Văn cú = sentence = phrase

* Văn phạm Việt có đầy đủ chi tiết như tất cả văn phạm ngoại, Rành văn phạm Việt bao nhiêu, rành văn phạm ngoại bấy nhiêu. Dân ta có tật bụt nhà không thiêng; bỏ lơ văn phạm Việt không chịu bỏ công nghiên cứu để khám phá những đặc nét của văn phạm Việt. Văn phạm Việt không thua bất cứ văn phạm ngoại nào, và nổi bật là nét giản đơn.

3. Mệnh đề được thành lập bằng số cấu từ trong đó chủ từ và động từ (chia) là thành phần chủ yếu. Tập hợp từ thiếu chủ từ và động từ (chia) không là mệnh đề. Đặc biệt, Việt ngữ có 3 loại mệnh đề: chính, phụ, và không động từ (0-đt.)

  Nàng đẹp nhất làng. *(0-đt.)*
  Tôi ngủ. Trong khi tôi ngủ, hắn làm việc. *(đt.)*
  Ước gì anh lấy được nàng! *(phụ mệnh đề; ước gì = liên từ trong trường hợp này)*
  Nếu tôi trúng số! *(phụ mệnh đề)*

Chú thích
* 0-đt. = to be hay être = là, thì. "Là" được dùng, ex., Tôi <u>là</u> học sinh, nhưng "thì" không dùng vì tạo năng tai. Thí dụ, Tôi mệt = I (am) tired; không: Tôi thì mệt.
* Tôi ngủ = chính mệnh đề.
* Trong khi tôi ngủ = phụ mệnh đề.
* Hắn làm việc = chính mệnh đề

4. Văn cú *có ít nhất một chính mệnh đề. Một văn cú trọn ý chấm dứt bằng dấu chấm câu: (.), (?), (!).*

Có 3 loại văn cú.
a. *Đơn văn cú có một chính mệnh đề*

  Tôi đang làm việc. Vợ tôi đang ngủ. Con cái tôi đang xem TV. [1]
  Tôi đang làm việc; vợ tôi đang ngủ; con cái tôi đang xem TV. [2]

Chú thích
* (1): 3 đơn văn cú; mỗi văn cú có 1 chính mệnh đề.
* (2): Kép văn cú có 3 chính mệnh đề.

b. *Kép văn cú có ít nhất hai chính mệnh đề; chấm phẩy (;) được dùng giữa các chính mệnh đề, hay dấu phẩy (,) giữa các chính mệnh đề, và liên từ độc lập "và, nhưng, hay" sau dấu phẩy và trước chính mệnh đề cuối cùng.*

  Tôi ngủ; nàng thức.
  Tôi ngủ, và nàng thức
  Nó làm việc, hay nó ngồi nghỉ.
  Vợ tôi không nấu ăn, nhưng vợ tôi đọc tạp chí Thời Trang.

c. *Phức văn cú có ít nhất một chính mệnh đề và một phụ mệnh đề.*

  Tôi ngủ trong khi nàng thức.
  Trong khi nàng thức, tôi ngủ.
  Nó làm việc trong lúc tôi ngồi nghỉ.
  Khi tôi nấu ăn, vợ tôi đọc tạp chí Thời Trang.
  Khi nàng thu tới, hồn tôi nhớ người tình.

Lối viết bỏ lửng

Lối viết bỏ lửng là gì? Lối viết bỏ lửng (elliptical writing) khi người viết không mô tả biến cố đầy đủ. Thay vào đó, người viết bỏ lửng để người đọc suy luận ra hay đoán ra.

(An elliptical construction is a construction that lacks an element that is recoverable or inferable from the context.)

  Bắn khi anh sẵn sàng. = *Bắn khi sẵn sàng.*
  Fire when you are ready. = Fire when ready.

  Tôi có xe; anh không.
  I have a car; you do not/don't.

  Trên đường đi học, anh mất nó ở đâu? Trên xe buýt.
  On the way to school, where did you lose it? In the bus.

Xin lưu ý

Với Lối Nhìn Mới Về Văn Phạm Việt, ngôn từ và hành văn thuộc thời kỳ trước 1975 trong Miền Nam (trước khi Miền Nam bị Miền Bắc xâm chiếm vì lý do chính trị do các thế lực ngoại US và Trung Cộng tạo cho Miền Nam bức tử để rơi vào tay của Việt Cộng [người Việt theo chủ nghĩa Cộng Sản do Russia phổ biến trước 1945.) Việt Ngữ văn vẻ ra đời trước 1954 và lưu hành rộng rãi ở cả ba miền: Bắc, Trung, và Nam. Sau 1954, Việt Nam bị chia hai cũng do chính trị. Miền Bắc do Việt Cộng điều hành; Miền Nam do Quốc Việt (người Việt theo chủ nghĩa Quốc Gia) điều hành. Vì lý do này, Việt ngữ cũng chia hai. Miền Bắc thay đổi Việt ngữ thuần tuý phần nào theo khuynh hướng và lý do theo suy nghĩ của họ. Miền Nam vẫn lưu hành Việt ngữ thuần tuý và đồng thời phong phú hoá Việt ngữ văn vẻ hơn, thanh tao hơn, trong sáng, khúc chiết, mạch lạc hơn.

Về mặt văn phạm Việt, cuốn văn phạm ra đời do nhiều tác giả khác nhau. Mỗi tác giả có cách trình bầy nội dung, bố cục riêng tuỳ suy nghĩ của mỗi tác giả. Lộ trình khác nhau nhưng dẫn tới cùng điểm đến: bảo tồn văn hoá và văn phạm Việt ngữ.

Với lối nhìn mới, nội dung, bố cục của cuốn Lối Nhìn Mới Về Văn Phạm Việt có vài nét khác biệt: số chuyên từ văn phạm mới được đặt ra kèm định nghĩa để định rõ nhiệm vụ riêng biệt của chúng trong mệnh đề. Hệ thống thời và thì được thiết lập để dùng thời và thì chính xác và dễ dàng. Tất cả được trình bầy lần lượt trong các chương dưới đây.

Điểm quan trọng là các độc giả, nếu mua đọc cuốn văn phạm Việt này, được yêu cầu nhìn cùng hướng với tác giả để tránh sự bối rối. Nói cách khác, gạt bỏ hẳn lối nhìn cũ và đón nhận lối nhìn mới; không so sánh các từ cũ và mới. Nhằm mục đích gọn nhẹ, đơn giản bao nhiêu, tốt bấy nhiêu, tác giả thu ngắn số chuyên từ để xếp chúng theo các nhóm chuyên từ văn phạm khác nhau: nhóm có 2 từ, nhóm có 3 từ, nhóm có 4 từ, ... Thí dụ, "đại danh từ" (xưa) thành "đại từ" (nay); cả hai có cùng định nghĩa "từ thay thế danh từ để tránh lập lại". "Đại từ" đi cùng với "danh từ, động từ, tĩnh từ, trạng từ, ...". Đại từ được phân định chi tiết. Có 3 loại đại từ: 3-ngôi đại từ (phân bố cho 3 ngôi: 1, 2, và 3), ngôi-3 đại từ (phân bố chỉ cho ngôi 3), và giả định đại từ (không chỉ định người, con vật, đồ vật nào đó) được dùng để làm nhiệm vụ văn phạm. Thí dụ, <u>trời mưa, trời nắng</u> (Việt), "<u>it</u> rains, it is sunny" (Am.), <u>il</u> pleut, il fait soleil, il est ensoleillé"(Fr.). Trong hệ thống thời thì, có 3 thời căn bản: quá khứ thời, hiện tại thời, tương lai thời; và 5 thì căn bản trên khung A cố định, khi được chiếu xuống khung B di động theo chiều thước thời gian, biến thành 11 thì phân bố cho 3 khoảng chính trên khung B: QUÁ KHỨ - HIỆN TẠI – TƯƠNG LAI. Mỗi khoảng chính có 3 khoảng phụ.

Hệ thống thời và thì

THỜI	*Quá khứ*		*Hiện tại*		*Tương lai* (khung A cố định)
THÌ	*Quá khứ thì*	*Cận khứ thì*	*Hiện tại thì*	*Cận lai thì*	*Tương lai thì*

Khoảng chính	**Khoảng phụ** *(khung B di động)*		
QUÁ KHỨ	*Tiền khứ*	*Quá khứ*	*Hậu khứ*
HIỆN TẠI	*Quá khứ*	*Hiện tại*	*Tương lai*
TƯƠNG LAI	*Tiền lai*	*Tương lai*	*Hậu lai*

QUÁ KHỨ	*Tiền khứ thì*		*Quá khứ thì*		*Hậu khứ thì*
HIỆN TẠI	*Quá khứ thì*	*Cận khứ thì*	*Hiện tại thì*	*Cận lai thì*	*Tương lai thì*
TƯƠNG LAI	*Tiền lai thì*		*Tương lai thì*		*Hậu lai thì*

Thân ái,

Hoang-Long Le, Milwaukee, Wisconsin, 10/16/2015

Chương 4   Các trường hợp nhiệm vụ

Nhiệm vụ cách là trường hợp từ hay cấu trúc từ làm nhiệm vụ nào đó trong mệnh đề. Mệnh đề có hình thức tổng quát sau:
Hình thức   Chủ từ + động từ + các bổ từ

Tổng quát, có 3 trường hợp nhiệm vụ: danh nhiệm, tĩnh nhiệm, và trạng nhiệm. Dưới đây là chi tiết về 3 trường hợp nhiệm vụ này:
A. Danh từ cách *là trường hợp từ hay cấu trúc từ làm nhiệm vụ của danh từ.*
1. *Chủ từ cách là trường hợp từ hay cấu trúc từ làm chủ từ của động từ chia.*

> Tôi ngủ.
> Trong khi trời mưa, con phải ở trong nhà.
> Con gái luôn là đoá hoa hồng thắm.
> Sống trong cảnh nghèo là điều bất hạnh.

Chú thích
* Cấu trúc từ = nhóm từ, từ nhóm, mệnh đề, hay văn cú.
* Cấu trúc từ làm chủ từ, túc từ, giới túc, phụ từ, áp từ, tĩnh từ, hay trạng từ.
* Sống trong cảnh nghèo = động từ nhóm làm chủ từ của động từ "là".
* Từ nhóm ≠ nhóm từ theo định nghĩa.

2. Bổ từ cách
Về nhiệm vụ, bổ từ là từ hay cấu trúc từ thêm nghĩa cho động từ hay thêm nghĩa cho từ khác động từ. Cho động từ, bổ từ là trực túc, gián túc, phụ từ, bổ túc, tĩnh từ, hay trạng từ. Cho từ khác động từ, bổ từ là giới túc, áp từ, tĩnh từ, hay trạng từ.
a. *Túc từ cách là trường hợp từ hay cấu trúc từ làm túc từ bổ nghĩa động từ. Có hai loại túc từ: trực túc và gián túc.*
* *Trực túc cách là trường hợp từ hay cấu trúc từ làm trực túc nhận hành động do động từ cách trực tiếp không qua giới từ.*
Hình thức   Chủ từ + đt. + trực túc   *(đt. = động từ)*

> Hắn trao cuốn sách.
> Cha mẹ thương yêu con cái.
> Chúng tôi ăn món này.
> Để tặng con gái món quà, em mua gì cho con?

Chú thích
* Cuốn sách, con cái, món ăn = trực túc; chúng nhận hành động trực tiếp của các động từ "trao, thương yêu, ăn" không qua giới từ.

* *Gián túc cách là trường hợp từ hay cấu trúc từ làm gián túc nhận hành động do động từ cách gián tiếp qua giới từ.*
Hình thức   Chủ từ + đt. + gt. + gián túc   *(gt. = giới từ)*

> Hắn trao cuốn sách cho tôi. = Hắn trao tôi cuốn sách. *(giới từ ẩn)*

Chú thích
* Tôi = gián túc; nhận hành động của động từ qua giới từ "cho".

b. *Giới túc cách là trường hợp từ hay cấu trúc từ làm giới túc đứng sau giới từ để bổ nghĩa từ (≠ đt.) trước giới từ qua giới từ đó.*
Hình thức   Từ (≠ đt) + gt. + giới túc

   Nhà của <u>cha mẹ</u> tôi, lọ hoa <u>trên</u> <u>bàn</u>.
   Mối tình thầm lặng <u>dành cho</u> <u>ai đó</u>.
   Nàng buồn <u>về</u> <u>số phận</u> hẩm hiu.

Chú thích
* Cha mẹ = giới túc bổ nghĩa "nhà" qua giới từ "của". Của cha mẹ = giới từ nhóm (hình thức) làm tĩnh từ nhóm (nhiệm vụ) bổ nghĩa danh từ "nhà". Nhà của ai? Của cha mẹ tôi. Cùng cách phân tích cho các từ khác.

c. *Phụ từ cách là trường hợp từ hay cấu trúc từ làm phụ từ bổ nghĩa chủ từ hay trực túc qua động từ (liên hệ); đôi khi, qua giới từ cùng lúc.*
Hình thức   Chủ từ + động từ + (gt.) + phụ từ

   Họ là <u>thầy giáo</u>
   Hắn trông <u>giống</u> <u>thằng điên.</u>
   Chúng tôi tôn/bầu <u>ông ta</u> làm <u>Đại Biểu.</u>
   Tôi xem nàng là <u>em gái</u> tôi.
   Bà đối xử cháu <u>như</u> <u>con</u> bà.
   Để đào tạo <u>bạn</u> làm <u>thầy giáo</u>, Bộ Giáo Dục có chương trình sư phạm.
   Hắn cân nặng <u>100 lbs.</u>
   Tôi cân cái đó nặng <u>100 lbs.</u>
   Căn nhà trị giá <u>100.000 dollars.</u>

Chú thích
* Thầy giáo = phụ từ bổ nghĩa chủ từ "họ" qua động từ liên hệ "là". Thầy giáo = họ.
* Đại biểu = phụ từ bổ nghĩa "ông ta" (trực túc) qua liên động từ "tôn/bầu ... làm". Đại biểu = ông ta.
* Ai nặng 100lbs? Hắn. Nặng 100lbs = tinh từ kép bổ nghĩa "hắn" qua động từ liên hệ "cân".
* Cùng cách phân tích văn phạm cho phần còn lại.

d. *Áp từ cách là trường hợp từ hay cấu trúc từ làm áp từ đặt cạnh từ khác làm nó rõ nghĩa thêm. Áp từ có thể bỏ; ý không đổi. Áp từ tựa tĩnh từ. Khác ở chỗ nếu bỏ tĩnh từ, ý thay đổi.*
Hình thức   Từ + áp từ

   Vợ hắn, <u>Mụ Béo,</u> la rầy hắn.
   Cô Thuý, <u>chính cô ta</u>, nói với tôi anh là người tình của cô ấy.
   Thú vui của nàng, <u>đánh bài</u>, phí thời gian.
   Truyện <u>Tôi Ra Đi</u> được tái bản.
   Tổng Thống Ngô Đình Diệm, Đường Lê Lợi, dòng họ Phan, Lê, Nguyễn, ...
   Định luật Newton, ...

Chú thích
* Mụ Béo, chính cô ta, Tôi Ra Đi = áp từ. Có hai trường hợp áp dụng cho áp từ:

Không giới hạn-không chủ yếu: hai dấu phẩy hay một dấu phẩy
Giới hạn-chủ yếu: không phẩy.
* *Thường tên riêng đi kèm danh từ chung chỉ vật thể là áp từ. Các danh từ chung ghép lại là danh từ kép, thí dụ, Bộ Giao Thông, Bộ Giáo Dục, …*

e. Bổ túc cách là trường hợp từ hay cấu trúc bổ nghĩa động từ để diễn tả cách thế, mục đích, phương tiện, …, nơi chốn, hay thời gian của động từ.

Hình thức   Chủ từ + đt. + gt.$_1$ + bổ túc$_1$ + gt.$_2$ + bổ túc$_2$ + gt.$_3$ + bổ túc$_3$

Tôi mua chiếc nón làm kỷ niệm ở Nha Trang vào dịp nghỉ hè.
Chàng và nàng đi tình tứ bên nhau dưới cơn mưa phùn.
Để đi tới Saigon vào buổi sáng sớm, tôi đáp xe đò lúc 3 giờ sáng.

Chú thích
* Bổ túc$_1$ mục đích = kỷ niệm
* Bổ túc$_2$ nơi chốn = Nha Trang
* Bổ túc$_3$ thời gian = dịp nghỉ hè

B. Tĩnh từ cách là trường hợp từ hay cấu trúc từ làm tĩnh bổ nghĩa danh từ hay đại từ. Có hai loại tĩnh từ: trực tĩnh và gián tĩnh.

* **Trực tĩnh cách** là trường hợp từ hay cấu trúc từ làm trực tĩnh bổ nghĩa danh từ hay đại từ trực tiếp không qua động từ. Đa số trực tĩnh đứng sau danh từ hay đại từ chúng bổ nghĩa.

Hình thức   Từ + trực tĩnh

Người đàn bà thấp, cô gái đẹp, xe chở khách
Bạn nên quen ai đó tốt bụng để được giúp đỡ.

Chú thích
* Thấp, đẹp, chở khách = trực tĩnh
* Ai đó = đại từ.

* **Gián tĩnh cách** là trường hợp từ hay cấu trúc từ làm gián tĩnh bổ nghĩa chủ từ hay trực túc gián tiếp qua động từ (liên hệ).

Hình thức   Chủ từ + động từ + gián tĩnh
            Chủ từ + động từ + trực túc + gián tĩnh

Nàng buồn. (0-đt mệnh đề; giải thích sau)
Hắn đã làm nàng buồn.
Để làm nàng vui, bạn tặng nàng bó hoa hồng nhung.
Tôi thấy cháu nó đi học. (động từ nhóm làm nhiệm vụ gián tĩnh; giải thích sau)

Chú thích
* Buồn = gián tĩnh bổ nghĩa chủ từ "nàng" qua 0-đt. 0-đt. = to be hay être. Việt ngữ có mệnh đề 0-đt. được chấp nhận vì nếu thêm động từ "thì", câu nói, viết nghe nặng tai. Có ba từ "thì, mà, là" bị bỏ nếu vô nghĩa. Tuy nhiên, "Tôi là người Việt", "là" phải dùng để tạo câu văn hợp lý, có ý nghĩa. Trong trường hợp khác, "là" bỏ. "nói là …"; "là" bỏ vì vô nghĩa và thừa thãi.
* Phần còn lại: cùng cách phân tích văn phạm.

C. Trạng từ cách là trường hợp từ hay cấu trúc từ làm trạng từ bổ nghĩa: động từ, tĩnh từ, trạng từ, liên từ, giới từ. Đôi khi, trạng từ đứng đầu câu để bổ nghĩa cả câu.

Hình thức (Trạng từ) + đt. + (trạng từ)
 (Trạng từ) + tĩnh từ/trạng từ + (trạng từ)
 Trạng từ + liên từ/giới từ
 Trạng từ, văn cú

Trời (xối xả) mưa (xối xả).
Họ ra đi <u>hôm qua</u>. <u>Hôm qua</u>, họ ra đi.
Nàng đẹp <u>quá</u>/<u>quá</u> đẹp; buồn <u>nhiều</u>, <u>rất</u> buồn.

Tóm lược,
  Danh từ cách
   * *Chủ từ*
   * *Túc từ*
     * *Trực túc*
     * *Gián túc*
   * *Giới túc*
   * *Phụ từ*
   * *Áp từ*
   * *Bổ túc*
  Tĩnh từ cách
   * *Trực tĩnh*
   * *Giãn tĩnh*
  Trạng từ cách
   * *Trạng từ*

Chương 5   Phối hợp các cấu từ

Các cấu từ các viên gạch được sắp đặt xây nhóm từ, từ nhóm, mệnh đề, và văn cú.

Nhóm từ

Nhóm từ là số cấu từ được sắp xếp để diễn tả tiểu ý. Nhóm từ không bắt đầu bằng động từ (không chia) hay bằng giới từ. (Việt ngữ chỉ có 2 từ nhóm này).

> *Sài Gòn vào chiều mưa*
> *Chiếc thuyền trong bão táp*
> *Hò hẹn dưới ánh trăng*

Từ nhóm

Từ nhóm là số cấu từ được sắp xếp để diễn tả tiểu ý. Từ nhóm khác nhóm từ vì nó bắt đầu bằng động từ (không chia) hay bằng giới từ.

> *<u>Vào</u> chiều mưa*
> *<u>Trong</u> bão táp*
> *<u>Dưới</u> ánh trăng*
> *<u>Đứng</u> bên song cửa*

Từ nhóm và nhóm từ quện vào nhau

> *Đà Lạt <u>vào chiều sương mù</u>*

Chú thích
* Đà Lạt vào chiều sương mù = nhóm từ.
* Vào chiều mưa = từ nhóm = giới từ nhóm (hình thức) = tĩnh từ nhóm (nhiệm vụ) bổ nghĩa danh từ "Đà Lạt". Đà Lạt thế nào? Vào chiều mưa. (Khác với Đà Lạt vào chiều nắng, thí dụ, để nêu tính chất khác biệt của Đà lạt).

Loại từ nhóm

A. Hình thức

Về hình thức, Việt ngữ chỉ có hai loại từ nhóm: động từ nhóm (động từ không chia), và giới từ nhóm. Động từ nhóm làm nhiều nhiệm vụ như danh nhiệm, tĩnh nhiệm, trạng nhiệm. Giới từ nhóm làm nhiệm vụ như tĩnh nhiệm và trạng nhiệm.

Động từ nhóm tương đương với từ nhóm của ngoại ngữ như American, Français.
1. *Động từ nhóm = động từ + các từ.*

> *Người vợ <u>đứng ở cửa</u> chờ chồng về*
> *Người <u>mặc áo hồng trong đám</u> là bạn gái của hắn.*
> *Chiếc bàn <u>thờ ông bà</u>*

Chú thích
* Nhóm từ gạch dưới = động từ nhóm về hình thức = tĩnh từ nhóm về nhiệm vụ.
* Động từ nhóm tương đương với American phrases:
    * Động từ nhóm (verb phrase) = Infinitive + words   = nominal phrase (in function).

* *Động từ nhóm (verb phrase)* = *Pr.P. + words (in form) = adjectival phrase/adverbial phrase (in function).*
* *Động từ nhóm (verb phrase)* = *Pa.P. + words (in form) = adjectival phrase/adverbial phrase (in function).*
* *Giới từ nhóm (prep. phrase)* = *Prep. + words (in form) = adjectival phrase/adverbial phrase (in function).*
* *Động từ (verb, vietnamese)* = *conjugated verb, infinitive, gerund, pr.p., pa.p. (American).*

2. *Giới từ nhóm = giới từ + các từ*

   Trong nhà, trên bàn

B. Nhiệm vụ

Từ nhóm làm 3 nhiệm vụ: danh nhiệm, tĩnh nhiệm, và trạng nhiệm. Từ nhóm mang tên danh nhóm, tĩnh nhóm, và trạng nhóm.

* Danh nhóm
Danh nhóm gồm chủ từ nhóm, túc từ nhóm, giới túc nhóm, phụ từ nhóm, áp từ nhóm, bổ túc nhóm.

   Đọc nhiều loại sách làm tầm hiểu biết của người đọc mở rộng.
   Tôi vượt biển sau khi được thả khỏi Trại Cải Tạo. *(nhà tù VC).*

Chú thích
* Đọc nhiều loại sách = động từ nhóm về hình thức = chủ từ nhóm về nhiệm vụ.
* Sau khi, gt. ≠ sau khi, lt. Trong trường hợp này, sau khi = giới từ nhưng không phải liên từ phụ thuộc. Liên từ phụ thuộc tạo mệnh đề phụ.
* Được thả khỏi Trại Cải Tạo = động từ nhóm về hình thức = bổ túc nhóm thời gian về nhiệm vụ. Vượt biển lúc nào? (lúc) được thả. Nếu sau khi + được thả khỏi trại cải tạo = gt. + bổ túc = giới từ nhóm (hình thức) = trạng từ nhóm (nhiệm vụ) bổ nghĩa động từ (chia) "vượt". Nói tóm, từ nhóm lồng trong từ nhóm; mệnh đề lồng trong mệnh đề, ...
* Nếu so sánh với văn phạm American,
   Tôi vượt biển sau khi được thả khỏi Trại Cải Tạo.
   I escaped by sea after being released from a Re-education Camp.
* Sau khi, gt. = after, prep. Đứng sau giới từ là noun, pronoun, infinitive, gerund. (To be released → being released, grnd.)

* Tĩnh nhóm
** Trực tĩnh nhóm làm trực tĩnh bổ nghĩa danh từ hay đại từ trực tiếp không qua động từ.

   Nhạn trắng ở Gò Công là biệt danh của ca sĩ Phương Dung
      Chiếc bàn thờ ông bà

Chú thích
* Ở Gò Công = giới từ nhóm về hình thức = trực tĩnh nhóm về nhiệm vụ. Nhạn trắng nào? Ở Gò Công. "Ở Gò Công" làm tĩnh từ bổ nghĩa danh từ "nhạn trắng" để phân biệt, thí dụ, "nhạn trắng ở Mỹ Tho, Cần Thơ, ..."
* Của ca sĩ Phương dung = giới từ nhóm về hình thức = trực tĩnh nhóm về nhiệm vụ.
* Thờ ông bà = động từ nhóm về hình thức = trực tĩnh nhóm về nhiệm vụ.
* Nếu so sánh với văn phạm American,

** Gián tĩnh nhóm làm gián tĩnh bổ nghĩa chủ từ hay trực túc qua động từ (liên hệ, bắc cầu)

   Ngôi vườn này được làm trở thành đẹp với muôn loại hoa. *(ít dùng)*
   Tôi thấy cháu nó đi học.
   Để làm thực phẩm này mang lại sức khoẻ, nó phải qua tiến trình chế biến.

Chú thích
* Trở thành đẹp với muôn hoa = động từ nhóm = gián tĩnh nhóm bổ nghĩa danh từ "ngôi vườn này" qua động từ "được làm" (thụ động từ ≠ năng động từ = passive verb ≠ active verb).
* Đi học = động từ nhóm = gián tĩnh nhóm bổ nghĩa đại từ "cháu nó" qua động từ "thấy". Thấy cháu nó làm gì? Đi học. Sao biết đi học? Thấy. Ai đi học? Cháu nó. "Thấy" là động từ bắc cầu giữa "cháu nó" và "đi học" được gọi là liên động từ.
* Mang lại sức khoẻ = động từ nhóm = gián tĩnh nhóm bổ nghĩa danh từ "thực phẩm" qua năng động từ "làm".
* Để khảo sát nhiệm vụ của động từ nhóm, thí dụ, "trở thành đẹp" được nêu ra để khảo sát; thực tế, ít ai nói/viết "trở thành đẹp" nhưng "đẹp" (tĩnh từ) cho đơn giản và nhẹ hành văn.

    Ngôi vườn này được làm trở thành đẹp ... Ngôi vườn này được làm đẹp ... Hay
    Người ta làm đẹp ngôi vườn này ... Làm đẹp = động từ kép.

* Trạng nhóm
Trạng nhóm làm trạng từ bổ nghĩa động từ, tĩnh từ, trạng từ, liên từ, giới từ; đôi khi đứng đầu câu bổ nghĩa cả câu.

    Đứng bên cửa sổ, tôi *ngắm* cảnh phố xá phía dưới.
    Nó để lọ hoa *ở trên bàn*.

Chú thích
* Đứng bên cửa sổ = động từ nhóm = trạng từ nhóm bổ nghĩa động từ "ngắm". Ngắm lúc nào? (Lúc) Đứng bên cửa sổ.
* Để ở đâu? Ở trên bàn = giới từ nhóm = trạng từ nhóm bổ nghĩa động từ "để".

Nhiệm vụ chi tiết từ nhóm

A. Danh từ nhóm làm nhiệm vụ danh từ trong các trường hợp sau:
* Chủ từ nhóm làm hành động do động từ diễn tả.
Hình thức   Chủ từ nhóm + động từ (+ các bổ từ)

    Hút thuốc nơi đây bị cấm.

Chú thích
* Hút thuốc nơi đây = động từ nhóm = chủ từ nhóm của thụ động từ "bị cấm".

* Túc từ nhóm làm túc từ của động từ (chia hay không chia)
** Trực túc nhóm làm trực túc bổ nghĩa động từ không qua giới từ.
Hình thức   Chủ từ + động từ + trực túc nhóm

    Công ty không cho phép *hút thuốc trong văn phòng*.

Chú thích
* Không cho phép gì? Hút thuốc trong văn phòng = động từ nhóm = trực túc bổ nghĩa động từ "không cho phép" không qua giới từ.

** Gián túc nhóm làm gián túc bổ nghĩa động từ qua giới từ.
Hình thức   Chủ từ + động từ + giới từ + gián túc nhóm

    Tôi đang nghĩ *tới mở nhà hàng kiếm sống*.

Notes
* Mở nhà hàng kiếm sống = động từ nhóm = gián túc nhóm bổ nghĩa động từ "nghĩ" qua giới từ "tới".
* Tới mở nhà hàng kiếm sống = giới từ nhóm = trạng từ nhóm bổ nghĩa động từ "nghĩ". Nghĩ thế nào? Tới mở nhà hàng kiếm sống.

* *Chú ý:* tới cái gì? Mở nhà hàng kiếm sống = gián túc nhóm vì đứng sau giới từ "tới" và bổ nghĩa "nghĩ" qua giới từ này. Nghĩ ra sao? Tới mở nhà hàng kiếm sống = giới từ nhóm = trạng từ nhóm bổ nghĩa "nghĩ".

* *Giới túc nhóm làm giới túc đứng sau giới từ bổ nghĩa từ (≠ đt.) trước giới từ qua giới từ đó. Dạng từ (≠ đt.) + giới từ + giới túc.*

Hình thức   *(Giới từ +) giới túc nhóm*

>   Kế hoạch <u>để phát triển công ty</u> đang được huy động.
>   Bàn để <u>thờ Phật</u>.

Chú thích
* *Phát triển công ty* = động từ nhóm = giới túc nhóm vì đứng sau giới từ "để". Giới túc nhóm bổ nghĩa danh từ "kế hoạch" qua giới từ "để".
* *Để + phát triển công ty"* = giới từ nhóm (vì bắt đầu bằng giới từ) = tĩnh từ nhóm bổ nghĩa danh từ "kế hoạch". Kế hoạch gì? Để phát triển công ty.
* *Thờ Phật* = động từ nhóm = giới túc nhóm bổ nghĩa danh từ "bàn" qua giới từ "để". Là giới túc nhóm vì đứng sau giới từ "để". Là giới từ nhóm vì bắt đầu bằng giới từ "để". Do vậy, giới túc nhóm ≠ giới từ nhóm. (Cẩn thận khi phân tích văn phạm).
* *Để thờ Phật* = giới từ nhóm = tĩnh từ nhóm bổ nghĩa danh từ "bàn".
* *Lưu ý:* gián túc nhóm ≠ giới túc nhóm ≠ giới từ nhóm.
>   *Chủ từ + đt. + giới từ + gián túc (nhóm)*
>   *Từ (≠ đt.) + giới từ + giới túc (nhóm)*
>   *Giới từ + các từ = giới từ nhóm; động từ (không chia) + các từ = động từ nhóm.*

Cẩn thận phân tích từ nhóm
   1. Gián túc nhóm bổ nghĩa động từ qua giới từ (khác với trực túc nhóm).
>   *Động từ + giới từ + gián túc nhóm (đứng sau giới từ)*

>>   Tôi nghĩ về <u>mở nhà hàng.</u> *(gián túc nhóm bổ nghĩa đt. qua giới từ "về")*

   2. Giới túc nhóm dựa vào dạng: từ (≠ đt.) + giới từ + giới túc nhóm (đứng sau giới từ bổ nghĩa từ [≠ đt.] trước giới từ đó).
>   *Giới từ + giới túc nhóm (đứng sau giới từ)*

>>   Hệ thống về <u>dẫn nước cho sử dụng công cộng.</u> *(đứng sau giới từ "về")*

   3. Giới từ nhóm bắt đầu bằng giới từ
>   *Giới từ + các từ = giới từ + giới túc nhóm = giới từ nhóm.*

>>   (Nhà) <u>của cha mẹ tôi</u>; (Đà Lạt) <u>trong sương mù</u> *(bắt đầu bằng giới từ: của, trong)*
>>   <u>về dẫn nước cho sử dụng công cộng</u> *(bắt đầu bằng giới từ: về)*

* *Phụ từ nhóm bổ nghĩa chủ từ hay trực túc qua động từ (liên hệ, bắc cầu); đôi khi; qua giới từ cùng lúc.*
Hình thức   *Chủ từ + động từ + (giới từ) + phụ từ nhóm*
              Chủ từ + động từ + trực túc + (giới từ) + phụ từ nhóm

>   Niềm thú vị là <u>đi với người tình dưới mưa.</u>
>   Chúng tôi đặt tên tờ tạp chí là <u>Tìm Hạnh Phúc.</u>
>   Để đặt tên tờ báo <u>Tìm Hạnh Phúc</u>, bạn phải xin phép chính quyền.
>   Làm việc trông giống <u>ngồi chơi.</u>

Chú thích
* Nhóm từ gạch dưới là phụ từ nhóm (nhiệm vụ) = động từ nhóm (hình thức).

* *Áp từ nhóm làm áp từ làm sáng nghĩa của từ nó đứng cạnh. Nếu bỏ, nghĩa không đổi.*
Hình thức   *Từ + áp từ nhóm*

   Kiếm việc làm vào lúc này, <u>vào lúc tuổi già</u>, thật là khó!
   Hoạt động <u>tập thể dục</u> làm người ta khoẻ mạnh.

Chú thích
* Vào lúc tuổi già = áp từ nhóm (nhiệm vụ)
* Tập thể dục = áp từ nhóm (nhiệm vụ)
* Nếu bỏ "vào lúc tuổi già, tập thể dục", ý không mất nhưng kém rõ ý.
   Kiếm việc làm vào lúc này thật là khó!
   Hoạt động làm người ta khoẻ mạnh.
* Trong "hoạt động và/hay tập thể dục", "tập thể dục" không làm áp từ nhóm vì "hoạt động" và "tập thể dục" diễn tả 2 ý khác nhau và cả hai không thể bỏ. Áp từ có nhiệm vụ diễn tả cùng ý và làm cho ý này rõ hơn. Nó có thể được bỏ và ý không mất nhưng chỉ kém rõ ràng.

* *Bổ túc nhóm diễn tả cách thế, mục đích, phương tiện, ... nơi chốn hay thời gian của động từ khi nó tạo hành động.*
Hình thức   *Chủ từ + đt. + gt. + bổ túc nhóm*

   Thiên hạ kiếm lời <u>qua trao đổi hàng hoá</u>.

Chú thích
* Qua = giới từ; trao đổi hàng hoá = động từ nhóm về hình thức = bổ túc nhóm về nhiệm vụ để diễn tả cách thế hay phương tiện của động từ "kiếm" gọi là "bổ túc nhóm cách thế/phương tiện. Kiếm bằng cách nào? (Qua) trao đổi hàng hoá.
* Qua + trao đổi hàng hoá = gt. + bổ túc nhóm = giới từ nhóm về hình thức = trạng từ nhóm về nhiệm vụ để bổ nghĩa động từ kiếm. Kiếm cách nào? Qua trao đổi hàng hoá. Nhóm lồng nhóm lại xảy ra.

B. Tĩnh từ nhóm
* *Trực tĩnh nhóm bổ nghĩa danh từ hay đại từ trực tiếp không qua động từ.*
Hình thức   *Danh từ + trực tĩnh nhóm*

   Đứa gái <u>đang đứng một mình trước cổng trường</u> là con tôi.
   Lão già <u>với bộ râu dài</u> trông quắc thước và thân thiện.
   Kế hoạch <u>để phát triển kinh tế</u> chưa thể thực hiện.
   Chả ai <u>trong nhà bạn</u> bắt phôn tôi gọi, cả!

Chú thích
* Các nhóm từ gạch dưới là trực tĩnh nhóm.

* *Gián tĩnh nhóm bổ nghĩa chủ từ hay túc từ qua động từ.*
Hình thức   *Chủ từ + động từ + gián tĩnh nhóm*
          Chủ từ + động từ + trực túc + gián tĩnh nhóm

   <u>Cha mẹ</u> bị con cái làm <u>trở nên buồn</u>.[1] *(vụng về; thụ động cách nên tránh nếu có thể)*
   Con cái làm cha mẹ <u>trở nên buồn</u>.[2] *(hay hơn; động từ nhóm)*

Con cái làm cha mẹ *buồn*. *(hay nhất; tĩnh từ)*
Tôi thấy thằng Cu *đi học*.⁽³⁾

Chú thích
* (1, 2, 3): nhóm từ gạch dưới = gián tĩnh nhóm vì bổ nghĩa chủ từ hay trực túc qua động từ liên hệ (chia hay không chia).

C. Trạng từ nhóm bổ nghĩa động từ, tĩnh từ, trạng từ, liên từ, giới từ, ...

Đang lái xe trên xa lộ, tôi thấy tai nạn xảy ra.
Người ta tốt *ở mức độ có thể*.
Hắn ưa lái xe nhanh *ở tốc độ cao*.

Note
* Nhóm từ gạch dưới = trạng từ nhóm.

Nhận xét
* Từ nhóm ≠ nhóm từ *(không bắt đầu bằng động từ không chia hay giới từ)*
* Từ nhóm bắt đầu bằng động từ không chia hay giới từ.
* Việt ngữ chỉ có 2 từ nhóm: động từ nhóm và giới từ nhóm. Động từ nhóm *(Việt)* tương đương với các từ nhóm *(American và français)*.

Tóm lược về từ nhóm

1. Hình thức
* *Động từ nhóm = động từ (không chia) + các từ*
* *Giới từ nhóm = giới từ + các từ*
2. Nhiệm vụ
   a. *Danh từ nhóm*
   * *Chủ từ nhóm*
   * *Túc từ nhóm*
      * *Trực túc nhóm*
      * *Gián túc nhóm*
      * *Giới túc nhóm*
      * *Phụ từ nhóm*
      * *Áp từ nhóm*
      * *Bổ túc nhóm*
   b. *Tĩnh từ nhóm*
      * *Trực tĩnh nhóm*
      * *Gián tĩnh nhóm*
   c. *Trạng từ nhóm*

1. Động từ nhóm
Nhiệm vụ:
   * *Chủ từ nhóm*
   * *Túc từ nhóm*
   * *Giới túc nhóm*
   * *Phụ từ nhóm*
   * *Áp từ nhóm*
   * *Bổ túc nhóm*
   * *Tĩnh từ nhóm*
   * *Trạng từ nhóm*
2. Giới từ nhóm
Nhiệm vụ:
   * *Tĩnh từ nhóm*
   * *Trạng từ nhóm*

Mệnh đề

Mệnh đề là gì? Nhóm từ có chủ từ và động từ *(chia)* là hai thành phần chủ chốt. Mệnh đề không chủ từ và động từ *(chia)* không là mệnh đề theo định nghĩa. Tuy nhiên, đặc biệt, Việt ngữ có mệnh đề 0-đt.
Hình thức   *Chủ từ + động từ + các bổ từ*

    Đi học *(đi = động từ không chia trong trường hợp này; không là mệnh đề)*

Chúng tôi đi học. *(đi = động từ chia trong trường hợp này; mệnh đề)*
<u>*Chúng nó ngủ khò.*</u> *(mệnh đề)*
Chúng tôi đi bằng xe gắn máy lên Sài Gòn. *(mệnh đề)*
Trường trao phần thưởng cho các học sinh giỏi. *(mệnh đề)*

* *Phân tích văn phạm*

Chúng tôi đi bằng <u>xe gắn máy</u> lên <u>Sài gòn</u>.

- * *Chúng tôi = đại từ làm chủ từ của động từ "đi"*
- * *Đi = gián động từ (không cần trực túc)*
- * *Xe gắn máy, Sài gòn = 2 bổ túc (phương tiện và nơi chốn) bổ nghĩa động từ "đi" qua 2 giới từ "bằng, lên".*
- * *Bằng + xe gắn máy = giới từ nhóm (hình thức) = trạng từ nhóm (nhiệm vụ) bổ nghĩa động từ "đi". Đi bằng cách nào? Bằng xe gắn máy (trạng từ phương tiện).*
- * *Lên + Sài gòn = giới từ nhóm (hình thức) = trạng từ nhóm (nhiệm vụ) bổ nghĩa động từ "đi". Đi lên đâu? Lên Sài gòn (trạng từ nơi chốn).*

Loại mệnh đề

Trong Việt ngữ, có 3 loại mệnh đề căn bản:

1. Chính mệnh đề

Chính mệnh đề đóng vai trò chính trong văn cú. Mệnh đề chính ví như ong chúa. Không làm gì.

Hình thức   *Chủ từ + động từ + các bổ từ*

Tôi thức. Nó ngủ.   *(2 chính; 2 câu đơn)*
Tôi thức; nó ngủ.   *(2 chính; câu kép)*
Tôi thức, và nó ngủ.   *(2 chính; câu kép)*
Tôi thức trong lúc nó ngủ. *(chính + phụ)*
Trong lúc nó ngủ, tôi thức. *(phụ + chính)*

Chú thích
* *Khác biệt giữa chính và phụ mệnh đề. Chính mệnh đề chỉ hiện diện để xác định một văn cú và không làm gì (= ong chúa). Phụ mệnh đề làm bất cứ nhiệm vụ gì trong câu (= ong thợ). Có trường hợp phụ mệnh đề + phụ mệnh đề = chính mệnh đề = văn cú.*
* *Chính mệnh đề = văn cú, nhưng văn cú = một hay nhiều chính mệnh đề hay ít nhất một chính và một phụ mệnh đề.*
* *Lưu ý tới chấm câu.*

2. Phụ mệnh đề

Phụ mệnh đề thường đi với chính mệnh đề. Tuy thế, đôi khi, phụ mệnh đề đi lẻ loi. Chính mệnh đề ẩn hay được hiểu. Đặc biệt hai phụ mệnh đề hợp lại thành một chính mệnh đề.

Hình thức   *Phụ mệnh đề = Liên từ phụ thuộc. + chính mệnh đề*
              = Phụ mệnh đề chứa liên hệ đại từ (mà*; không dùng)
              = Rằng* + chính mệnh đề chứa tri vấn đại từ
              = Phụ mệnh đề chứa lưỡng nhiệm đại từ

= *Rằng** + *chính mệnh đề chứa tri vấn trạng từ*
= *Phụ mệnh đề chứa lưỡng nhiệm trạng từ*
("rằng" được bỏ cho gọn phụ mệnh đề)

Nếu tôi có tiền, tôi về thăm gia đình dưới quê.
Anh có về thăm quê không?_ *Nếu tôi có tiền.*
Người *mang kính* là anh tôi.⁽¹⁾ *(thông thường, mệnh đề liên đại từ thành từ nhóm trong Việt ngữ)*
Anh biết *khi nào ông ta tới* không?
Khi nàng thu đến là *khi lòng tôi buồn nhè nhẹ.* ^(*)
Khi nàng thu làm tôi buồn nhè nhẹ là *khi nàng đến.*
(Rằng) *Trái đất tròn* là sự kiện thực. *(rằng: thường bỏ, hiểu)*

Chú thích
* (1): *người ... là anh tôi* = chính mệnh đề; (mà) *mang kính* = phụ mệnh đề liên hệ. "Mà" = liên đại từ thay thế "người" làm chủ từ của động từ "mang". Tuy thế, các nhà văn xưa khuyên bỏ "mà" (được hiểu) lý do nghe nặng tai. Do vậy, xem như trong Việt ngữ không có liên đại từ như tiếng ngoại như "who, whom, which, qui, que, quoi." Vì không dùng liên đại từ, mệnh đề liên hệ (relative clause/proposition relative) trở thành từ nhóm liên hệ (relative phrase/unité relative [chuyện từ văn phạm mới khi khảo sát văn phạm francaise theo Un Nouveau Regard sur la Grammaire Française]). Lối này đơn giản, đi thẳng vì đường thẳng là đường ngắn nhất dẫn tới điểm đến. Văn phạm française cầu kỳ, dễ tạo hiểu lầm, và đôi khi rườm rà so với văn phạm American và nhất văn phạm Việt thân yêu. Văn phạm Việt đơn giản nhất trong 3 văn phạm tôi khảo sát.
* ^(*)*Khi nàng thu đến* là *khi lòng tôi buồn nhè nhẹ* = phụ + phụ = chính mệnh đề = đơn văn cú.

3. Mệnh đề khác

* *Động từ mệnh đề là phụ mệnh đề đứng sau động từ (không chia).*
Hình thức *Động từ mệnh đề = đt. (không chia) + phụ mệnh đề*

Suy nghĩ làm sao tôi có thể mở nhà hàng chiếm hết đầu óc tôi.

Chú thích
* *Suy nghĩ* = động từ không chia; *làm sao tôi có thể mở nhà hàng* = phụ mệnh đề *(bắt đầu bằng trạng từ nghi vấn trong câu hỏi gián tiếp).*
* *Suy nghĩ* + *làm sao tôi có thể mở nhà hàng* = động từ (không chia) mệnh đề = chủ từ của động từ "chiếm."
* *Thực ra, (rằng/là) làm sao tôi có thể mở nhà hàng* = phụ mệnh đề. Theo thói quen, "rằng/là" được bỏ hay hiểu ngầm. Nguyên tắc: liên từ phụ thuộc + chính mệnh đề = phụ mệnh đề. Ngoài ra, cấu từ khác cũng biến chính mệnh đề thành phụ mệnh đề, thí dụ, đại từ liên hệ (Việt không dùng), đại từ và trạng từ kiêm 2 nhiệm vụ, ...

* *Giới từ mệnh đề là phụ mệnh đề đứng sau giới từ*
Hình thức *Giới từ mệnh đề = giới từ + phụ mệnh đề*

Tôi đang nghĩ về làm sao tôi có thể mở nhà hàng.

Chú thích
* *Về* = giới từ
* *Làm sao tôi có thể mở nhà hàng* = phụ mệnh đề (trong trường hợp đi với từ khác) = gián túc mệnh đề (về nhiệm vụ) (đứng sau giới từ "về" để bổ nghĩa động từ "nghĩ").
* *Về* + *làm sao tôi có thể mở nhà hàng* = giới từ mệnh đề = trạng từ mệnh đề bổ nghĩa động từ "nghĩ". Nghĩ thế nào, cho mục đích gì? Về làm sao tôi có thể mở nhà hàng.
* *Thực ra, (rằng/là) làm sao tôi có thể mở nhà hàng* = phụ mệnh đề. Theo thói quen, "rằng/là" được bỏ hay hiểu ngầm. Nguyên tắc: liên từ phụ thuộc + chính mệnh đề = phụ mệnh đề. Ngoài ra, cấu từ khác cũng biến chính mệnh đề thành phụ mệnh đề, thí dụ, đại từ liên hệ (Việt không dùng), đại từ và trạng từ kiêm 2 nhiệm vụ/lưỡng nhiệm.

* Không-động-từ mệnh đề

Thói quen, cho êm tai, mệnh đề không động từ được chấp nhận. "0-đt." (Việt) = "to be" (Am.) hay "être" (Fr.) Theo văn phạm ngoại, mệnh đề phải có chủ từ và động từ. Mệnh đề không động từ là trường hợp cá biệt trong Việt ngữ. Có ba từ "thì, mà, là" bỏ nếu chúng vô nghĩa hay không buộc phải hiện hữu trong cấu trúc từ: nhóm từ, từ nhóm, mệnh đề, hay văn cú, ... lý do là sự êm tai theo chọn lựa của đại đa số nhà văn Việt thuở trước.

  Nàng <u>thì</u> đẹp. = Nàng đẹp. (thì = 0-đt.)
  Hắn <u>thì</u> xấu = Hắn xấu.
  Cô này lùn. Cô kia cao.

Tuy thế, "thì, là" được dùng trong các trường hợp sau: thì = "nếu, nghĩa là, trong khi" hay "khi"; là: nối kết phụ từ với chủ từ

  Bất cứ cái gì không tốt <u>thì</u> xấu. (thì = nghĩa là)
  Bất cứ cái gì không tốt <u>nghĩa là</u> xấu.
  Tôi đang đi <u>thì</u> trời mưa. (thì = khi, trong khi)
  <u>Trong khi</u> tôi đang đi, trời mưa.
  Con người không ăn <u>thì</u> phải chết. (thì = nếu)
  <u>Nếu</u> không ăn, con người phải chết.
  Tôi <u>là</u> người Việt; anh là người American.

Dạng mệnh đề 0-đt.
* Chủ từ + tĩnh từ

  Chị ấy (thì) mệt. Căn nhà (thì) nhỏ xíu. (mệnh đề 0-đt.)
  <u>Cô gái đẹp</u>; cô gái (thì) <u>đẹp</u>. (nhóm từ hoặc mệnh đề 0-đt. tuỳ hành văn)
  Nhà bạn (thì) to hơn nhà tôi. (mệnh đề 0-đt.)

Chú thích
* Chuyên từ văn phạm: nhóm từ ≠ từ nhóm
* Nhóm từ không bắt đầu bằng động tự (không chia) hoặc giới từ; thí dụ, "Đà lạt vào chiều mưa, nhà của cha mẹ tôi."
* Từ nhóm bắt đầu bằng động từ (không chia) hay giới từ; thí dụ, "vào chiều mưa, của cha mẹ tôi."

* Chủ từ + trạng từ nơi chốn

  Chúng tôi (thì ở) đây; các anh (thì ở) đó. (mệnh đề 0-đt.)
  <u>Chúng tôi (thì ở) trong tiệm</u> (để) đợi anh. (mệnh đề 0-đt.)

Chú thích
* Đợi anh = để đợi anh = giới từ nhóm (về hình thức) = trạng từ nhóm (về nhiệm vụ) bổ nghĩa 0-đt. Trong tiệm để làm gì, cho mục đích gì? Để đợi anh.

* Chủ từ + giới từ + nơi chốn/hoàn cảnh

  Chúng tôi (thì ở) <u>trong nhà</u>. [1]

102

Nàng (thì ở) trong nỗi bất hạnh. ⁽²⁾
Cô gái trong nỗi bất hạnh; cô gái (thì ở) trong nỗi bất hạnh. ⁽³⁾

Chú thích
* (1, 2) = 0-đt mệnh đề theo trực giác vì chủ từ là 2 đại từ "chúng tôi, nàng" (ngôi 1, số nhiều và ngôi 3, số ít).
* (3) = nhóm từ hay mệnh đề 0-đt. dựa vào hành văn.

Mẹo phân định chủ từ độc lập và chủ từ lệ thuộc

Thông thường, mệnh đề chỉ có một chủ từ. Tuy thế, cũng có trường hợp mệnh đề có hai chủ từ: chủ từ độc lập S_1 và chủ từ lệ thuộc S_2. Làm sao để phân biệt chúng?

1. Chủ từ độc lập S_1 là gì? Chủ từ làm hành động do động từ chia V_1 tạo và có thể làm nhiệm vụ cho cấu từ khác. (1 hay 2 nhiệm vụ)
2. Chủ từ lệ thuộc S_2 là gì? Chủ từ của động từ không chia V_2 và làm nhiệm vụ cho cấu từ khác (trừ làm chủ từ của động từ chia V_1) (2 nhiệm vụ trong mệnh đề)
3. Động từ có chủ từ độc lập S_1 là động từ chia V_1. Nó là "lão bộc" của chỉ chủ từ độc lập S_1.
4. Động từ có chủ từ lệ thuộc S_2 là động từ không chia V_2. Ngoài ra, động từ không chia V_2 có thể làm nhiều nhiệm vụ khác (= ong thợ).

Tôi thấy hắn mua cà phê. ⁽¹⁾
Tôi tới để làm việc. ⁽²⁾
Yêu là chết sớm. ⁽³⁾
Quần áo được mang (để) giặt. ⁽⁴⁾
Quần áo được mang để được giặt. ⁽⁵⁾
Món quà dành cho anh để nhớ tình bạn xưa. ⁽⁶⁾

Phân tích văn phạm
Chủ từ
* (1): Tôi = S_1 (thấy); hắn = S_2 = trực túc (thấy) + chủ từ (mua)
* (2): Tôi = S_1 = chủ từ (tới + làm việc)
* (3): Yêu = S_1 = chủ từ (là); chết = phụ từ (là) bổ nghĩa "yêu" qua động từ "là".
* (4): Quần áo = S_1 = chủ từ (được mang) + trực túc (giặt)
* (5): Quần áo = S_1 = chủ từ (được mang) + chủ từ (được giặt).
* (6): Anh = S_2 = giới túc của giới từ "dành cho" + chủ từ (nhớ)

Động từ
* (1): Thấy = động từ chia vì có S_1 "tôi"; mua = động từ không chia vì có S_2 "hắn".
* (2): Tới = động từ chia vì có S_1 "tôi"; làm việc = động từ không chia vì làm bổ túc của giới từ "để" diễn tả mục đích của động từ "đến". Đến làm gì? Để làm việc.
* (3): Yêu = động từ không chia vì làm chủ từ của "là"; chết = động từ không chia vì làm phụ từ bổ nghĩa "yêu" qua "là".
* (4): Được mang = động từ chia vì có S_1 "quần áo"; giặt = động từ không chia vì làm giới túc của giới từ "để" (ẩn)
* (5): Được mang = động từ chia vì có S_1 "quần áo".
* (6): Nhớ = động từ không chia vì làm giới túc của giới từ "để" và có chủ từ S_2 "anh". Ai nhớ? Anh.

Nhận dạng phụ mệnh đề

Phụ mệnh đề bổ nghĩa chính mệnh đề. Nó có thể làm nhiều nhiệm vụ. Muốn nhận dạng phụ mệnh đề, người ta dựa vào:

1. Liên từ phụ thuộc

Vì tôi đi nhậu và về khuya, con vợ tôi nhốt ở ngoài.
(Rằng) trái đất quay tròn sẽ cho chúng mình ngày gặp nhau.
Mặc dầu phú ông giầu sụ, lão ta trùm xó lắm! *(phú ông + 0-đt. + giầu sụ)*
Vì tôi kiếm ít tiền, tôi mua xe hơi cũ.
Khi nàng thu đến là khi nàng làm tôi buồn nhè nhẹ. *(phụ+phụ = chính)*
(Rằng) trái đất tròn là sự kiện đúng.
Hỏi hắn xem hắn đi với chúng mình hay không.

Chú thích
* *Rằng, lt. phụ thuộc: dùng hay bỏ (hiểu ngầm)*

2. Liên hệ đại từ

Việt ngữ không có liên đại từ; từ "mà" cố dịch từ "who, whom, which hay qui, que, quoi". Tuy thế, "mà" bị loại vì tạo nặng tai. Do vậy liên mệnh đề của Việt ngữ trở thành từ nhóm khi "mà" bị bỏ. Nếu chủ từ khác tiền trí từ (antecedent) tạo liên mệnh đề.

Người [mà] mang kính đen là anh tôi. *(liên mệnh đề → từ nhóm)*
Người (mà) anh nói chuyện (với) là em tôi. *(liên mệnh đề; mà = người = gián túc)*
Người anh nói chuyện là em tôi. *(hành văn thu gọn)*

3. Tri vấn đại từ   Ai, cái gì,

Khi mệnh đề chứa các đại từ này và đứng lẻ loi, nó là chính mệnh đề; nhưng khi liên từ phụ thuộc "rằng" thêm vào, nó là phụ mệnh đề. Khi phụ mệnh đề làm trực túc, ..., "rằng" được bỏ. Trong trường hợp này, đại từ nghi vấn là dấu hiệu chỉ mệnh đề phụ thay vì "rằng/là".

Ai gọi hắn?   *(chính mệnh đề)*
Anh có biết (rằng) ai gọi hắn không? *(phụ mệnh đề)*
Tôi không biết ai gọi hắn.   *(phụ mệnh đề)*

Chú thích
* *Thực ra, (rằng/là) ai gọi hắn = phụ mệnh đề. Tuy thế, theo thói quen, "rằng/là" được bỏ.*

4. Lưỡng nhiệm đại từ

Lưỡng nhiệm đại từ là đại từ làm 2 nhiệm vụ, thí dụ, chủ từ-túc từ, túc từ-chủ từ, túc từ-túc từ, túc từ-phụ từ, phụ từ-túc từ, ... Lưỡng nhiệm đại từ đóng vai liên từ để nối hai mệnh đề = văn cú trong đó có một phụ mệnh đề.

Bất cứ ai tới đây viết tên vào sổ khách tới và khách đi. *(lưỡng nhiệm đại từ)*
Nàng vớ chàng nào, chàng đó ngỏm sớm. *(số sát phu)*

Lấy <u>người</u> yêu bạn, nhưng không lấy <u>người</u> bạn yêu.

Chú thích
* Bất cứ ai viết tên vào sổ khách tới và khách đi = chính mệnh đề. Viết khi nào? Khi tới đây. Do vậy, bất cứ ai tới đây = phụ mệnh đề. Bất cứ ai = S-S (lưỡng nhiệm).
* Cùng cách, "chàng đó, người" = lưỡng nhiệm đại từ.

5. Tri vấn trạng từ   khi nào, ở đâu, tại sao, thế nào, ...

Khi mệnh đề chứa các trạng từ này và đứng lẻ loi, nó là chính mệnh đề; nhưng khi liên từ phụ thuộc "rằng" thêm vào, nó là phụ mệnh đề. Khi phụ mệnh đề làm trực túc, ..., "rằng" được bỏ. Trong trường hợp này, trạng từ nghi vấn là dấu hiệu chỉ mệnh đề phụ thay vì "rằng/là".

Khi nào nó đi?   (chính mệnh đề)
Anh có biết (rằng) <u>khi nào nó đi</u> không?   (phụ mệnh đề)
Tôi không biết <u>khi nào nó đi</u>.   (phụ mệnh đề)

Chú thích
* Thực ra, (rằng/là) khi nào nó đi = phụ mệnh đề. Tuy thế, theo thói quen, "rằng/là" được bỏ.

6. *Lưỡng nhiệm trạng từ*

Em ở nơi anh ở.
Anh ở đây, em ở đó.
Anh đi khi nào anh thích.
Anh thích lúc nào, anh về lúc đó.

Chú thích
* Em ở nơi = chính mệnh đề. Ở nơi nào? Nơi anh ở. Do vậy, anh ở = phụ mệnh đề.

Liên từ "rằng/là"
Liên từ "rằng/là" đi với chính mệnh đề bắt đầu bằng, thí dụ, tri vấn đại từ hay tri vấn trạng từ tạo ra phụ mệnh đề. Khi mệnh đề này làm trực túc mệnh đề, ..., thường, "rằng/là" được bỏ và hiểu.

Anh biết (rằng) nàng đi <u>đâu</u> không? [1]
Tôi chả biết (rằng) nàng đi đâu, cả. (cả: dư từ)
Tôi chẳng biết tại sao tôi gặp nàng. Có lẽ, duyên nợ.
Giờ, tôi biết <u>tại sao</u> nàng nói vĩnh biệt với hắn.
Anh có biết <u>khi nào</u> anh ta tới không?
Tôi chả biết khi nào anh ta tới.
Họ có biết tại sao anh bỏ đi không?

Nhận xét
* Mẹo phân biệt chính và phụ mệnh đề
   _ Không làm gì trong câu là chính mệnh đề
   _ Làm bất cứ nhiệm vụ gì trong câu là phụ mệnh đề.

Nhiệm vụ chi tiết phụ mệnh đề

Nhiệm vụ
A. Danh từ mệnh đề
* *Chủ từ mệnh đề*
Hình thức   *Chủ từ mệnh đề + động từ (+ các bổ từ)*

   <u>Khi lá vàng rơi</u> là khi tôi buồn.
   <u>(Rằng) Trái đất quay quanh mặt trời</u> là sự kiện đúng.

Chú thích
* Cái gì là khi tôi buồn? Khi lá vàng rơi là chủ từ của động từ "là".
* Cái gì là sự kiện đúng? (Rằng) Trái đất quay quanh mặt trời là chủ từ của động từ "là".

* *Túc từ mệnh đề*
** *Trực túc mệnh đề*
Hình thức   *Chủ từ + động từ + trực túc mệnh đề*

   Tôi nghĩ <u>(rằng/là) mây đen kéo tụ</u>; có lẽ, trời sẽ chuyển mưa.

Chú thích
* Mây đen kéo tụ = trực túc của động từ "nghĩ". Nghĩ gì? (Rằng/là) mây đen kéo tụ. Rằng/là = liên từ phụ thuộc giới thiệu phụ mệnh đề để làm trực túc bổ nghĩa động từ. (Rằng/là) thường bị bỏ.
* Tôi nghĩ (rằng/là) ... kéo tụ = chính mệnh đề. Có lẽ; trời sẽ chuyển mưa = chính mệnh đề.
* (;) nối 2 chính mệnh đề thành câu kép.

** *Gián túc mệnh đề*
Hình thức   *Chủ từ + động từ + gt. + gián túc mệnh đề*

   Chúng tôi nghĩ <u>về khi nào chúng tôi xin nghỉ hưu.</u>

Chú thích
* Mệnh đề phụ đứng sau giới từ để bổ nghĩa động từ (chia hay không chia) qua giới tự đó gọi là gián túc mệnh đề (= gián túc).
* Thực ra, (rằng/là) khi nào chúng tôi xin nghỉ hưu = phụ mệnh đề. Tuy thế, theo thói quen, "rằng/là" được bỏ

* *Giới túc mệnh đề*
Hình thức   *Giới từ + giới túc mệnh đề*

   Vấn đề <u>về khi nào thuận tiện để mở quán</u> làm chúng tôi suy nghĩ căng thẳng.

Chú thích
* Phụ mệnh đề đứng sau giới từ để bổ nghĩa từ (≠ đt.) qua giới tự đó gọi là giới túc mệnh đề (= giới túc).
* Giới từ mệnh đề (về hình thức) là mệnh đề phụ <u>bắt đầu</u> bằng giới từ ≠ giới túc mệnh để (<u>đứng sau</u> giới từ); (cẩn thận phân tích). Động từ mệnh để (về hình thức) là phụ mệnh đề bắt đầu bằng động từ (không chia).
* Lưu ý: giới từ mệnh đề ≠ giới túc mệnh đề ≠ gián túc mệnh đề.
   Giới từ + phụ mệnh đề   = Giới từ mệnh đề
   A (≠ đt.) + giới từ + B; B = giới túc mệnh đề
   A (=đt.) + giới từ + B; B = gián túc mệnh đề
* Thực ra, (rằng/là) khi nào thuận tiện để mở quán = phụ mệnh đề. Tuy thế, theo thói quen, "rằng/là" được bỏ
* Khi nào (việc gì đó, điều gì đó, cơ hội, ...) thuận tiện để mở quán = phụ mệnh đề không chủ từ và 0-đt; lối nói Việt ngữ được hiểu và chấp nhận. Chủ từ mơ hồ; có thể là thời gian, hay nơi chốn không thuận tiện. Tương đương "it is inconvenient to do sth." It = a personal or impersonal pronoun (đại từ có ngôi hay không ngôi, tạm dịch). Đại từ có ngôi đi với 3 ngôi số ít và số nhiều. Đại từ không ngôi đi chỉ với ngôi 3 số ít và số nhiều.

* *Phụ từ mệnh đề*
Hình thức   Chủ từ + động từ + (gt.) + phụ từ mệnh đề
   Chủ từ + động từ + trực túc + (gt.) + phụ từ mệnh đề

    Sự kiện thực là <u>trái đất quay quanh mặt trời.</u>
    Khi lá vàng rơi là <u>khi mùa thu tới.</u>
    Khi nó ngủ trông <u>giống khi nó thức</u> vì hai mắt nó mở.
    Hắn <u>đặt tên</u> cuốn <u>tiểu thuyết</u> hắn viết <u>là Anh Phải Sống</u>.

* *Áp từ mệnh đề*
Hình thức   Từ + áp từ mệnh đề

    Khi người ta tiêu tiền, <u>khi người ta mua sắm</u>, là khi người ta phải cân nhắc sự tiêu pha của mình.

* *Bổ túc mệnh đề*
Mệnh đề làm nhiệm vụ của chủ từ, túc từ, giới túc, phụ từ, áp từ, và bổ túc.
Hình thức   Chủ từ + động từ + gt. + bổ túc mệnh đề

    Anh di chuyển vật nặng <u>bằng cách (rằng) anh dùng xe đẩy tay</u>.[(1)]
    Anh di chuyển vật nặng; anh dùng xe đẩy tay. (hành văn khác)
    Khi anh di chuyển vật nặng, anh dùng xe đẩy tay.
    Tôi làm việc <u>cho tới khi mặt trời lặn</u>.

Chú thích
* (1): Về văn phạm, hành văn đúng. Bằng cách = giới từ; rằng = liên từ phụ thuộc lập phụ mệnh đề.
* bằng cách + (rằng) anh dùng xe đẩy = gt. + phụ mệnh đề. Phụ mệnh đề này diễn tả phương tiện của động từ "di chuyển" qua giới từ "bằng cách". Do vậy, phụ mệnh đề = bổ túc mệnh đề phương tiện (xem định nghĩa của "bổ túc").
* Cho tới = giới từ; khi mặt trời lặn = phụ mệnh đề thời = bổ túc mệnh đề thời gian bổ nghĩa động từ "làm việc" để diễn tả thời gian của động từ "làm việc". Làm việc tới khi nào? Gt. + bổ túc mệnh đề = trạng từ mệnh đề bổ nghĩa động từ làm việc.
* Nếu "cho tới khi" = liên từ phụ thuộc thời gian, mệnh đề này là mệnh đề phụ thời gian = trạng từ mệnh đề bổ nghĩa động từ "làm việc".
* Nói tóm, có trường hợp một cấu từ hay cấu trúc từ mang nhiều tên tuỳ trường hợp văn phạm trong mọi ngôn ngữ.

B. Tĩnh từ mệnh đề

* *Trực tĩnh mệnh đề bổ nghĩa danh từ và đại từ trực tiếp.*
Hình thức   Danh từ/đại từ + trực tĩnh mệnh đề

    Vấn đề (là/rằng) <u>mọi người phải mang mũ an toàn</u> gây ra công luận hiện hành nóng bỏng.
    Ô! Hắn trông giống ai đó (mà) <u>là gả vô gia cư</u>! (Việt: không dùng liên hệ đại từ)

Chú thích
* Mà = liên hệ đại từ do cố dịch từ liên hệ đại từ ngoại ngữ (who/whom/which; qui/que/quoi). "Mà" là một trong nhóm chữ "thì, mà, là" không nên dùng theo suy nghĩ của các nhà văn xưa vì chúng vô nghĩa và tạo nghe nặng tai. Xem chúng là chữ thừa. Tuy nhiên trong trường hợp khác, "thì, mà, là" phải dùng vì chúng có nghĩa.
* Vì thế, liên hệ mệnh đề (relative clause/proposition relative) bị "ruồng bỏ" và được đổi thành liên hệ nhóm (relative phrase/unité relative).

* 0-đt. mệnh đề = mệnh đề không động từ được chấp nhận vì "thì = to be, être" tạo nặng tai (non-euphonic)
   I am tired = Je suis fatigué = tôi mệt, nhưng không "tôi thì mệt".
   She is beautiful = Elle est jolie = Nàng đẹp, nhưng không "nàng thì đẹp".
* *(Xin xem Chương Đại Từ).*

* *Gián tĩnh mệnh đề bổ nghĩa chủ từ hay trực túc gián tiếp qua động từ liên hệ.*

Hình thức   *Chủ từ + động từ + gián tĩnh mệnh đề*
             Chủ từ + động từ + trực túc + gián tĩnh mệnh đề

<u>Tôi cảm thấy (rằng) tôi buồn</u>. *(gián tĩnh mệnh đề)*
Tôi cảm thấy buồn. *(gián tĩnh)*
Tôi làm hắn (rằng) hắn buồn. *(gián tĩnh mệnh đề; chỉ dùng khảo sát; ít dùng)*
Tôi làm hắn buồn. *(gián tĩnh)*
Tôi xem hắn (rằng) hắn khùng. *(gián tĩnh mệnh đề)*
Tôi làm hắn khùng. *(gián tĩnh)*
Thực phẩm này được chế biến cho <u>nó mang lại sức khoẻ</u>.
Qua tiến trình, thực phẩm này được biến chế nó chứa nhiều chất dinh dưỡng.
Để làm thực phẩm này cho <u>nó mang lại sức khoẻ</u>, nó phải qua tiến trình theo phương pháp tân tiến.

Chú thích
* **Theo lý thuyết**, mệnh đề phụ được đặt ra để làm gián tĩnh mệnh đề để khảo sát hành văn; **theo thực hành**, gián tĩnh mệnh đề thu hẹp thành gián tĩnh để bổ nghĩa trực túc qua động từ.
   Thực phẩm này được chế biến <u>nó bổ khoẻ</u>.   *(gián tĩnh mệnh đề)*
   This food is made <u>that it is healthy</u>.   *(attributive adjectival clause)*
   Thực phẩm này được chế biến <u>để bổ khoẻ</u>.   *(gián tĩnh nhóm)*
   This food is made <u>to be healthy</u>.   *(attributive adjectival phrase)*
   Thực phẩm này được chế biến <u>bổ khoẻ</u>.   *(gián tĩnh)*
   This food is made <u>healthy</u>   *(attributive adjective)*
* Mệnh đề phụ có thể làm chủ từ, túc từ, giới túc, phụ từ, áp từ, tĩnh từ, trạng từ, …
   Tôi chúc bạn Lễ Giáng Sinh Vui Vẻ.   I wish you Merry Christmas.
Thay vì, Tôi chúc bạn (rằng/là) bạn có/hưởng/mừng Lễ Giáng Sinh Vui Vẻ.
   I wish you (that) you have/enjoy/celebrate Merry Christmas.

C. Trạng từ mệnh đề.

Hình thức   *Chủ từ + động từ + trạng từ mệnh đề*
             Trạng từ mệnh đề, chủ từ + động từ

<u>Hắn nghỉ học hôm nay vì hắn bệnh</u>.
<u>Khi mọi người đi xe gắn máy</u>, họ phải mang mũ an toàn.
<u>Vì hắn bệnh</u>, hắn nghỉ học hôm nay.

Chú thích
* Khi mọi người đi xe gắn máy = phụ mệnh đề = trạng mệnh đề bổ nghĩa động từ "mang". Mang khi nào? Khi mọi người đi xe gắn máy.
* Vì hắn bệnh = phụ mệnh đề = trạng mệnh đề bổ nghĩa động từ "nghỉ".

Tóm lược,
1. Loại mệnh đề
   * *Chính mệnh đề*

* *Phụ mệnh đề*
    * *Liên từ phụ thuộc mệnh đề* (liên từ phụ thuộc + chính mệnh đề)
    * *Liên hệ đại từ mệnh đề* (phụ mệnh đề chứa liên hệ đại từ "mà"*)
    * *Tri vấn đại từ mệnh đề* (rằng + chính mệnh đề chứa tri vấn đại từ)
    * *Lượng nhiệm đại từ mệnh đề* (phụ mệnh đề chứa lưỡng nhiệm đại từ)
    * *Tri vấn trạng từ mệnh đề* (rằng + chính mệnh đề chứa tri vấn trạng từ)
    * *Lưỡng nhiệm trạng từ mệnh đề* (phụ mệnh đề chứa lưỡng nhiệm trạng từ)
* *Phụ mệnh đề khác*
    * *Động từ mệnh đề* (đt. + phụ mệnh đề)
    * *Giới từ mệnh đề* (gt. + phụ mệnh đề)
* *0-đt. mệnh đề*

2. Nhiệm vụ mệnh đề
    * ***Danh từ mệnh đề***
        * *Chủ từ mệnh đề*
        * *Túc từ mệnh đề*
            * *Trực túc mệnh đề*
            * *Gián túc mệnh đề*
        * *Giới túc mệnh đề*
        * *Phụ từ mệnh đề*
        * *Áp từ mệnh đề*
        * *Bổ túc mệnh đề*
    * ***Tĩnh từ mệnh đề***
        * *Trực tĩnh mệnh đề*
        * *Gián tĩnh mệnh đề*
    * ***Trạng từ mệnh đề***

Nhận xét
* *Mệnh đề không làm nhiệm vụ gì trong câu là chính mệnh đề. Mệnh đề chính = ong chúa.*
* *Mệnh đề làm bất cứ nhiệm vụ gì trong câu là phụ mệnh đề. Mệnh đề phụ = ong thợ.*

Phụ mệnh đề thành từ nhóm

Khi phụ mệnh đề và chính mệnh đề có cùng chủ từ, chủ từ trong phụ mệnh để bỏ để phụ mệnh đề thanh từ nhóm. Bỏ chủ từ trong mệnh đề phụ cũng áp dụng cho liên đại từ mệnh đề vì "mà" = liên đại từ làm nghe nặng tai. Khi phụ mệnh đề thành từ nhóm, từ nhóm có thể đứng trước hay sau mệnh đề chính sao cho hành văn nghe xuôi tai.

<u>Tôi</u> chào cha mẹ trước khi <u>tôi</u> đi học.
<u>Tôi</u> chào cha mẹ trước khi <u>đi học</u>.
Trước khi đi học, tôi chào cha mẹ.
Khi nàng đứng bên cửa sổ, nàng ngó trời xa xăm.
(Khi đứng bên khung cửa,) nàng ngó trời xa xăm (khi đứng bên khung cửa).
Đứng bên khung cửa, nàng ngó trời xa xăm.

Văn cú

Văn cú là nhóm từ diễn tả đủ ý. Văn cú chứa ít nhất một chính mệnh đề. Văn cú chấm dứt với (.), (?), hay (!).

> Trời quá nóng; tôi phải mở máy lạnh.
> Anh có biết anh ta đi đâu không?
> Nàng là thôn nữ đẹp nhất làng!
> Anh đã đánh rơi bóp của anh khi nào?
> Khi tôi đáp xe buýt về nhà.
> (không trọn ý; tuy thế; chính mệnh đề ẩn và được hiểu; gọi là câu lửng lơ)

Loại văn cú

Văn cú chia thành:

a. Đơn văn cú *gồm các chính mệnh đề độc lập*
Hình thức   *Chính mệnh đề. Chính mệnh đề. Chính mệnh đề. ...*

> *Tôi học. Nàng ăn. Chúng đi phố.*

b. Kép văn cú *gồm các chính mệnh đề được nối bằng: dấu chấm phẩy (;) hay dấu phẩy và một liên từ độc lập "và, hay, nhưng".*
Hình thức   *Chính mệnh đề; chính mệnh đề; chính mệnh đề; ...*
   Chính mệnh đề, chính mệnh đề, ..., (liên từ độc lập.) chính mệnh đề.

> *Tôi đi học; nó nghỉ ở nhà.*
> *Tôi đi học, và nó nghỉ ở nhà.*

c. Phức văn cú *có ít nhất một chính mệnh đề và một phụ mệnh đề.*
Hình thức   *Chính mệnh đề phụ mệnh đề. (không phẩy)*
   Phụ mệnh đề, chính mệnh đề. (phẩy)

> *Tôi đi chợ chỉ khi tôi hết thức ăn.*
> *Chỉ khi tôi hết thức ăn, tôi đi chợ.*

Phối hợp các mệnh đề trong văn cú (mẫu)

> *Nếu trời mưa, tôi nằm nhà; nếu trời nắng, tôi đi dạo phố.*
> *Nếu trời mưa, tôi nằm nhà, và nếu trời nắng, tôi đi dạo phố.*
> *Tôi nằm nhà nếu trời mưa; tôi đi dạo phố nếu trời nắng.*
> *Tôi nằm nhà nếu trời mưa, và tôi đi dạo phố nếu trời nắng.*

Lưu tâm
* Luật chấm câu rất quan trọng cho hành văn. Chấm câu tạo sáng ý, khúc chiết, mạch lạc, tránh hiểu lầm ý giữa người viết và người đọc. Trong văn luật, dấu chấm câu đặt không đúng quy định đã có, luật sư gạo cội có thể biến thắng kiện thành thua kiện, hay ngược lại.

Chương 6   Động từ

Trong chương này, tất cả chi tiết tương đối liên quan tới động từ được bàn tới theo hiểu biết khiêm nhường của người sưu tầm. Loại, bản chất, mục đích của động từ và sự liên hệ chặt chẽ giữa các cấu từ với động từ để thành lập từ nhóm, mệnh đề và văn cú được đề cập. "Động từ" được dùng tổng quát ở chương này; nó có thể là động từ chia hay không chia tuỳ vào đề mục được khảo sát.

Loại động từ

Động từ chia thành:

1. Mục đích
    a. Hành động   đi, đứng, nằm, ngủ, ...
    b. Trạng thái   là, cảm thấy, suy nghĩ, trông có vẻ, hiện vẻ, dường như, ...
    c. Ý kiến   nên, phải, cần, đề nghị, cấm, cấp phép, cho phép, ...
    d. Giác quan   thấy, nghe, ngắm, cảm nhận, cảm xúc, sờ, nếm, ngửi, ...
    e. Trí năng   hiểu, biết, học, khảo sát, suy nghĩ, lý luận, chứng minh, ...
    f. Cảm xúc   thương, yêu, ghét, thích, hờn giận, tức giận, trả thù cho, ao ước, chúc tụng, ăn mừng, khinh bỉ, ...
    g. Hoàn cảnh, điều kiện, nơi chốn, ... "thì" (0-đt. không dùng vì nặng tai)

    Tôi là học sinh; hắn là bác sĩ.
    Tôi <u>thì</u> mệt → Tôi mệt.
    Nàng <u>thì</u> ở trong nhà → Nàng ở trong nhà.

2. Tính chất
a. *Trực động từ cần trực túc.*
Hình thức   Chủ từ + trực động từ + trực túc

    Nó <u>ăn</u> bánh. Tôi đã <u>trao</u> cuốn sách.

Chú thích
* Ăn gì? Bánh. "Bánh" là trực túc bổ nghĩa động từ "ăn" trực tiếp không qua giới từ. Trao gì? Cuốn sách.

b. *Gián động từ không cần trực túc, có thể có gián túc. Gián túc bổ nghĩa động từ gián tiếp qua giới từ.*
Hình thức   Chủ từ + gián động từ + gt. + gián túc

    Nó đang ăn. Tôi đi <u>tới</u> trường (tôi đi học).
    Tôi sống. Tôi sống <u>ở</u> miền quê.

Chú thích
* Ăn: gián động từ.
* Đi: gián động từ; trường = gián túc bổ nghĩa động từ "đi" qua giới từ "tới".

c. *Trực-gián động từ* có cả hai tính chất: trực và gián (transitive-intransitive).
Hình thức   Chủ từ + trực+gián động từ

> Tôi ăn bánh. Tôi ăn. Tôi uống nước. Tôi uống.
> Tôi đi Sài Gòn. Tôi đi <u>tới</u> Sài Gòn.

d. *Năng-thụ động từ* có tính năng động và thụ động
Hình thức   Chủ từ + động từ   (năng động cách)
               Chủ từ + bị/được + động từ   (thụ động cách)

> Tôi <u>sinh ra</u> dưới ngôi sao xấu.   (năng động từ)
> Tôi <u>được sinh</u> ra dưới ngôi sao xấu.   (thụ động từ)

Chú thích
* "Bị" và "được": tạo thụ động từ dùng trong thụ động cách đối nghịch với năng động cách.
* Thụ động từ = bị/được + năng động từ. Bị: cho hành động xấu; được: cho hành động xấu
    Nó **bị** đòn. Nó **được** thưởng.

e. *Động từ chia và động từ không chia*
* Động từ chia là động từ phân cho các ngôi 1, 2, và 3 hay ngôi 3 ở số ít và số nhiều. Động từ Việt ngữ bất biến với ngôi, số, giống, thể, và thì, ...

> Tôi <u>đi</u>; anh đi; nó đi.
> Chúng tôi đi; các anh đi; họ đi.
> Các anh đã đi; chúng nó sẽ đi.

* Động từ không chia là động từ không phân cho các ngôi.

> Tôi tới để <u>làm việc</u>.
> Tôi thấy hắn <u>đi</u>.
> Người <u>tựa</u> cửa sổ (<u>mắt</u>) nhìn xa xăm là nữ sĩ. (*)

Chú thích
* Động từ không chia tương đương với: infinitive, gerund, participle của American.
    Tôi thấy hắn <u>đi.</u>
* "Đi" = động từ chưa chia vì "hắn" = trực túc của "thấy" và = chủ từ của "đi". "Hắn" = chủ từ lệ thuộc; không phải chủ từ độc lập. Do vậy, "đi" = động từ không chia).
    Tôi thấy nó <u>đi</u>. (động từ không chia)
    I see him <u>go</u>. (infinitive)
    Tôi tới <u>để làm việc</u>. (động từ không chia)
    I come <u>to work</u>. (infinitive đi với giớ từ "to"; to + [to] work) = to work = preposition phrase)
    Yêu là <u>chết</u> sớm. (đôn từ không chia; Yêu = chủ từ; chết = phụ từ).
    To love is <u>to die</u> soon. (infinitive; to love = subject; to die = complement)

Động từ Việt ngữ bất biến với ngôi, số, giống, thể, và thì, ... (khác hẳn với động từ ngoại ngữ). Làm sao phân biệt động từ chia với động từ không chia?

Mẹo phân định động từ chia và động từ không chia.
Động từ Việt không biến dạng; làm thế nào để biết động từ chia hoặc không chia?
1. Động từ có chủ từ độc lập S_1 là động từ chia V_1. Nó là "lão bộc" của chỉ chủ

từ độc lập S_1.

2. Đông từ có chủ từ lệ thuộc S_2 là động từ không chia V_2. Ngoài ra, động từ không chia V_2 có thể làm vài nhiệm vụ (= ong thợ).

3. Chủ từ độc lập S_1 là gì? Chủ từ làm hành động do động từ chia V_1 tạo và có thể làm nhiệm vụ cho cấu từ khác. (1 hay 2 nhiệm vụ)

4. Chủ từ lệ thuộc S_2 là gì? Chủ từ của động từ không chia V_2 và làm nhiệm vụ cho cấu từ khác (trừ làm chủ từ của động từ chia V_1) (2 nhiệm vụ trong mệnh đề)

Tôi thấy hắn mua cà phê.[1]
Tôi tới để làm việc.[2]
Yêu là chết sớm.[3]
Quần áo được mang (để) giặt.[4]
Quần áo được mang để được giặt.[5]
Món quà dành cho anh (để) nhớ tình bạn xưa.[6]

Phân tích văn phạm
Động từ
* (1): Thấy = động từ chia vì có S_1 (tôi); mua = động từ không chia vì có S_2 (hắn).
* (2): Tới = động từ chia vì có S_1 (tôi); làm việc = động từ không chia vì = giới túc của giới từ "để".
* (3): Yêu = động từ không chia = chủ từ của "là"; chết = động từ không chia = phụ từ bổ nghĩa "yêu" qua "là".
* (4): Được mang = động từ chia vì có S_1 (quần áo); giặt = động từ không chia vì = giới túc giới từ "để" (ẩn)
* (5): Được mang = động từ chia vì có S_1 (quần áo).
* (6): Nhớ = động từ không chia vì = giới túc của giới từ "dành cho" và có chủ từ S_2 (anh).

Chủ từ
* (1): Tôi = S_1 (thấy); hắn = S_2 = trực túc (thấy) + chủ từ (mua)
* (2): Tôi = S_1 = chủ từ (tới + làm việc)
* (3): Yêu = S_1 = chủ từ (là); chết = phụ từ bổ nghĩa "yêu" qua động từ "là".
* (4): Quần áo = S_1 = chủ từ (được mang) + trực túc (giặt)
* (5): Quần áo = S_1 = chủ từ (được mang) + chủ từ (được giặt).
* (6): Anh = S_2 = giới túc của giới từ "dành cho" + chủ từ (nhớ)

f. Liên động từ
* Liên động từ làm nhịp cầu để phụ từ hay gián tĩnh bổ nghĩa chủ từ hay trực túc qua động từ. Liên động từ có thể là trực hay gián động từ.

Bạn làm tôi buồn.
Chúng tôi bầu ông ta làm Tổng Thống.
Chúng tôi đặt tên cháu gái là Hồng-Loan.
Tôi tới tiệm nhờ thợ cắt tóc tôi. (động từ nhóm làm tĩnh nhóm)
Hắn là học sinh.
Chúng trở thành học sinh giỏi.

Hắn trông giống ca sĩ.
Dường như hắn là kẻ bất nhất.
Hắn làm nàng buồn.

Chú thích
* Buồn = gián tĩnh bổ nghĩa "tôi" qua động từ "làm"
* Tổng thống = phụ từ bổ nghĩa trực túc "ông ta" qua động từ "bầu...làm".
* Cắt tóc tôi = động từ nhóm = gián tĩnh nhóm bổ nghĩa "thợ" qua động từ "nhờ"
* Học sinh giỏi = phụ từ bổ nghĩa chủ từ "hắn" qua động từ "là". Phần còn lại cùng cách.

g. Động từ đơn và kép
* Chỉ một từ: đi, đứng, nằm, ngồi, ...
* Vài từ hợp lại: phổ biến, hạn chế, cảm thấy, nghe ngóng, ...
* Động từ đơn hợp với từ khác: đi lên/xuống, đứng dậy, ngồi xuống, ...

Động từ đặc biệt

Ngoài động từ thường, có vài động từ đặc biệt.

a. Khả năng, sự có thể

Mặc dù trông gầy gò, nó có thể nhấc bao gạo 100 kg.
Trời có thể tuyết sớm hơn mọi năm.
Hắn không thể làm được điều này.

b. Bổn phận, trách nhiệm, nghĩa vụ

Là công dân, chúng ta phải đóng thuế.
Làm con, chúng ta phải phụng dưỡng cha mẹ khi họ già.
Mặc dầu bận, tôi phải bỏ việc đi đón cháu khi tan trường.
Bạn nợ xã hội; bạn phải trả nợ xã hội. Không là kẻ ăn bám!

c. Sự lễ độ, sự xin phép, sự cho phép

Xin phép ông [bà, anh, chị, ...] tôi dùng điện thoại.
Xin ông [bà, anh, chị, ...] tự nhiên dùng.
Rất tiếc, tôi không thể làm hài lòng ông (bà, anh, chị, ...) được.
Rất tiếc, điện thoại này không dùng cho công cộng.

d. Lệnh mềm mại

Xin/mời ông (bà, anh, chị, ...) (vui lòng) ngồi xuống.
Xin quý vị an toạ.

e. Chỉ dẫn, khuyên bảo, đề nghị

Dạo này, anh trông mập lạ lùng; có lẽ, anh nên đi bác sĩ khám.
Bạn còn trẻ; bạn nên siêng học để có tương lai.

Gia đình động từ

Trong mệnh đề, các cấu từ là họ hàng của động từ là:
* *Chủ từ làm hành động/trạng thái động từ tạo.*

    <u>Chúng ta</u> là người Việt.
    <u>Bọn họ</u> có ghé thăm bạn không?

* *Túc từ*
    **Trực túc nhận hành động trực tiếp do động từ diễn tả không qua giới từ.*

    Anh ấy trao <u>cuốn sách</u>.
    Họ ăn <u>cơm trưa</u>.

    * *Gián túc nhận hành động gián tiếp do động từ diễn tả qua giới từ.*

    Anh ấy trao cuốn sách cho <u>tôi</u>.
    Anh ấy trao <u>tôi</u> cuốn sách. *(cho: giới từ ẩn)*

* *Phụ từ bổ nghĩa chủ từ hay trực túc qua động từ; đôi khi, qua giới từ cùng lúc.*

    Dân tôn ông làm <u>vua</u>.
    Chúng tôi đặt tên cháu là <u>Cẩm Nhung</u>.
    Bà ta là <u>giảng sư đại học</u>.
    Chúng trông <u>giống</u> những tên <u>ăn mày</u>!

Chú thích
* Ông là ai? Vua; làm vua cách nào? Dân tôn. Vua = phụ từ bổ nghĩa "ông" qua động từ "tôn". Ông = vua.
* Giống = giới từ cùng động từ giúp phụ từ "những tên ăn mày (ăn xin) bổ nghĩa đại từ "chúng".

* *Bổ túc bổ nghĩa động từ để diễn tả cách thế, mục đích, phương tiện, ... nơi chốn, hay thời gian của động từ khi nó tạo hành động.*

    Tôi mua sách văn phạm để <u>học</u> (văn phạm) ở <u>tiệm sách</u> vào <u>Thứ Bảy</u>.

Chú thích
* Học = động từ không chia đứng sau giới từ để = bổ túc mục đích cho động từ "mua". Mục đích gì?
* Tiệm sách = danh từ = bổ túc nơi chốn cho động từ "mua". Mua ở đâu?
* Thứ Bảy = danh từ = bổ túc thời gian cho động từ "mua". Mua khi nào?

* *Gián tĩnh bổ nghĩa chủ từ hay trực túc qua động từ gọi là động từ liên hệ* (động từ bắc nhịp cầu giữa gián tĩnh và chủ từ hay trực túc).

    Tôi <u>buồn</u>. Nàng <u>vui vẻ</u>. *(0-đt. mệnh đề)*
    Họ làm tôi <u>thất vọng</u>.

Chú thích
* Trực tĩnh bổ nghĩa danh từ hay đại từ trực tiếp không qua động từ.
* Gián tĩnh bổ nghĩa chủ từ hay trực túc qua liên động từ = nhịp cầu.
* Buồn = gián tĩnh. Ai buồn? Tôi. "Buồn" bổ nghĩa chủ từ qua liên động từ "0-đt". ("0-đt." = "thì" bỏ vì nặng tai)
* Thất vọng = gián tĩnh. Ai thất vọng? Tôi. "Thất vọng" bổ nghĩa trực túc "tôi" qua liên động từ "làm, làm cho".

* *Trạng từ bổ nghĩa động từ, tĩnh từ, trạng từ, liên từ, hay giới từ. Đôi khi, bổ nghĩa cả văn cú khi đứng ở đầu văn cú.*

>*Con ngựa chạy <u>nhanh</u>.*
>*Họ làm việc <u>siêng năng</u> và <u>vất vả</u>.*
>*<u>Quá hạnh phúc</u>, họ sống ở xứ này!*

Nhiệm vụ động từ không chia

Động từ không chia có thể làm nhiều nhiệm vụ như danh nhiệm, tĩnh nhiệm, và trạng nhiệm.

1. Danh nhiệm

Khi làm nhiệm vụ như danh từ, động từ không chia có thể là: chủ từ, túc từ, giới túc, phụ từ, áp từ, hay bổ túc.

>*<u>Yêu</u> là <u>chết</u> trong lòng một ít.*
>*Mấy khi <u>yêu</u> mà đã <u>được yêu</u>!*
>*Yêu nhiều nghĩa là <u>khổ nhiều</u>.*
>*Lòng tham lam biến <u>thương người</u> thành <u>giết người</u>.*

Chú thích

* *Động từ Việt không chia hay chia không biến dạng. Do vậy, dựa vào ý tưởng và các điểm văn phạm Việt để phân biệt động từ không chia và động từ chia. Cho dễ hiểu, động từ chia luôn là hầu cận của chủ từ (độc lập).*
* *Yêu = động từ không chia = chủ từ; chết = động từ không chia = phụ từ qua động từ "là".*
* *Yêu = động từ không chia = chủ từ; khổ (chịu đựng) = động từ không chia = trực túc của động từ "nghĩa là".*
* *Thương = động từ không chia = trực túc của động từ "biến đổi"; giết = động từ không chia = gián túc của động từ "biến đổi" bổ nghĩa "biến đổi" qua giới từ "thành".*

2. Tĩnh nhiệm

* *Trực tĩnh*

Động từ không chia đóng vai trực tĩnh bổ nghĩa danh tự hay đại từ cách trực tiếp không qua động từ.

>*Người <u>đứng ở giữa</u> là anh tôi.*
>*Chiếc bàn <u>được dùng thờ phượng gia tiên</u>.*
>*Tôi không thích giao du với bất cứ ai <u>ghiền bài</u>.*
>*Tôi không thích giao du với bất cứ ai ([mà] họ) <u>ghiền bài</u>.*

Chú thích

* *([mà] họ) ghiền bài = mệnh đề liên đại từ; "[mà] họ" = liên đại từ theo hành văn Việt. Mệnh đề liên đại từ này = trực tĩnh mệnh đề (tĩnh từ) về nhiệm vụ để bổ nghĩa đại từ "bất cứ ai". "Mà" thường bỏ vì tạo nghe nặng tai. Do vậy, ít người dùng liên hệ mệnh đề. Họ biến mệnh đề này thành từ nhóm. Trong phạm vi văn phạm "từ nhóm" khác "nhóm từ".*
* *Với văn phạm Việt, chỉ có hai từ nhóm bắt đầu bằng động từ không chia hay giới từ, thí dụ,*
>*Bàn thờ Đức Phật rộng và cao. Thờ Đức Phật = động từ nhóm (từ nhóm)*
>*Tôi tới đây để hỏi bạn một điều. Để hỏi bạn một điều = giới từ nhóm (từ nhóm)*
>*Đà Lạt vào chiều mưa. Vào chiều mưa = giới từ nhóm.*

* *Đà Lạt vào chiều mưa = nhóm từ. Tại sao? Vì không bắt đầu bằng động từ không chia hay giới từ.*
* *Mệnh đề, từ nhóm, nhóm từ quện vào nhau trong hành văn dài.*

Gián tĩnh
Động từ không chia đóng vai gián tĩnh để bổ nghĩa chủ từ hay trực túc cách gián tiếp qua động từ liên hệ, thường là động từ giác quan như "nhìn, nghe, ...", hay động từ nguyên do như "làm cho, để cho, mặc cho, ..."

<u>Hắn</u> <u>được thấy</u> <u>chạy</u>.[1] *(chỉ để khảo sát; ít dùng)*
Tôi <u>thấy</u> hắn <u>chạy</u>.
Tôi thấy cô bé <u>nhảy tung tăng</u>.
Tôi <u>nghe</u> Sylvie <u>hát</u> nhạc tình.

Chú thích
* (1): Về lý thuyết, "chạy" làm gián tĩnh bổ nghĩa chủ từ qua động từ liên hệ "được thấy"; về thực hành, hành văn ít thấy vì nghe vụng về.
* Chạy, nhảy, hát = động từ không chia làm gián tĩnh bổ nghĩa trực túc = hắn, cô bé, Sylvie.
* Hắn, cô bé, Sylvie = chủ từ lệ thuộc vì làm trực túc của động từ "thấy và nghe".

3. Trạng nhiệm
Động từ không chia đóng vai trạng từ. Thường, động từ không chia nằm trong động từ nhóm hay giới từ nhóm

<u>Ngồi buồn</u>, hắn vận đôi vần thơ.
Cảnh trông buồn đến nỗi chết sớm!

Chú thích
* Ngồi buồn = động từ nhóm = trạng nhóm
* Chết sớm = động từ nhóm = trạng nhóm bổ nghĩa tĩnh từ "buồn".
* So sad to (-to) die soon = so sad to <u>die</u> soon (inf. [-to])= so sad for <u>dying</u> soon (grnd.)

Nhiệm vụ chi tiết động từ

A. Danh nhiệm gồm các nhiệm vụ sau:
1. Chủ từ
Động từ không chia làm chủ từ

<u>Hút thuốc</u> không được phép ở đây.
Yêu thương sinh khổ luỵ.

Chú thích
* Hút thuốc = chủ từ của thụ động từ "không được phép"
* Yêu = chủ từ của động từ "sinh".

2. Túc từ
Động từ không chia làm túc từ
* Trực túc
Động từ không chia làm trực túc.

Chúng tôi thích <u>nấu nướng</u>.
Nó thích nằm, nhưng tôi thích ngồi thẳng khi đọc sách.

* Gián túc
Động từ không chia làm gián túc

>Họ đến để <u>làm việc vào ca hai</u>.
>Chúng tôi đang nghĩ về <u>xoay sở làm ăn thế nào</u>.
>Mệt mỏi, tôi nghĩ đến <u>nằm nghỉ chút cho khoẻ</u>.

Chú thích
* "Làm việc vào ca hai" = động từ nhóm = gián túc nhóm bổ nghĩa động từ "đến" qua giới từ "để".
* Gián túc nhóm ≠ giới túc nhóm vì gián túc nhóm đứng sau giới từ bổ nghĩa động từ; ngược lại, giới túc đứng sau giới từ bổ nghĩa từ không là động từ. Hai dạng khác nhau: V + gt. + gián túc, A (≠ đt.) + gt. + giới túc.
* Cùng cách cho phần còn lại.

3. Giới túc
Động từ không chia làm giới túc

>Đây là chiếc bàn để <u>thờ Phật</u>.
>Số tiền dành <u>giúp kẻ nghèo</u>

Chú thích
* Thờ Phật = động từ nhóm = giới túc nhóm đứng sau giới từ "để" bổ nghĩa "bàn" (altar) qua giới từ "để".
* Để thờ Phật = giới từ nhóm = tĩnh từ nhóm bổ nghĩa danh từ "bàn".

4. Phụ từ
Động từ không chia làm phụ từ bổ nghĩa chủ từ hay trực túc qua liên động từ. Thường, liên động từ = động từ giác quan như "thấy, nghe, ..." hay động từ nguyên do như "làm cho, tạo ra, ..." hoặc 0-đt (to be, être; ngoại), trở nên, trở thành, ...

>Sống là <u>phấn đấu</u>.
>Dân chúng đánh giá <u>xâm phạm chủ quyền quốc gia</u> là <u>xâm lăng quốc gia họ</u>.
>Thua bài giống <u>bị cướp tiền</u>! *(giống: giới từ)*

Chú thích
* "Sống" là cái gì? Phấn đấu = động từ không chia = phụ từ bổ nghĩa "sống" qua động từ "là".
* Cùng cách cho phần còn lại.

5. Áp từ
Động từ không chia đứng cạnh từ khác để làm từ đó rõ nghĩa hơn.

>Nhắm mắt 15 phút, <u>ngủ</u>, làm tôi khoẻ.
>Thói quen tôi thích, đọc sách, cho tôi giây phút thú vị.

Chú thích
* Ngủ, đọc sách = áp từ

6. Bổ túc
Động từ không chia làm bổ túc diễn tả cách thế, mục đích, ..., nơi chốn, hay thời gian của động từ *(chia)*.

>Nó di chuyển cái bàn cồng kềnh và nặng bằng cách <u>dùng xe đẩy tay</u>.

Chú thích
* Bằng cách = gt.; dùng = động từ = bổ túc mục đích cho động từ "di chuyển.

* Động từ + các từ = động từ nhóm (hình thức) = bổ túc nhóm (nhiệm vụ) trong trường hợp này.

B. Tĩnh nhiệm
* Trực tĩnh
Động từ không chia làm nhiệm vụ trực tĩnh.

  Phòng <u>ăn</u>, phòng <u>tiếp khách</u>, phòng <u>giặt rũ</u>.
  Đứa bé <u>ngủ</u> là con tôi.
  Người ăn xin <u>què</u>.
  Chiếc bàn <u>thờ gia tiên</u>

Chú thích
* Ăn, tiếp khách, giặt rũ = trực tĩnh
* Què (bị què), thờ gia tiên = trực tĩnh

* Gián tĩnh
Động từ không chia làm nhiệm vụ gián tĩnh/gián tĩnh nhóm bổ nghĩa chủ từ hay trực túc qua liên động từ.

  <u>Hắn</u> cảm thấy <u>bị hành hạ</u>.
  Họ đang nghe hắn <u>hát bài ca</u>.
  Tôi thấy cô bé <u>nhảy tung tăng</u>.
  Họ làm cho nhóm họ <u>trở nên hữu hiệu</u> trong hoạt động xã hội.
  Tôi thấy hắn <u>đi</u>.

Chú thích
* Bị hành hạ = gián tĩnh nhóm bổ nghĩa chủ từ "hắn" qua động từ "cảm thấy". Ai bị hành hạ? Hắn.
* Hát bài ca = gián tĩnh nhóm bổ nghĩa trực túc "hắn" qua liên động từ "nghe". Ai hát? Hắn. Sao biết hắn hát? Nghe.
* Nhảy tung tăng, trở nên, đi = gián tĩnh.

C. Trạng nhiệm
Động từ không chia làm trạng từ.

  <u>Ngồi ở bàn</u>, họ đang trò chuyện.
  <u>Để điều khiển máy này</u>, người mua nên đọc tài liệu hướng dẫn này.

Chú thích
* Trò chuyện lúc nào, ở đâu? Ngồi ở bàn = trạng từ bổ nghĩa động từ "trò chuyện".
* Cùng cách cho các động từ không chia còn lại.

Nói tóm, động từ Việt không biến dạng theo ngôi, số, giống, thể, thì, ... Do vậy, dựa vào ý tưởng và các điểm văn phạm để biết động từ chia hay không chia. Còn, động từ ngoại biến dạng; do vậy, dễ phân biệt động từ chia và động tự không chia.

So sánh với các dạng của động từ ngoại
  Động từ không chia   **Dạng tương ứng với động từ ngoại**
   * Hắn tới làm việc. *(để, gt.: ẩn)*   _ infinitive (-to, hidden)
    He comes to <u>work</u>. (= to+[-to] work = to work)
   * Hắn đã <u>làm việc</u> 2 tháng   _ past participle

He has <u>worked</u> 2 months.

* **Hắn <u>làm việc</u>**　　　　　　　　　　　_finite verb
  He <u>works</u>.
* **Hắn <u>đang làm việc</u>**　　　　　　　　_present participle in the progr. form
  He <u>is working</u>.
* **Tôi <u>yêu</u> hoa.**　　　　　　　　　　　_finite verb
  I <u>love</u> flowers.
* **Để <u>xử dụng</u> máy, xin đọc hướng dẫn.**　_infinitive (-to, hidden)
  To <u>operate</u> this machine, see the instructions.
* **Đứa bé <u>khóc</u>**　　　　　　　　　　　_ pr. participle
  A <u>crying</u> baby
* **Tôi thấy nó <u>chạy/đang chạy</u>.**　　　　_ inf./pr.partciple
  I see him <u>run/running</u>.
* **<u>Yêu</u> là <u>khổ</u>.**　　　　　　　　　　_ gerund
  <u>Loving</u> is <u>suffering</u>.
* **<u>Yêu</u> là <u>khổ</u>.**　　　　　　　　　　_ infinitive (to: not hidden)
  <u>To love</u> is <u>to suffer</u>.
* **Bàn để <u>thờ</u> Phật**　　　　　　　　　_ infinitive (-to, hidden)
  An altar to <u>worship</u> Buddha
* **Bàn <u>thờ</u> Phật**　　　　　　　　　　　_pr. participle
  An altar <u>worshiping</u> Buddha
* **Bàn dành <u>thờ</u> Phật**　　　　　　　　_ gerund
  An altar for <u>worshiping</u> Buddha

Chương 7   Diễn ý cách, khung, thời, thì

Mỗi văn phạm có 4 diễn ý cách: sự kiện cách, mệnh lệnh cách, cảm quan cách, và điều kiện cách. Sự kiện cách dùng cho các sự kiện thực xảy ra hàng ngày. Sự kiện cách không liên quan ao ước, chúc tụng, tầm quan trọng, bắt buộc, cần thiết, điều kiện, mệnh lệnh, ... Cũng như các cách khác, ý tưởng diễn đạt là mệnh đề.

Hình thức   Mệnh đề   = Chủ từ + Động từ + Bổ từ

    Đi Sài Gòn   (động từ nhóm)
    Tôi Sài Gòn   (nhóm từ)
    Tôi đi.   (mệnh đề).
    Tôi đi Sài Gòn.   (mệnh đề)
    Tôi đi tới Sài Gòn.   (mệnh đề)

Chú thích
* Zero-động-từ mệnh đề (0-đt.) Thí dụ,
* Hắn thì mệt. → Hắn mệt. Nàng thì hiền hậu. → Nàng hiền hậu." (He is tired. She is meek.)

Phân tích văn phạm

    Tôi đi Saigon[1]. Tôi đi tới Saigon[2].
    * Tôi: chủ từ
    * Đi, vi.+vt.: gián động từ
    * Saigon[1]: trực túc
    * Tới: giới từ
    * Saigon[2]: gián túc

Dựa vào ý và các điểm văn phạm để phân biệt động tự chia với động từ không chia.

    Nó đã <u>làm</u>. (chia)   Nó đã tới đây để <u>làm</u>. (không chia)

Cách tổng quát, động từ chia cần chủ từ độc lập; đông tự không chia không có chủ từ độc lập.

Khung thời gian được dùng để sắp đặt, thời, thì theo thứ tự thời gian có hệ thống dựa vào nguyên tắc: trước-cùng-sau. Đặc biệt, động từ Việt không biến dạng, để diễn tả thời gian sự kiện xảy ra ở quá khứ, hiện tại, hay tương lai, có trợ từ thêm vào động từ:

    "đã, vừa, 0, sắp, hay sẽ"+ động từ.

Cả 4 cách: sự kiện cách, mệnh lệnh cách, cảm quan cách, và điều kiện cách. <u>Sự kiện cách dùng làm chuẩn</u> *để xử dụng 11 thì thuộc sự kiện cách và 4 trợ từ trên được phối trí trong ba khoảng chính trên khung B như sau:*

1. **Trong khoảng chính QUÁ KHỨ**
    Đã   dùng cho 3 khoảng phụ
        Tiền khứ   Quá khứ   Hậu khứ

        Tôi đã làm việc   Tôi đã làm việc   Tôi đã làm việc

2. Trong khoảng chính HIỆN TẠI

    Đã   cho khoảng phụ Quá khứ
          Tôi đã làm việc

    Vừa cho khoảng phụ Quá khứ gần khoảng phụ Hiện tại
          Tôi vừa làm việc

    0   cho khoảng phụ Hiện tại
          Tôi làm việc

    Sắp   cho khoảng phụ Tương lai gần khoảng phụ Hiện tại
          Tôi sắp làm việc

    Sẽ   cho khoảng phụ Tương lai
          Tôi sẽ làm

3. Trong khoảng chính TƯƠNG LAI

    Sẽ   cho 3 khoảng phụ
        Tiền lai   Tương lai   Hậu lai
        Tôi sẽ làm việc   Tôi sẽ làm việc   Tôi sẽ làm việc

Bảng xử dụng "đã, vừa, 0, sắp, sẽ"

Quá khứ thì (đã)	Cận khứ thì (vừa)	Hiện tại thì (0)	Cận lai thì (sắp)	Tương lai thì (sẽ)	A
Quá khứ		Hiện tại		Tương lai	

	Quá khứ thì (đã)	Cận khứ thì (vừa)	Hiện tại thì (0)	Cận lai thì (sắp)	Tương lai thì (sẽ)	B
	Quá khứ		Hiện tại		Tương lai	

HIỆN TẠI

Tiền khứ thì (đã)	Quá khứ thì (đã)	Hậu khứ thì (đã)		Tiền lai thì (sẽ)	Tương lai thì (sẽ)	Hậu lai thì (sẽ)	B
Tiền khứ	Quá khứ	Hậu khứ		Tiền lai	Tương lai	Hậu lai	
	QUÁ KHỨ	(Phần các khoảng chính gác mép nhau)			TƯƠNG LAI		

(QUÁ KHỨ = Quá khứ của HIỆN TẠI)   TƯƠNG LAI = Tương lai của HIỆN TẠI)

Hệ thống thời thì có 2 khung thời gian A cố định và B di động được phác hoạ như sau:

                     Quá khứ Hiện tại Tương lai A (cố định)

Tiền khứ Quá khứ Hậu khứ Quá khứ Hiện tại Tương lai Tiền lai Tương lai Hậu lai B (di động)
    QUÁ KHỨ   HIỆN TẠI   TƯƠNG LAI →

             Tiền khứ Quá khứ Hậu khứ Quá khứ Hiện tại Tương lai Tiền lai Tương lai Hậu lai B (di động)
                QUÁ KHỨ   HIỆN TẠI   TƯƠNG LAI →

                          Tiền khứ Quá khứ Hậu khứ Quá khứ Hiện tại Tương lai Tiền lai Tương lai Hậu lai B (di động)
                                QUÁ KHỨ   HIỆN TẠI   TƯƠNG LAI →

Theo lối nhìn mới, có 2 khung thời gian: khung A cố định đâu đó trên thước thời gian, và khung B di động theo chiều thời gian. Khung B gồm 3 khoảng chính: QUÁ KHỨ, HIỆN TẠI, và TƯƠNG LAI. Mỗi khoảng chính có 3 khoảng phụ như sau:

1. QUÁ KHỨ   Tiền khứ   Quá khứ   Hậu khứ
2. HIỆN TẠI   Quá khứ   Hiện tại   Tương lai
3. TƯƠNG LAI   Tiền lai   Tương lai   Hậu lai

Chú thích
* *"đã và sẽ" được dùng lỏng lẻo.*

Trên khung cố định A, có:
* *3 khoảng phụ Quá khứ   Hiện tại   Tương lai*
* *5 thì căn bản*

```
       Quá khứ              Hiện tại            Tương lai
   ─────────────────────────────────────────────────────── A
   Quá khứ thì  Cận khứ thì  Hiện tại thì  Cận lai thì  Tương lai thì
```

Trên khung di động B, có 3 khoảng chính: QUÁ KHỨ, HIỆN TẠI, TƯƠNG LAI; mỗi khoảng chính có 3 khoảng phụ:

```
  Tiền khứ  Quá khứ  Hậu khứ | Quá khứ  Hiện tại  Tương lai | Tiền lai  Tương lai  Hậu lai   B
            QUÁ KHỨ                     HIỆN TẠI                       TƯƠNG LAI
```

Khi khung B lồng và lướt trên khung A, 3 khoảng phụ Quá khứ, Hiện tại, Tương lai trên khung B, lần lượt, trùng khoảng Hiện tại trên khung cố định A, 3 khoảng và các thì căn bản trên khung A biến thành các khoảng và các thì tương ứng trên khung B. Các khoảng và thì trên khung B dùng mô tả các biến cố. Biến cố xảy ra ở khoảng nào, thời nào, và thì nào được dùng. Trong hệ thống khung, thời, thì Việt ngữ, các thì có tên riêng nhưng chia động từ chỉ tuỳ thuộc vào trợ từ "đã, vừa, 0, sắp, sẽ" thêm vào động từ trong dạng tổng quát:

$$\text{"Đã, vừa, 0, sắp, hay sẽ"} + đt.$$

```
       Th. Ba              Th. Tư                    Th. Năm   Thước thời gian
   ─────────────────────────────────────────────────────────────────────────→
                      Quá khứ  Hiện tại  Tương lai
                      ──────────────────────────── A (Bất dịch)

   Tiền khứ  Quá khứ  Hậu khứ | Quá khứ  Hiện tại  Tương lai | Tiền lai  Tương lai  Hậu lai   B (Di động)
             QUÁ KHỨ                     HIỆN TẠI                       TƯƠNG LAI          →
```

Chú thích
* *3 khoảng chính chồm qua nhau, thí dụ, Hậu khứ chứa khoảng Hiện tại, Tương lai của khoảng chính HIỆN TẠI và khoảng chính TƯƠNG LAI. Do vậy, phải linh động xử dụng khung thời gian.*

3 khoảng phụ trên khung A đổi thành 3 khoảng phụ tương ứng trên khung B, và 5 thì căn bản khung A thành các thì tương ứng thuộc 3 khoảng chính trên khung B.

```
        Quá khứ   Hiện tại   Tương lai
        ─────────────┼─────────────      A (Bất dịch)
```

```
Quá khứ  Hiện tại  Tương lai | Quá khứ  Hiện tại  Tương lai | Quá khứ  Hiện tại  Tương lai   A
Tiền khứ  Quá khứ  Hậu khứ   | Quá khứ  Hiện tại  Tương lai | Tiền lai  Tương lai  Hậu lai   B
         QUÁ KHỨ                        HIỆN TẠI                       TƯƠNG LAI
                            (Các khoảng phụ tương ứng)
```

Chú thích
1. *Tương lai của B trùng Hiện tại của A: A nằm hoàn toàn trong TƯƠNG LAI của B*
2. *Hiện tại của B trùng Hiện tại của A: A nằm hoàn toàn trong HIỆN TẠI của B*
3. *Quá khứ của B trùng Hiện tại của A: A nằm hoàn toàn trong QUÁ KHỨ của B*

Thời và thì trên khung B

Theo chiều thời gian, các khoảng phụ: Quá khứ, Hiện tại, Tương lai trên khung B, lần lượt, trùng khoảng phụ Hiện tại trên khung A. Các thời trên khung A biến thành các thời trên khung B tuỳ vào các khoảng chính trên khung B như sau:

1. Quá khứ trên B trùng **Hiện tại** trên A. Tất cả biến cố nằm trong khoảng chính **QUÁ KHỨ** trên khung B.

```
   Quá khứ                Hiện tại              Tương lai
                   Cận khứ thì  Cận lai thì
   Quá khứ thì            Hiện tại thì          Tương lai thì       A
   ─────────────────────────────────────────────────────────
   Tiền khứ thì           Quá khứ thì           Hậu khứ thì         B
   Tiền khứ               Quá khứ               Hậu khứ
                          QUÁ KHỨ
```

Khung A	Khung B
Quá khứ thì	Tiền khứ thì
Cận khứ thì	0
Hiện tại thì	Quá khứ thì
Cận lai thì	0
Tương lai thì	Hậu khứ thì

Chú thích

* *Cận khứ thì và Cận lai thì hiện hữu dựa vào khoảng phụ Hiện tại trên khung B. Chúng không hiện hữu trong khoảng chính QUÁ KHỨ và khoảng chính TƯƠNG LAI trên khung B vì khoảng phụ Hiện tại không hiện hữu trong khoảng chính QUÁ KHỨ và khoảng chính TƯƠNG LAI trên khung B. Tuy thế, trong trực-gián thuyết cách, Cận khứ thì và Cận lai thì được giữ lại để bảo toàn tính đồng nhất của trực thuyết cách, và chúng đổi thanh Cận tiền khứ thì và Cận hậu khứ thì, riêng lẻ.*

Các khoảng phụ và các thì biến đổi từ trực thuyết sang gián thuyết

Khoảng phụ	Trực thuyết	Gián thuyết	Khoảng phụ
Quá khứ	Quá khứ thì	Tiền khứ thì	**Tiền khứ**
	Cận khứ thì	Cận tiền khứ thì	
Hiện tại	Hiện tại thì	Quá khứ thì	**Quá khứ**
	Cận lai thì	Cận hậu khứ thì	
Tương lai	Tương lai thì	Hậu khứ thì	**Hậu khứ**

2. Hiện tại trên B trùng **Hiện tại** trên A. Tất cả biến cố nằm trong khoảng chính HIỆN TẠI trên khung B.

```
Quá khứ              Hiện tại              Tương lai
Quá khứ thì  Cận khứ thì  Hiện tại thì  Cận lai thì  Tương lai thì   A
─────────────────────────────────────────────────────────────────
Quá khứ thì  Cận khứ thì  Hiện tại thì  Cận lai thì  Tương lai thì   B
Quá khứ                   Hiện tại                   Tương lai
                          HIỆN TẠI
```

Khung A
Quá khứ thì
Cận khứ thì
Hiện tại thì
Cận lai thì
Tương lai thì

Khung B
Quá khứ thì
Cận khứ thì
Hiện tại thì
Cận lai thì
Tương lai thì

3. Tương lai trên B trùng **Hiện tại** trên A. Tất cả biến cố nằm trong khoảng chính TƯƠNG LAI trên khung B.

```
Quá khứ              Hiện tại              Tương lai
                     Cận khứ thì  Cận lai thì
Quá khứ thì          Hiện tại thì           Tương lai thì   A
─────────────────────────────────────────────────────────
Tiền lai thì         Tương lai thì          Hậu lai thì     B
Tiền lai             Tương lai              Hậu lai
                     TƯƠNG LAI
```

Khung A
Quá khứ thì
Cận khứ thì
Hiện tại thì
Cận lai thì
Tương lai thì

Khung B
Tiền lai thì
0
Tương lai thì
0
Hậu lai thì

Chú thích
* Cận khứ thì và Cận lai thì hiện hữu dựa vào khoảng phụ Hiện tại trên khung B. Chúng không hiện hữu trong khoảng chính QUÁ KHỨ và khoảng chính TƯƠNG LAI trên khung B vì khoảng phụ Hiện tại không hiện hữu trong khoảng chính QUÁ KHỨ và khoảng chính TƯƠNG LAI trên khung B.

Tóm lược, các thì trên khung B

```
            Trước                    Cùng                         Sau
            Quá khứ thì   Cận khứ thì  Hiện tại thì  Cận lai thì  Tương lai thì
            ─────────────────────────────────────────────────────────────────── B
            Quá khứ                   Hiện tại                    Tương lai
Trước  Cùng       Sau     HIỆN TẠI             Trước  Cùng       Sau
Tiền khứ thì  Quá khứ thì  Hậu khứ thì                Tiền lai thì  Tương lai thì  Hậu lai thì
─────────────────────────────────────                 ──────────────────────────────────────── B
Tiền khứ  Quá khứ  Hậu khứ                            Tiền lai   Tương lai   Hậu lai
          QUÁ KHỨ                                                TƯƠNG LAI
```

Hệ thống thời và thì trên khung thời gian B

Kh. chính	Kh. phụ	Thì	Chia đt	Thời điểm
QUÁ KHỨ (3 thì)	* Tiền khứ	Tiền khứ thì	[đã + đt]	(trước thời điểm quá khứ)
	* Quá khứ	Quá khứ thì	[đã + đt]	(tại thời điểm quá khứ)
	* Hậu khứ	Hậu khứ thì	[đã + đt]	(sau thời điểm quá khứ)
HIỆN TẠI (5 thì)	* Quá khứ	Quá khứ thì	[đã + đt]	(trước thời điểm hiện tại)
		Cận khứ thì	[vừa + đt]	(trước và gần thời điểm hiện tại)
	* Hiện tại	Hiện tại thì	[0 + đt]	(tại thời điểm hiện tại)
	* Tương lai	Cận lai thì	[sắp + đt]	(sau và gần thời điểm hiện tại)
		Tương lai thì	[sẽ + đt]	(sau thời điểm hiện tại)
TƯƠNG LAI (3 thì)	* Tiền lai	Tiền lai thì	[sẽ + đt]	(trước thời điểm tương lai)
	* Tương lai	Tương lai thì	[sẽ + đt]	(tại thời điểm tương lai)
	* Hậu lai	Hậu lai thì	[sẽ + đt]	(sau thời điểm tương lai)

	Quá khứ thì (đã)	Cận khứ thì (vừa)	Hiện tại thì (0)	Cận lai thì (sắp)	Tương lai thì (sẽ)
	Quá khứ		Hiện tại HIỆN TẠI		Tương lai B

	Tiền khứ thì (đã)	Quá khứ thì (đã)	Hậu khứ thì (đã)	Tiền lai thì (sẽ)	Tương lai thì (sẽ)	Hậu lai thì (sẽ) B
	Tiền khứ	Quá khứ QUÁ KHỨ	Hậu khứ	Tiền lai	Tương lai TƯƠNG LAI	Hậu lai

(QUÁ KHỨ = Quá khứ của HIỆN TẠI) (TƯƠNG LAI = Tương lai của HIỆN TẠI)

Chú thích
* Khi Quá khứ trên B trung Hiện tại trên A: A nằm hoàn toàn trong QUÁ KHỨ trên B
* Khi Hiện tại trên B trung Hiện tại trên A: A nằm hoàn toàn trong HIỆN TẠI trên B
* Khi Tương lai trên B trung Hiện tại trên A: A nằm hoàn toàn trong TƯƠNG LAI trên B

Nhận xét
* Thời và thì khác nhau. Chỉ có 3 thời nhưng nhiều thì.
* Thì khác nhau dùng trong các khoảng chính khác nhau.
* Chỉ khung B dùng mô tả các biến cố xảy ra.
* 3 khoang chính có 3 khoảng phụ cho mỗi khoảng.
* Phần của các khoảng chính chồm qua nhau.
* Các diễn ý cách quện vào nhau; do vậy, nguyên tắc: trước-cùng-sau được áp dụng để sắp đặt các thì dọc khung B.

Trực-gián thuyết

Trong khoảng chính QUÁ KHỨ, thì thay đổi, và các thành phần đối thích hợp hay không khi trực thuyết đổi sang gián thuyết, và B lập lại A đã nói, "…"

	Quá khứ	Hiện tại	Tương lai
		Cận khứ thì Cận lai thì	
Trực thuyết	Quá khứ thì	Hiện tại thì	Tương lai thì A
Gián thuyết	Tiền khứ thì	Quá khứ thì	Hậu khứ thì B
		Cận tiền khứ thì Cận hậu khứ thì	
	Tiền khứ	Quá khứ QUÁ KHỨ	Hậu khứ

Trực thuyết (khung A)
Quá khứ thì
Cận khứ thì
Hiện tại thì
Cận lai thì
Tương lai thì

Gián thuyết (khung B)
Tiền khứ thì
Cận tiền khứ thì
Quá khứ thì
Cận hậu khứ thì
Hậu khứ thì

Trong khoảng chính HIỆN TẠI, các thì không đổi, và các thành phần đổi thích hợp hay không khi trực thuyết đổi sang gián thuyết, và B lập lại A nói/sẽ nói, "..."

	Quá khứ		Hiện tại		Tương lai	
Trực thuyết	Quá khứ thì	Cận khứ thì	Hiện tại thì	Cận lai thì	Tương lai thì	A
Gián thuyết	Quá khứ thì	Cận khứ thì	Hiện tại thì	Cận lai thì	Tương lai thì	B
	Quá khứ		Hiện tại		Tương lai	
			HIỆN TẠI			

Trực thuyết (khung A)
Quá khứ thì
Cận khứ thì
Hiện tại thì
Cận lai thì
Tương lai thì

Gián thuyết (khung B)
Quá khứ thì
Cận khứ thì
Hiện tại thì
Cận lai thì
Tương lai thì

Diễn ý cách
Sự kiện cách
Mệnh lệnh cách
Cảm quan cách
Điều kiện cách

Lưu ý
* Các thì khác tên nhau *(theo lối nhìn mới về Văn Phạm Việt)*. Chỉ có 11 thì; tất cả hay vài thì được dùng tuỳ theo tính chất riêng biệt của 4 diễn ý cách: sự kiện, mệnh lệnh, cảm quan, và điều kiện cách.
* Trong trực-gián thuyết, ở khoảng chính QUÁ KHỨ, các thì và các thành phần khác biến đổi cách thích hợp. Trong khoảng chính HIỆN TẠI, các thì không đổi nhưng các thành phần khác đổi thích hợp hay không.
* Động từ không lệ thuộc vào thì nhưng tuỳ vào "đã, vừa, 0, sắp, sẽ" để mô tả thời gian của các biến cố đã xảy ra, xảy ra, hay sẽ xảy ra ở quá khứ, hiện tại, hay tương lai.
* Đa số xử dụng "đã, sẽ" lỏng lẻo *(lúc dùng, lúc không trong hành văn)*.

Chia động từ theo "đã, vừa, 0, sắp, sẽ"

Dễ dàng chia động từ Việt vì nó không biến dạng theo ngôi, số, giống, thể, thì, diễn ý cách. Chỉ cần thêm "đã, vừa, 0, sắp, hay sẽ" vào động từ để diễn tả thời gian.

Chủ đại từ

Có nhiều chủ đại từ trong Việt ngữ; các chủ đại từ xem là tiêu chuẩn được dùng trong sách này.

Ngôi	**Số ít**	**Số nhiều**
Ngôi 1	*Tôi*	*Chúng tôi*
Ngôi 2	*Ông, anh*	*Các ông, các anh*
	Bà, chị	*Các bà, các chị*
	Em (trai/gái)	*Các em (trai/gái)*
Ngôi 3	*Ông ấy, anh ấy*	*Các ông ấy, các anh ấy*
	Bà ấy, chị ấy	*Các bà ấy, các chị ấy*
	Em ấy (trai/gái)	*Các em ấy (trai/gái)*
	Con vật ấy	*Các con vật ấy*
	Vật ấy	*Các vật ấy*
	Điều ấy	*Các điều ấy*

Chú thích
* *Ấy = đó*

Khoảng chính HIỆN TẠI trên khung B với 3 khoảng phụ: Quá khứ, Hiện tại, Tương lai, và 5 thì căn bản trên khung A chiếu trên khung B. Việt ngữ chỉ có các thì đơn (simple tenses) nhưng không thì kép (perfect tenses) như trong American.

Quá khứ thì	Cận khứ thì	Hiện tại thì	Cận lai thì	Tương lai thì	A
Quá khứ thì	Cận khứ thì	Hiện tại thì HIỆN TẠI	Cận lai thì	Tương lai thì	B

Chúng được dùng làm mẫu.

Động từ chia ở 3 thể: xác định, phủ định, và tri vấn với 4 từ thêm vào động từ "đã, vừa, 0, sắp, sẽ" để mô tả biến cố xảy ra vào thời gian nào, quá khứ, hiện tại, hay tương lai.

Vì hệ thống thời thì mới được thiết lập, vài thì mới được đặt tên để dùng cho khoảng chính QUÁ KHỨ và khoảng chính TƯƠNG LAI. Tuy thế, chia động không thay đổi khác xưa. Thí dụ,

Tiền khứ	*Quá khứ*
Tiền khứ thì	*Quá khứ thì*

        Tôi <u>đã đến</u>   *trước khi*   họ <u>đã đến</u>.

Động từ "đi" được dùng, và ý nghĩa của hành văn không đề cập.

Chia động từ "đi"

Dựa theo nguyên tắc:
1. Xác định **2.** Phủ định = không + xác định **3.** Trí vấn = xác định + không?

1. *Quá khứ thì*

Xác định

Số ít	**Đã** + đi	**Số nhiều**

Tôi đã đi — *Chúng tôi đã đi*
Ông, anh đã đi — *Các ông, các anh đã đi*
Bà, chị đã đi — *Các bà, các chị đã đi*
Em đã đi — *Các em đã đi*
Ông ấy, anh ấy đã đi — *Các ông ấy, các anh ấy đã đi*
Bà ấy, chị ấy đã đi — *Các bà ấy, các chị ấy đã đi*
Em ấy đã đi — *Các em ấy đã đi*
Con vật ấy đã đi — *Các con vật ấy đã đi*
Vật ấy đã đi — *Các vật ấy đã đi*
Điều ấy đã đi — *Các điều ấy đã đi*

Phủ định

Số ít	**Không** + đã đi	**Số nhiều**

Tôi không đã đi — *Chúng tôi không đã đi*
Ông, anh không đã đi — *Các ông, các anh không đã đi*
Bà, chị không đã đi — *Các bà, các chị không đã đi*
Em không đã đi — *Các em không đã đi*
Ông ấy, anh ấy không đã đi — *Các ông ấy, các anh ấy không đã đi*
Bà ấy, chị ấy không đã đi — *Các bà ấy, các chị ấy không đã đi*
Em ấy không đã đi — *Các em ấy không đã đi*
Con vật ấy không đã đi — *Các con vật ấy không đã đi*
Vật ấy không đã đi — *Các vật ấy không đã đi*
Điều ấy không đã đi — *Các điều ấy không đã đi*

Tri vấn

Số ít	**Đã đi** + **không**?	**Số nhiều**

Tôi đã đi không? — *Chúng tôi đã đi không?*
Ông, anh đã đi không? — *Các ông, các anh đã đi không?*

Bà, chị đã đi không? *Các bà, các chị đã đi không?*
Em đã đi không? *Các em đã đi không?*
Ông ấy, anh ấy đã đi không? *Các ông ấy, các anh ấy đã đi không?*
Bà ấy, chị ấy đã đi không? *Các bà ấy, các chị ấy đã đi không?*
Em ấy đã đi không? *Các em ấy đã đi không?*
Con vật ấy đã đi không? *Các con vật ấy đã đi không?*
Vật ấy đã đi không? *Các vật ấy đã đi không?*
Điều ấy đã đi không? *Các điều ấy đã đi không?*

Chú thích
* Có hình thức khác, thí dụ, "Anh có đã đi không?" "Anh đã đi không?", ... Cách nào cũng được.
* Sách này chọn cách đơn giản, gọn, nhẹ theo suy nghĩ của tác giả.

2. Cận khứ thì

Xác định

Số ít   *Vừa + đi*   **Số nhiều**

Tôi vừa đi   Chúng tôi vừa đi
Ông, anh vừa đi   Các ông, các anh vừa đi
Bà, chị vừa đi   Các bà, các chị vừa đi
Em vừa đi   Các em vừa đi
Ông ấy, anh ấy vừa đi   Các ông ấy, các anh ấy vừa đi
Bà ấy, chị ấy vừa đi   Các bà ấy, các chị ấy vừa đi
Em ấy vừa đi   Các em ấy vừa đi
Con vật ấy vừa đi   Các con vật ấy vừa đi
Vật ấy vừa đi   Các vật ấy vừa đi
Điều ấy vừa đi   Các điều ấy vừa đi

Phủ định

Số ít   *Không + vừa đi*   **Số nhiều**

Tôi không vừa đi   Chúng tôi không vừa đi
Ông, anh không vừa đi   Các ông, các anh không vừa đi
Bà, chị không vừa đi   Các bà, các chị không vừa đi
Em không vừa đi   Các em không vừa đi
Ông ấy, anh ấy không vừa đi   Các ông ấy, các anh ấy không vừa đi
Bà ấy, chị ấy không vừa đi   Các bà ấy, các chị ấy không vừa đi
Em ấy không vừa đi   Các em ấy không vừa đi
Con vật ấy không vừa đi   Các con vật ấy không vừa đi
Vật ấy không vừa đi   Các vật ấy không vừa đi
Điều ấy không vừa đi   Các điều ấy không vừa đi

Tri vấn

Số ít Vừa đi + **không**? **Số nhiều**

Tôi vừa đi không? Chúng tôi vừa đi không?
Ông, anh vừa đi không? Các ông, các anh vừa đi không?
Bà, chị vừa đi không? Các bà, các chị vừa đi không?
Em vừa đi không? Các em vừa đi không?
Ông ấy, anh ấy vừa đi không? Các ông ấy, các anh ấy vừa đi không?
Bà ấy, chị ấy vừa đi không? Các bà ấy, các chị ấy vừa đi không?
Em ấy vừa đi không? Các em ấy vừa đi không?
Con vật ấy vừa đi không? Các con vật ấy vừa đi không?
Vật ấy vừa đi không? Các vật ấy vừa đi không?
Điều ấy vừa đi không? Các điều ấy vừa đi không?

3. *Hiện tại thì*

Xác định

Số ít Đi **Số nhiều**

Tôi đi Chúng tôi đi
Ông, anh đi Các ông, các anh đi
Bà, chị đi Các bà, các chị đi
Em đi Các em đi
Ông ấy, anh ấy đi Các ông ấy, các anh ấy đi
Bà ấy, chị ấy đi Các bà ấy, các chị ấy đi
Em ấy đi Các em ấy đi
Con vật ấy đi Các con vật ấy đi
Vật ấy đi Các vật ấy đi
Điều ấy đi Các điều ấy đi

Phủ định

Số ít **Không** + đi **Số nhiều**

Tôi không đi Chúng tôi không đi
Ông, anh không đi Các ông, các anh không đi
Bà, chị không đi Các bà, các chị không đi
Em không đi Các em không đi
Ông ấy, anh ấy không đi Các ông ấy, các anh ấy không đi
Bà ấy, chị ấy không đi Các bà ấy, các chị ấy không đi
Em ấy không đi Các em ấy không đi
Con vật ấy không đi Các con vật ấy không đi
Vật ấy không đi Các vật ấy không đi

Điều ấy không đi | Các điều ấy không đi

Tri vấn

Số ít   **Đi + không?**   **Số nhiều**

Tôi đi không? | Chúng tôi đi không?
Ông, anh đi không? | Các ông, các anh đi không?
Bà, chị đi không? | Các bà, các chị đi không?
Em đi không? | Các em đi không?
Ông ấy, anh ấy đi không? | Các ông ấy, các anh ấy đi không?
Bà ấy, chị ấy đi không? | Các bà ấy, các chị ấy đi không?
Em ấy đi không? | Các em ấy đi không?
Con vật ấy đi không? | Các con vật ấy đi không?
Vật ấy đi không? | Các vật ấy đi không?
Điều ấy đi không? | Các điều ấy đi không?

4. Cận lai thì

Xác định

Số ít   **Sắp + đi**   **Số nhiều**

Tôi sắp đi | Chúng tôi sắp đi
Ông, anh sắp đi | Các ông, các anh sắp đi
Bà, chị sắp đi | Các bà, các chị sắp đi
Em sắp đi | Các em sắp đi
Ông ấy, anh ấy sắp đi | Các ông ấy, các anh ấy sắp đi
Bà ấy, chị ấy sắp đi | Các bà ấy, các chị ấy sắp đi
Em ấy sắp đi | Các em ấy sắp đi
Con vật ấy sắp đi | Các con vật ấy sắp đi
Vật ấy sắp đi | Các vật ấy sắp đi
Điều ấy sắp đi | Các điều ấy sắp đi

Phủ định

Số ít   **Không + sắp đi**   **Số nhiều**

Tôi không sắp đi | Chúng tôi không sắp đi
Ông, anh không sắp đi | Các ông, các anh không sắp đi
Bà, chị không sắp đi | Các bà, các chị không sắp đi
Em không sắp đi | Các em không sắp đi
Ông ấy, anh ấy không sắp đi | Các ông ấy, các anh ấy không sắp đi
Bà ấy, chị ấy không sắp đi | Các bà ấy, các chị ấy không sắp đi
Em ấy không sắp đi | Các em ấy không sắp đi
Con vật ấy không sắp đi | Các con vật ấy không sắp đi

Vật ấy không sắp đi *Các vật ấy không sắp đi*
Điều ấy không sắp đi *Các điều ấy không sắp đi*

Tri vấn

Số ít *Sắp đi + **không**?* **Số nhiều**

Tôi sắp đi không? *Chúng tôi sắp đi không?*
Ông, anh sắp đi không? *Các ông, các anh sắp đi không?*
Bà, chị sắp đi không? *Các bà, các chị sắp đi không?*
Em sắp đi không? *Các em sắp đi không?*
Ông ấy, anh ấy sắp đi không? *Các ông ấy, các anh ấy sắp đi không?*
Bà ấy, chị ấy sắp đi không? *Các bà ấy, các chị ấy sắp đi không?*
Em ấy sắp đi không? *Các em ấy sắp đi không?*
Con vật ấy sắp đi không? *Các con vật ấy sắp đi không?*
Vật ấy sắp đi không? *Các vật ấy sắp đi không?*
Điều ấy sắp đi không? *Các điều ấy sắp đi không?*

5. *Tương lai thì*

Xác định

Số ít *Sẽ + đi* **Số nhiều**

Tôi sẽ đi *Chúng tôi sẽ đi*
Ông, anh sẽ đi *Các ông, các anh sẽ đi*
Bà, chị sẽ đi *Các bà, các chị sẽ đi*
Em sẽ đi *Các em sẽ đi*
Ông ấy, anh ấy sẽ đi *Các ông ấy, các anh ấy sẽ đi*
Bà ấy, chị ấy sẽ đi *Các bà ấy, các chị ấy sẽ đi*
Em ấy sẽ đi *Các em ấy sẽ đi*
Con vật ấy sẽ đi *Các con vật ấy sẽ đi*
Vật ấy sẽ đi *Các vật ấy sẽ đi*
Điều ấy sẽ đi *Các điều ấy sẽ đi*

Phủ định

Số ít ***Không** + sẽ đi* **Số nhiều**

Tôi không sẽ đi *Chúng tôi không sẽ đi*
Ông, anh không sẽ đi *Các ông, các anh không sẽ đi*
Bà, chị không sẽ đi *Các bà, các chị không sẽ đi*
Em không sẽ đi *Các em không sẽ đi*
Ông ấy, anh ấy không sẽ đi *Các ông ấy, các anh ấy không sẽ đi*
Bà ấy, chị ấy không sẽ đi *Các bà ấy, các chị ấy không sẽ đi*
Em ấy không sẽ đi *Các em ấy không sẽ đi*

Con vật ấy không sẽ đi   *Các con vật ấy không sẽ đi*
Vật ấy không sẽ đi   *Các vật ấy không sẽ đi*
Điều ấy không sẽ đi   *Các điều ấy không sẽ đi*

Tri vấn

Số ít   Sẽ đi + **không?**   **Số nhiều**

Tôi sẽ đi không?   *Chúng tôi sẽ đi không?*
Ông, anh sẽ đi không?   *Các ông, các anh sẽ đi không?*
Bà, chị sẽ đi không?   *Các bà, các chị sẽ đi không?*
Em sẽ đi không?   *Các em sẽ đi không?*
Ông ấy, anh ấy sẽ đi không?   *Các ông ấy, các anh ấy sẽ đi không?*
Bà ấy, chị ấy sẽ đi không?   *Các bà ấy, các chị ấy sẽ đi không?*
Em ấy sẽ đi không?   *Các em ấy sẽ đi không?*
Con vật ấy sẽ đi không?   *Các con vật ấy sẽ đi không?*
Vật ấy sẽ đi không?   *Các vật ấy sẽ đi không?*
Điều ấy sẽ đi không?   *Các điều ấy sẽ đi không?*

Tóm lược các thì trên khung B

1. Khoảng chính QUÁ KHỨ   tất cả các biến cố nằm hoàn toàn trong QUÁ KHỨ
    * *Tiền khứ thì*
       *Tôi **đã** đi.*   *(trong Tiền khứ trước Quá khứ)*
    * *Quá khứ thì*
       *Tôi **đã** đi.*   *(trong Quá khứ)*
    * *Hậu khứ thì*
       *Tôi **đã** đi.*   *(trong Hậu khứ sau Quá khứ)*

2. Khoảng chính HIỆN TẠI   tất cả các biến cố nằm hoàn toàn trong HIỆN TẠI
    * *Quá khứ thì*
       *Tôi **đã** đi.*   *(trong Quá khứ trước Hiện tại)*
    * *Cận khứ thì*
       *Tôi **vừa** đi.*   *(trong Quá khứ trước và gần Hiện tại)*
    * *Hiện tại thì*
       *Tôi **đi**.*   *(trong Hiện tại)*
    * *Cận lai thì*
       *Tôi **sắp** đi.*   *(trong Tương lai sau và gần Hiện tại)*
    * *Tương lai thì*
       *Tôi **sẽ** đi.*   *(trong Tương lai sau Hiện tại)*

3. Khoảng chính TƯƠNG LAI   tất cả các biến cố nằm hoàn toàn trong TƯƠNG LAI.
    * *Tiền lai thì*
       *Tôi **sẽ** đi.*   *(trong Tiền lai trước Tương lai)*
    * *Tương lai thì*
       *Tôi **sẽ** đi.*   *(trong Tương lai)*
    * *Hậu lai thì*

*Tôi **sẽ** đi.*   *(trong Hậu lai sau Tương lai)*

Theo lối nhìn mới về diễn ý cách và đặc biệt ở trực-gián thuyết, cách dùng thì trong văn phạm Việt đơn giản vì động từ không biến dạng theo thời và thì. Chỉ động phụ từ/trợ từ "đã, vừa, 0, sắp, sẽ" thêm thích hợp vào động từ để diễn tả thời gian: quá khứ, hiện tại, hay tương lai.

Theo thiển ý, với sự khảo sát văn phạm ngoại American, Français, và Việt, tác giả muốn khoác 3 chiếc áo mới cho 3 văn phạm riêng lẻ. Một bức tranh = 1000 lời được áp dụng để vẽ ra hệ thống thời thì để dùng thì dễ dàng. Hệ thống này là chiếc áo mới khoác cho 3 văn phạm.

Với văn phạm Việt, để thoả mãn đòi hỏi của hệ thống mới, vài thì mới được sáng chế và đặt tên. Tuy thế, chia động từ Việt chả có gì thay đổi. "Đã, vừa, 0, sắp, sẽ" vẫn được thêm vào động từ để diễn tả biến cố xảy ra khi nào.

Khi khung B trùng khung A, tất cả thì trên khung A trở thành các thì tương ứng trên khung B (xem hình minh hoạ). Nguyên tắc: trước-cùng-sau được dùng để sắp xếp thì theo thứ tự thời gian. Hđ1 = thì chuẩn; Hđ2 = thì tuỳ theo vị trí trước, cùng, hay sau thì chuẩn. Thì chuẩn luôn ở khoảng phụ Hiện tại trên khung A. Khi khung B trượt theo khung B, thì chuẩn trùng với khoảng phụ Quá khứ của khoảng chính QUÁ KHỨ, khoảng phụ Hiện tại của khoảng chính HIỆN TẠI, và khoảng phụ Tương Lai của khoảng chính TƯƠNG LAI trên khung B.

Hđ2	Hđ2	Hđ2	Hđ2	Hđ2	Hđ2	Hđ2	Hđ2	Hđ2	A
	Hđ1			Hđ1			Hđ1		
Tiền khứ	**Quá khứ**	Hậu khứ	Quá khứ	**Hiện tại**	Tương lai	Tiền lai	**Tương lai**	Hậu lai	B
	QUÁ KHỨ			**HIỆN TẠI**			**TƯƠNG LAI**		

Nguyên tắc: trước-cùng-sau được áp dụng để sắp xếp thì dựa vào thì chuẩn nếu các biến cố có liên hệ, thí dụ trong khoảng chính QUÁ KHỨ.

    Tôi đã tới đó <u>trước khi</u> nó đã tới đó. *(liên hệ: Tiền khứ thì + Quá khứ thì)*
    Tôi đã tới đó. Nó đã tới đó. *(không liên hệ: chỉ Quá khứ thì cho cả hai)*

Chú thích
* Về tên thì, có sự phân biệt thì dùng cho hành động/biến cố trước hay sau nếu có liên hệ.
* Về mặt hình thức, dạng động từ giống nhau. Do vậy, chỉ dựa vào ý hành văn để biết hai hành động/biến cố có liên hệ hay không. Thường, liên từ thời gian tạo ra sự liên hệ giữa hai hành động/biến cố
* Với các thì ngoại, sự liên hệ hay không liên hệ giữa các thì được diễn tả rõ nét hơn.
    I had come before he came. (relation)
    I came. He came. (no relation)

Tóm lược, các thì trên khung A và các thì tương ứng trên khung B

Khoảng chính trên khung B

Khung A	**nằm trong**	**QUÁ KHỨ**	**HIỆN TẠI**	**TƯƠNG LAI**
Quá khứ thì		Tiền khứ thì	Quá khứ thì	Tiền lai thì
Cận khứ thì		0	Cận khứ thì	0
Hiện tại thì		Quá khứ thì	Hiện tại thì	Tương lai thì
Cận lai thì		0	Cận lai thì	0
Tương lai thì		Hậu khứ thì	Tương lai thì	Hậu lai thì

Trường hợp <u>trực-gián thuyết</u> trong khoảng chính QUÁ KHỨ, thì thay đổi, và thành phần thay đổi thích hợp hay không thay đổi khi B lập lại A đã nói/đã (sẽ) nói, "..." ([A] tôi nói/sẽ nói, "...")

	Quá khứ	**Hiện tại**	Tương lai	
		Cận khứ thì Cận lai thì		
Trực thuyết	Quá khứ thì	Hiện tại thì	Tương lai thì	A
Gián thuyết	Tiền khứ thì	Quá khứ thì	Hậu khứ thì	B
		Cận tiền khứ thì Cận hậu khứ thì		
	Tiền khứ	**Quá khứ**	Hậu khứ	
		QUÁ KHỨ		

Trực thuyết	Quá khứ thì	Cận khứ thì	Hiện tại thì	Cận lai thì	Tương lai thì
Gián thuyết	Tiền khứ thì	Cận tiền khứ thì	Quá khứ thì	Cận hậu khứ thì	Hậu khứ thì

Trường hợp <u>trực-gián thuyết</u> trong khoảng chính HIỆN TẠI, thì không đổi, và thành phần thay đổi thích hợp hay không khi B lập lại A nói/sẽ nói, "..." ([A] tôi nói/sẽ nói, "...")

	Quá khứ	**Hiện tại**	Tương lai	
		Cận khứ thì Cận lai thì		
Trực thuyết	Quá khứ thì	Hiện tại thì	Tương lai thì	A
Gián thuyết	Quá khứ thì	Hiện tại thì	Tương lai thì	B
		Cận khứ thì Cận lai thì		
	Quá khứ	**Hiện tại**	Tương lai	
		HIỆN TẠI		

Trực thuyết	Quá khứ thì	Cận khứ thì	Hiện tại thì	Cận lai thì	Tương lai thì
Gián thuyết	Quá khứ thì	Cận khứ thì	Hiện khứ thì	Cận lai thì	Tương lai thì

Lưu ý

* Các diễn ý cách khác như Mệnh lệnh cách, Cảm quan cách, và Điều kiện cách cũng xử dụng vài thì trong số 11 thì của điều kiện cách, thích hợp cho mỗi cách. Các thì đổi hay không tuỳ vào trực thuyết sang gián thuyết ở khoảng chính QUÁ KHỨ hay HIỆN TẠI trên khung B.
* Các cách diễn ý nêu trên không có thì riêng biệt như các diễn ý cách của ngôn ngữ ngoại.

Chương 8   Xử dụng khung, thời, thì

Theo lối nhìn mới, trong Việt ngữ, thời và thì hệ thống gồm khung thời gian cố định A và khung thời gian di động B.

Khung A có 3 khoảng phụ:

   Quá khứ _ Hiện tại _ Tương lai

và 5 thì căn bản:

```
     Quá khứ          Hiện tại       Tương lai
    ─────────────────────┬─────────────────────  A (cố định)
              Cận khứ thì│Cận lai thì
     Quá khứ thì      Hiện tại thì    Tương lai thì
```

Khi 3 khoảng phụ: Quá khứ _ Hiện tại _ Tương lai trên khung B, lần lượt, trùng khoảng phụ Hiện tại trên khung A theo chiều thời gian, 3 khoảng phụ trên khung A chiếu xuống thành 3 khoảng phụ tương ứng trên khung B như sau:

Khung thời gian B

QUÁ KHỨ	HIỆN TẠI	TƯƠNG LAI
* Tiền khứ: quá khứ trong quá khứ	* Quá khứ: trong quá khứ	* Tiền lai: quá khứ trong tương lai
* Quá khứ: hiện tại trong quá khứ	* Hiện tại: trong hiện tại	* Tương lai: hiện tại trong tương lai
* Hậu khứ: tương lai trong quá khứ	* Tương lai: trong tương lai	* Hậu lai: tương lai trong tương lai

Tóm lược,

```
         Quá khứ thì   Cận khứ thì  Hiện tại thì  Cận lai thì  Tương lai thì
            (đã)         (vừa)         (∅)          (sắp)        (sẽ)
        ────────────────────────────────┬────────────────────────────────
            Quá khứ                  Hiện tại                Tương lai     B
                                     HIỆN TẠI

   Tiền khứ thì  Quá khứ thì  Hậu khứ thì    Tiền lai thì  Tương lai thì  Hậu lai thì
      (đã)         (đã)         (đã)            (sẽ)         (sẽ)          (sẽ)
   ──────────────────────────────────────┬──────────────────────────────────────
     Tiền khứ   Quá khứ    Hậu khứ           Tiền lai    Tương lai    Hậu lai      B
                QUÁ KHỨ   (Phần các khoảng chính gác mép nhau)   TƯƠNG LAI
     (QUÁ KHỨ = Quá khứ của HIỆN TẠI)         TƯƠNG LAI = Tương lai của HIỆN TẠI)
```

Thời gian biến cố xảy ra được mô tả bằng một trong trợ từ thêm vào động từ:

Đã/Vừa/0/Sắp/Sẽ + Động từ

	QUÁ KHỨ	
Tiền khứ	*Quá khứ*	*Hậu khứ*
Đã	Đã	Đã
	HIỆN TẠI	
Quá khứ	*Hiện tại*	*Tương lai*
Đã, vừa	0	Sắp, sẽ
	TƯƠNG LAI	
Tiền lai	*Tương lai*	*Hậu lai*
Sẽ	Sẽ	Sẽ

5 thì trên khung A đổi thành các thì tương ứng trên khung B như sau:

1. Khi khoảng phụ Quá khứ trên khung B trùng khoảng phụ Hiện tại trên khung A; tất cả biến cố nằm hoàn toàn trong khoảng chính QUÁ KHỨ trên khung B.

Quá khứ	*Hiện tại*	*Tương lai*	
	Cận khứ thì Cận lai thì		
Quá khứ thì	*Hiện tại thì*	*Tương lai thì*	A
Tiền khứ thì	*Quá khứ thì*	*Hậu khứ thì*	B
Tiền khứ	*Quá khứ*	*Hậu khứ*	
	QUÁ KHỨ		

Khung A
* *Quá khứ thì*
* *Cận khứ thì*
* *Hiện tại*
* *Cận lai thì*
* *Tương lai thì*

Khung B
* *Tiền khứ thì*
* *0*
* *Quá khứ thì*
* *0*
* *Hậu khứ thì*

Chú thích

* *Cận khứ thì và Cận lai thì không hiện hữu trong khoảng chính QUÁ KHỨ vì khoảng phụ Hiện tại không hiện hữu trong khoảng chính QUÁ KHỨ. Chúng chỉ hiện hữu tuỳ vào khoảng phụ Hiện tại trong khoảng chính HIỆN TẠI. Nói cách khác Cận khứ thì + Cận lai thì (A) = 0 trong khoảng chính QUÁ KHỨ trên khung B. Tuy nhiên, trong trực-gián thuyết, để duy trì tính thống nhất của trực thuyết, chúng được giữ lại và đổi thành Cận tiền khứ thì và Cận hậu khứ thì, riêng lẻ, khi trực-thuyết đổi thành gián-thuyết.*

2. Khi khoảng phụ Hiện tại trên khung B trùng khoảng phụ Hiện tại trên khung A; tất cả biến cố nằm hoàn toàn trong khoảng chính HIỆN TẠI trên khung B.

Quá khứ		*Hiện tại*		*Tương lai*	
Quá khứ thì	*Cận khứ thì*	*Hiện tại thì*	*Cận lai thì*	*Tương lai thì*	A
Quá khứ thì	*Cận khứ thì*	*Hiện tại thì*	*Cận lai thì*	*Tương lai thì*	B
Quá khứ		*Hiện tại*		*Tương lai*	
		HIỆN TẠI			

Khung A
* *Quá khứ thì*
* *Cận khứ thì*

Khung B
* *Quá khứ thì*
* *Cận khứ thì*

* Hiện tại thì   * Hiện tại thì
* Cận lai thì   * Cận lai thì
* Tương lai thì   * Tương lai thì

3. Khi khoảng phụ **Tương lai** trên khung B trùng khoảng phụ **Hiện tại** trên khung A; tất cả biến cố nằm hoàn toàn trong khoảng chính **TƯƠNG LAI** trên khung B.

	Quá khứ	Hiện tại		Tương lai	
		Cận khứ thì	Cận lai thì		
	Quá khứ thì	Hiện tại thì		Tương lai thì	A
	Tiền lai thì	Tương lai thì		Hậu lai thì	B
	Tiền lai	Tương lai		Hậu lai	
		TƯƠNG LAI			

Khung A   **Khung B**
* Quá khứ thì   * Tiền lai thì
* Cận khứ thí   * 0
* Hiện tại thì   * Tương lai thì
* Cận lai thì   * 0
* Tương lai thì   * Hậu lai thì

Chú thích
Cận khứ thì và Cận lai thì không hiện hữu trong khoảng chính TƯƠNG LAI vì khoảng phụ Hiện tại không hiện hữu trong khoảng chính TƯƠNG LAI. Chúng chỉ hiện hữu tuỳ vào khoảng phụ Hiện tại trong khoảng chính HIỆN TẠI. Nói cách khác, Cận khứ thì + Cận lai thì (A) = 0 trong khoảng chính TƯƠNG LAI.

Nói tóm, theo lối nhìn mới về văn phạm Việt, đây là hệ thống thời và thì trong đó khung A là nền tảng từ đó thời và thì được mô tả khi các biến cố đã xảy ra, xảy ra, sẽ xảy ra dọc khung B.

Xử dụng thì

Việt ngữ đã vốn dĩ đơn giản và gọn gàng. Tất cả cấu từ không biến dạng; đặc biệt là, động từ không thay đổi theo ngôi, giống, số, thì, và diễn ý cách, ... Chỉ một trong số 4 từ "đã, vừa, 0, sắp, sẽ" thêm vào động từ cách thích hợp để mô tả thời gian biến cố xảy ra.

Các thì trong các khoảng phụ trình bầy theo thứ tự trong các khoảng chính: QUÁ KHỨ, HIỆN TẠI, TƯƠNG LAI trên khung B theo chiều thời gian.

Dạng chia động từ trong mọi thì: [đã/vừa/0/sắp/sẽ + đt.] Đôi khi, "đã, sẽ" không được dùng nhưng được hiểu.

1. Các thì trong khoảng chính QUÁ KHỨ trên khung B
Tiền khứ _ Quá khứ _ Hậu khứ

Tất cả biến cố đã xảy ra hoàn toàn trong khoảng chính QUÁ KHỨ gồm các khoảng phụ: Tiền khứ, Quá khứ, Hậu khứ.

1. Tiền khứ thì
Tiền khứ thì mô tả biến cố đã xảy ra trong Tiền khứ trước quá khứ điểm trong Quá khứ, hay trước biến cố khác đã xảy ra trong Quá khứ.

```
        Tiền khứ      Quá khứ      Hậu khứ
   ─────────────x────┼──────────────────────── B
        Tiền khứ thì
```

Tôi đã làm xong việc anh nhờ trước khi anh đã gọi phôn hỏi.
Chúng tôi đã đến trước khi trời đã đổ mưa lúc đó.

2. Quá khứ thì
Quá khứ thì mô tả biến cố đã xảy ra trong Quá khứ.

```
        Tiền khứ      Quá khứ      Hậu khứ
   ─────────────────x──┼──────────────────────── B
                Quá khứ thì
```

Lúc đó, tôi đã gục tại chỗ. (Sau đó, tôi đã thức dậy; mắt đã còn hoa.)

3. Hậu khứ thì
Hậu khứ thì mô tả biến cố đã xảy ra trong Hậu khứ sau quá khứ điểm trong Quá khứ, hay sau biến cố khác đã xảy ra trong Quá khứ.

```
        Tiền khứ      Quá khứ      Hậu khứ
   ──────────────────┼────x──────────────────── B
                         Hậu khứ thì
```

Năm ngoái, tôi đã lên đại học sau lúc đó.
(Lúc đó, tôi đã gục tại chỗ ngày đó.) Sau đó, tôi đã thức dậy; mắt đã còn hoa.

Chú thích
* *Trong Việt ngữ, cho mọi biến cố đã xảy ra trong QUÁ KHỨ, "đã" được dùng. Tuy thế "đã" được dùng lỏng lẻo.*

2. Các thì trong khoảng chính HIỆN TẠI trên khung B
Quá khứ _ Hiện tại _ Tương lai

Tất cả biến đã xảy ra, vừa xảy ra, sắp xảy ra, sẽ xảy ra hoàn toàn trong khoảng chính HIỆN TẠI gồm các khoảng phụ: Quá khứ, Hiện tại, Tương lai.

1. Quá khứ thì
a. *Quá khứ thì mô tả biến cố đã xảy ra trong Quá khứ trước hiện tại điểm trong Hiện*

tại, hay trước biến cố khác xảy ra trong Hiện tại.

```
         Quá khứ    Hiện tại    Tương lai
    ─────────────x────┼──────────────────── B
         Quá khứ thì
```

Chúng tôi <u>đã</u> làm xong việc đó <u>trước</u> hôm nay.
Chúng tôi <u>đã</u> đến trước khi trời đổ mưa bây giờ.
Chúng tôi <u>đã</u> thăm ông ta.

b. *Quá khứ thì mô tả biến cố đã xảy ra trong Quá khứ và kéo dài tới trước hiện tại điểm trong Hiện tại.*

```
         Quá khứ    Hiện tại    Tương lai
    ─────────x──────────┼──────────────── B
         Quá khứ thì ────►
```

Tôi <u>đã</u> sống ở vùng này 10 năm.

c. *Quá khứ thì mô tả thói quen quá khứ.*

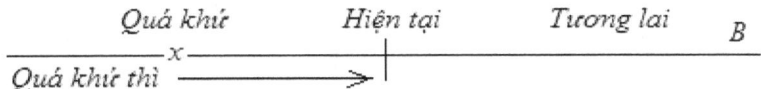

```
         Quá khứ    Hiện tại    Tương lai
    ─────────────x──────┼──────────────── B
         Quá khứ thì ├───┤
```

Tôi <u>đã</u> quen hút thuốc từ lâu, nhưng giờ tôi bỏ theo lời khuyên bác sĩ.

2. Cận khứ thì
Cận khứ thì mô tả biến cố đã xảy ra trong Quá khứ rất gần Hiện tại.

```
         Quá khứ    Hiện tại    Tương lai
    ──────────────x┼────────────────────── B
         Cận khứ thì
```

Bà ta <u>vừa</u> rời đi.

3. Hiện tại thì
a. *Hiện tại thì mô tả biến cố xảy trong ở hiện tại điểm trong Hiện tại.*

```
         Quá khứ    Hiện tại    Tương lai
    ─────────────────x────────────────── B
                 Hiện tại thì
```

<u>Khi</u> chúng tôi tới, họ đang dùng cơm.

b. *Hiện tại thì mô tả sự kiện luôn đúng từ Quá khứ qua Hiện tại tới Tương lai.*

```
         Quá khứ    Hiện tại    Tương lai
    ─────x──────────x──────────x────── B
              Hiện tại thì
```

Trái đất quay chung quanh mặt trời. Giáp vòng là một năm.

c. Hiện tại thì mô tả biến cố xảy ra đều đặn từ Quá khứ tới the Hiện tại, và có thể tiếp tục trong Tương lai.

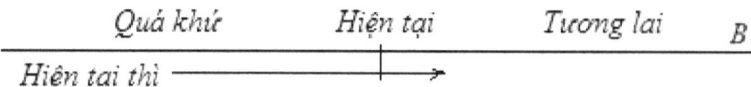

Mỗi Chủ Nhật chúng tôi đi lễ ở nhà thờ.

4. Cận lai thì
Cận lai thì mô tả biến cố sẽ xảy ra trong Tương lai rất gần Hiện tại.

Đi vền, thôi, kẻo trời <u>sắp</u> mưa! (thôi: dư từ ; bỏ trong thể văn nghiêm nghị)

5. Tương lai thì
a. Tương lai thì mô tả biến cố sẽ xảy ra trong Tương lai sau hiện tại điểm trong Hiện tại, hay sau biến cố khác xảy ra trong Hiện tại.

Chúng tôi <u>sẽ</u> về Vietnam thăm gia đình.
Tôi <u>sẽ</u> tới sau khi ông ta tới.

b. Tương lai thì mô tả biến cố đã xảy ra trong Quá khứ qua Hiện tại, và sẽ chấm dứt trước tương lai điểm trong Tương lai.

Tôi sẽ làm việc 20 năm tính tới tháng 3 kế.

Chú thích
* Đã, sẽ: đôi khi, được dùng lỏng lẻo.

3. Các thì trong khoảng chính TƯƠNG LAI trên khung B
Tiền lai _ Tương lai _ Hậu lai

Tất cả biến cố sẽ xảy ra hoàn toàn trong khoảng chính TƯƠNG LAI gồm các khoảng phụ: Tiền lai, Tương lai, Hậu lai.

1. Tiền lai thì
Tiền lai thì mô tả biến cố sẽ xảy trong Tiền lai trước tương lai điểm trong Tương lai, hay trước biến cố khác sẽ xảy ra trong Tương lai.

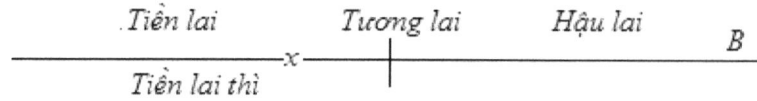

Anh về Vietnam tháng tới, phải không? Tụi tôi <u>sẽ</u> ra đón <u>trước</u> giờ đáp.
Anh về Vietnam tháng tới, phải không? Tụi tôi <u>sẽ</u> ra đón <u>trước</u> khi anh <u>sẽ</u> đáp xuống.

2. Tương lai thì
Tương lai thì mô tả biến cố sẽ xảy ra ở tương lai điểm trong Tương lai.

```
         (Tiền lai)      Tương lai      (Hậu lai)
    _____x_____x_____x_____ B
        Tương lai thì    Tương lai thì      Tương lai thì
```

Ngày mai, tôi <u>sẽ</u> tới gặp anh.

3. Hậu lai thì
Hậu lai thì mô tả biến cố sẽ xảy ra trong Hậu lai sau tương lai điểm trong Tương lai, hay sau biến cố sẽ xảy ra trong Tương lai.

```
         Tiền lai        Tương lai        Hậu lai
    _____|_____x_____ B
                                          Hậu lai thì
```

Ngày mai, tôi <u>sẽ</u> đến sau 5 giờ chiều.
Cứ an tâm! Tôi <u>sẽ</u> giải quyết xong mọi chuyện <u>sau</u> khi bà <u>sẽ</u> đi.

* Nếu 3 biến cố sẽ xảy ra trong khoảng chính TƯƠNG LAI,

A <u>sẽ</u> làm trước lúc đó, B <u>sẽ</u> làm việc lúc đó, và C <u>sẽ</u> làm việc sau lúc đó.

Chú thích
* Trong khoảng chính TƯƠNG LAI, Tương lai thì được dùng. Trong trường hợp 3 biến cố sẽ xảy trong khoảng chính TƯƠNG LAI, Tiền lai thì, Tương lai thì, và Hậu lai thì được sắp xếp theo nguyên tắc: trước-cùng-sau. Trong Việt ngữ, trong khoảng chín TƯƠNG LAI, chỉ "sẽ" thêm vào động từ: sẽ + đt.
* Tuy nhiên, "sẽ", đôi khi, được dùng lỏng lẻo. Không có các thì tương lai khác nhau do hình thức chia động từ khác nhau trong Việt ngữ như trong ngoại ngữ.

Sắp xếp thì theo nguyên tắc: trước-cùng-sau

Nguyên tắc: trước-cùng-sau được áp dụng để sắp xếp thì cho các biến cố.

```
     Trước          Cùng           Sau
      Hđ2            Hđ2            Hđ2
    _____|_____ A
                      Hđ1
```

Hành động1 và Hành động2 tiêu biểu thì và biến cố. Hđ1 và Hđ2 có liên hệ với nhau. Theo nguyên tắc, Hđ1 làm tiêu chuẩn, và

* Nếu Hđ2 xảy ra trước Hđ1,	Trước
* Nếu Hđ2 xảy ra cùng với Hđ1,	Cùng
* Nếu Hđ2 xảy ra sau Hđ1,	Sau

Rồi khung B lướt trên khung A theo chiều thời gian, và các hành động (biến cố hay thì) chiếu xuống trên khung B, các thì trên A trở thành các thì tương ứng trên B trong 3 khoảng chính: QUÁ KHỨ _ HIỆN TẠI _ TƯƠNG LAI. Mỗi khoảng chính có riêng 3 khoảng phụ. Đây là mẹo dùng thì cho mọi văn phạm.

```
                        Hđ2   Hđ2      Hđ2
                        ─────────────────────── A (bất dịch)
                              Hđ1                          Th. thời gian ──→
 ──────┼──────         ──────┼──────          ──────┼──────
Tiền khứ Quá khứ Hậu khứ   Quá khứ Hiện tại Tương lai   Tiền lai Tương lai Hậu lai   B (di động)
       QUÁ KHỨ                   HIỆN TẠI                    TƯƠNG LAI
        Hđ2  Hđ2  Hđ2           Hđ2  Hđ2  Hđ2              Hđ2  Hđ2  Hđ2
        ─────────────           ─────────────              ─────────────
             Hđ1                      Hđ1                        Hđ1                  B
    Tiền khứ Quá khứ Hậu khứ   Quá khứ Hiện tại Tương lai   Tiền lai Tương lai Hậu lai
```

Lưu ý

Đây là cách nhìn mới của tác giả, lộ trình riêng tác giả chọn để khảo sát các văn phạm: Việt, American, và français. Tác giả thiên về dùng hình ảnh để giải thích vì một bức tranh = 1000 lời. Theo thiển ý, lối khảo sát văn phạm này là con đường thẳng vì đường thẳng là đường ngắn nhất.

Sau đây là vài thí dụ:
1. Trong khoảng chính QUÁ KHỨ
   * *Hđ1: Quá khứ; = hắn đã làm việc lúc đó.*

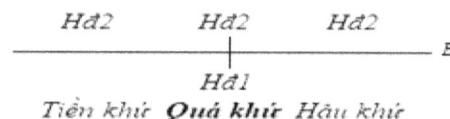

(Trước)	Tôi đã làm việc trước khi hắn đã làm việc lúc đó.	(Tiền khứ)
(Cùng)	Tôi đã làm việc trong khi <u>hắn đã làm việc lúc đó.</u>	(Quá khứ)
(Sau)	Tôi đã làm việc sau khi hắn đã làm việc lúc đó.	(Hậu khứ)

2. Trong khoảng chính HIỆN TẠI
   * *Hđ1: Hiện tại; = hắn làm việc bây giờ*

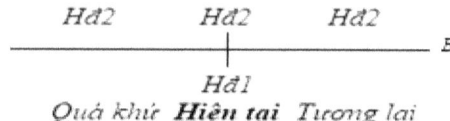

(Trước)	Tôi đã làm việc trước khi hắn làm việc bây giờ.	(Quá khứ)
(Cùng)	Tôi làm việc trong khi hắn làm việc bây giờ.	(Hiện tại)
(Sau)	Tôi sẽ làm việc sau khi hắn làm việc bây giờ.	(Tương lai)

Trong thời gian bị tù, <u>bây giờ hắn ao ước</u> (điều không thể xảy ra):

(Trước)	hắn <u>đã là</u> loài chim trước bây giờ.	(Quá khứ)
(Cùng)	hắn <u>là loài chim bây giờ.</u>	(Hiện tại)

(Sau)   hắn <u>sẽ là</u> loài chim sau bây giờ   (Tương lai)

Chú thích
*Ao ước = điều không thể xảy ra ở cảm quan cách (Việt ngữ).
* The impossible subjunctive tenses (American): Past perfect, Past simple ("were" for all the persons), Past future simple. Là loài chim (to be a bird): subjunctive (impossible) because man cannot be a bird.
* Việt ngữ: các thì của các diễn ý cách (moods) được mượn từ sự kiện cách (indicative). Không có thì riêng cho các diễn ý cách; khác hẳn ngoại ngữ.

3. Trong khoảng chính TƯƠNG LAI
* Hđ1: Tương lai; = hắn sẽ làm việc đó.

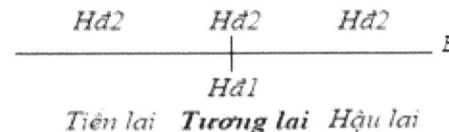

(Trước)   Tôi sẽ làm việc trước khi hắn sẽ làm việc lúc đó.   (Tiền lai)
(Cùng)   Tôi sẽ làm việc trong khi <u>hắn sẽ làm việc lúc đó.</u>   (Tương lai)
(Sau)   Tôi sẽ làm việc sau khi hắn sẽ làm việc lúc đó.   (Hậu lai)

Chú thích
* Trong Việt ngữ, "sẽ" dùng cho 3 biến cố sẽ xảy ra trong khoảng chính TƯƠNG LAI.
    Tôi sẽ tới trước khi nó sẽ đi; tôi sẽ tới cùng lúc nó đi; tôi sẽ tới sau khi nó sẽ đi.
* Trong American, trong trường hợp 3 biến cố sẽ xảy ra trong khoảng chính FUTURE, the Present simple dùng ở Future vì theo văn phạm American, the Present simple thay thế the Future perfect hay the Future simple trong mệnh đề phụ thời gian nếu hai biến cố có liên hệ.
    I will have come <u>before he comes</u>; I will come <u>after he comes</u>.

* *Nguyên tắc chọn thì*

*Thí dụ, trong khoảng chính QUÁ KHỨ hai biến cố đã xảy ra; nếu có sự liên hệ giữa hai biến cố này, hai mệnh đề được nối nhau bằng liên từ phụ thuộc, thường là liên từ phụ thuộc thời gian như "trước khi, trong khi, sau khi". Vì thế, 2 past tenses (ngoại ngữ) khác nhau được chọn thích hợp. Nếu không có sự liên hệ, cả hai có cùng quá khứ thì. Nguyên tắc cũng áp dụng cho các khoảng chính khác (ngoại ngữ). Riêng đối với Việt ngữ, không có dạng động từ khác biệt theo thì và thời. Tên thì chỉ dùng cho phân biệt thời gian, hình thức chia động từ luôn trong dạng: **đã/vừa/0/sắp/sẽ + đt.** Do vậy, chọn thì không là vấn đề trong Việt ngữ.*

Nguyên tắc chọn thì cho các biến cố xảy ra trước-cùng-sau ích lợi nhất là khi áp dụng cho français và American vì động từ biến dạng theo thì và thời.

Tiền khứ thì		**Quá khứ thì**
Pre-past tense		Past tense
Tôi **đã** đi	trước khi	nó **đã** rời. (related)
I <u>had departed</u>	before	he <u>left</u>.
J'étais parti	avant qu'	il partait.
Tôi **đã** đi;		nó **đã** rời. (unrelated)

I departed;   *he left.*
Je partais   *il partait.*

* Liên từ phụ thuộc chỉ thời gian cho biết biến cố trước, cùng, hay sau biến cố làm chuẩn vì động từ Việt không biến dạng theo thì.

	QUÁ KHỨ	
Tiền khứ	*Quá khứ*	*Hậu khứ*
Đã	*Đã*	*Đã*
	HIỆN TẠI	
Quá khứ	*Hiện tại*	*Tương lai*
Đã, vừa	*0*	*Sắp, sẽ*
	TƯƠNG LAI	
Tiền lai	*Tương lai*	*Hậu lai*
Sẽ	*Sẽ*	*Sẽ*

Thí dụ tiêu biểu cho 3 biến cố liên hệ đã xảy ra trong khoảng chính QUÁ KHỨ.

A	B	C
Tiền khứ	*Quá khứ*	*Hậu khứ*
Đã	*Đã*	*Đã*

So sánh

A <u>đã làm</u>   trước khi   B <u>đã làm</u>   trước khi   C <u>đã làm</u>.
A <u>had worked</u>   before   B <u>worked</u>   before   C <u>would work</u>.
A <u>avait travaillé</u> avant que B <u>travaillait</u> avant que C <u>travaillerait</u>.

Lưu ý quan trọng dành cho trường hợp trực-gián thuyết
Theo lý thuyết, trong trực-gián thuyết:
1. Các tên thì được đổi tuỳ vào khoảng chính QUÁ KHỨ, HIỆN TẠI, và TƯƠNG LAI.
2. Chia động từ luôn dựa vào "đã/vừa/0/sắp/sẽ" + động từ.
3. Tên thì đổi thay không ảnh hưởng tới chia động từ. Chia động từ chỉ lệ thuộc thời gian: quá khứ, hiện tại, tương lai để dùng "đã, vừa, 0, sắp, sẽ".

Chương 9   *Danh từ*

Danh từ dùng chỉ tên người, con vật, vật (cụ thể hay trừu tượng), ... Danh từ cũng là một trong các cấu từ không biến dạng theo giống và số. Để diễn tả giống, mạo từ, tĩnh từ chỉ giống ("đực, cái", "nam, nữ", ...) được dùng, và để diễn tả số lượng, tĩnh từ số lượng được dùng (tĩnh từ số lượng "các, những", ...) Việt từ là từ độc thanh cho nói/độc vần cho viết. Mỗi thanh được ghi bằng mẫu tự Latin thành từ. Nhờ công lao của giáo sĩ Alexandre de Rhodes đóng góp vào nhiệm vụ tạo tả ngữ Việt, dân tộc Việt có khẩu và tả ngữ gọi là Quốc Ngữ hay Việt ngữ.

Do tính vốn dĩ của Việt ngữ, ngôn ngữ độc thanh/độc vần, từ đơn hay từ kép được dùng để chỉ thực thể nào đó.

    Bàn ghế nhà sông hồ ... chính phủ xã hội con người ...

Phân loại danh từ

A. Hình thức

1. Danh từ chung
Danh từ chung chỉ người, con vật, vật (cụ thể hay trừu tượng), một trong cùng loại. Danh từ chung không viết hoa.

    Người đàn ông nhà bàn ý tưởng vấn đề cuộc sống ...

2. Danh từ riêng
Danh từ riêng dùng chỉ thực thể để phân biệt thực thể này với các thực thể khác cùng loại. Danh từ riêng viết hoa.

    Bích Hằng Tuấn Bộ Văn Hoá Dinh Độc Lập Toà Bạch Ốc ...

3. Danh từ đếm được
Danh từ đếm được là danh từ tự có đơn vị để đếm

    (1, 2, 3, ...) người ghế chén vấn đề định luật, ...

4. Danh từ không đếm được
Danh từ không đếm được là danh từ không tự có đơn vị. Nó phải mượn đơn vị để đếm.

    Cà phê đường muối nước tình yêu nỗi buồn sự ghét ...
    <u>*Ly*</u> *cà phê* <u>*muỗng*</u> *đầy đường* <u>*nhúm*</u> *muối* <u>*biển*</u> *tình* <u>*rừng*</u> *sầu* <u>*núi*</u> *hận ...*

5. Danh từ cá nhân
Danh từ cá nhân chỉ thực thể trong một tập thể

    Bàn xe đạp ghế dao bò trâu câu văn ý tưởng ...

6. *Danh từ tập hợp*
Danh từ tập hợp chỉ một số thực thể.

    Hội đồng   đoàn   toán   nhóm   đội   uỷ ban   quốc hội   bộ...
    Bộ bàn ghế   dẫy xe đạp   bộ dao   đàn bò   đàn trâu   đoạn văn

7. *Danh từ đơn*
Danh từ đơn là một từ

    Người   trăng   nước   sông   biển ...

8. *Danh từ kép*
* *Vài từ chỉ một thực thể*

    Nỗi buồn   nỗi đau   trái đất ...

* *Các danh từ chỉ một thực thể ghép lại để chỉ thực thể khác*

    Xe + hàng hoá = xe hàng
    Phòng + tắm = phòng tắm
    Xe + ngựa = xe ngựa

Chú thích
* *Danh từ kép = danh từ + loại từ khác.*

9. *Danh từ nam tính*

    Đàn ông, ông lão, thanh nam, cậu bé, nam sinh, thầy giáo, ...

10. *Danh từ nữ tính*

    Đàn bà, bà lão, thanh nữ, cô bé, nữ sinh, cô giáo, ...

11. *Danh từ lưỡng tính*

    Nhà giáo, kỹ sư, trưởng ban, chủ tịch, bác sĩ, ý tá, tiếp viên, ...
    Con bò, con trâu, con ngựa, con mèo, con chó, con sư tử, con hổ, ...

Chú thích
* *Thường, "nam hay nữ" dùng phân biệt giống của người, thí dụ, "nam bác sĩ, nữ bác sĩ", ...*
* *Thường, "đực hay cái" cho súc vật như "bò đực, bò cái", "mèo đực, mèo cái", "chó đực, chó cái", "sư tử đực, sư tử cái", "hổ đực, hổ cái", ...*

12. *Danh từ trung tính (đồ vật)*

    Con dao, cái kéo, ngôi nhà, mái trường, chiếc lá, ...

Thành lập danh từ ghép

Có vài cách tạo danh từ kép:

* dt. + đt. + dt. (n + v + n)

    Bàn + đọc + sách = bàn đọc sách
    Bàn + chải + răng = bàn chải răng
    Đồ + chùi + soong = đồ chùi soong, bùi nhùi

* dt. + dt. (n + n)

    Nghệ thuật + người học = nghệ sĩ
    Văn chương + người học viết văn = văn sĩ
    Nhạc lý + người học = nhạc sĩ; Bài ca + người học hát = ca sĩ
    Nhạc cụ + người học chơi nhạc cụ = nhạc công
    Kịch bản + người học đóng vai = kịch sĩ
    Kịch bản + người viết = soạn giả, người viết kịch
    Văn phẩm + người tạo = tác giả (dùng chung)

* dt. + đt. (n + v)

    Cầu + nổi = cầu nổi
    Nơi + tắm = phòng tắm
    Nơi + ngủ = phòng ngủ

* đt. + dt. (v + n)

    Bay + máy = phi cơ, máy bay
    Tu sửa bản thân + người học = tu sĩ (người theo tôn giáo nào đó để sửa mình)
    Diễn tả + người làm hành động = diễn viên
    Nói lời nhạc + người học = ca sĩ

* dt. + tt. (n + adj.)

    Mầu + trắng = mầu trắng
    Mầu + xanh = mầu xanh
    Nỗi + buồn = nỗi buồn (nỗi: vấn đề, chuyện thuộc tình cảm, tinh thần, thể xác)

* tt. + dt. (adj. + n)

    3 + góc = tam giác
    4 + góc = tứ giác
    Trong trắng + gái = trinh nữ

* đa từ

    Nha Cải Cách Điền Địa   Bộ Giáo Dục   Bộ Xây Dựng Nông Thôn

* Hoà hợp Nho và Việt

Số từ Nho được phối hợp với từ Việt thuần tuý theo dạng: Nho-Nho, Việt-Nho,

Nho-Việt. Do vậy, sự phối hợp tăng thêm nét hay, văn vẻ, đài các của Việt ngữ và làm cho kho tàng từ vựng phong phú thêm. Theo ngu ý, nếu hai từ Nho được mượn, cách nói/viết của người Tàu thường được giữ đúng; nếu phối hợp Nho-Việt hay Việt-Nho, sự phối hợp tuỳ vào dấu giọng để tạo nét êm tai. Đôi khi, cả hai Nho-Việt hay Việt-Nho được chấp nhật mềm mỏng vì cả hai mang nét thuận tai. Thí dụ, Bạch hồng = Hồng bạch. Cũng có dạng: Nho-Việt-Nho và Việt-Nho-Việt. Nói tóm, không có luật rõ rệt để phối hợp Việt và Nho.

B. Bản chất

1. Thời gian: năm, tháng, ngày, giờ, tuổi tác, ...

2. Nơi chốn: nước, vùng, thành, tỉnh, làng (xã), ấp ...

3. Vật liệu: đất, gỗ, vàng, bạc, đồng đỏ, đồng thau, nhôm, ...

4. Tinh thần: lý trí, trí tuệ, can đảm, sợ hãi, sức mạnh, sức yếu, thông minh, dốt

5. Tình cảm: yêu, ghét, giận, hờn, buồn, vui, ...

6. Tính tình: hiền hậu, ác, tham, rộng rãi, ...

7. Cụ thể: người, con vật, vật, sông, núi, rừng, suối, ...

8. Trừu tượng: tư tưởng, ý tưởng, câu văn, cảm xúc, hiệu lực, lý thuyết, luật, ...

9. Hình dáng: vuông, chữ nhật, bình hành, hình thang, tứ giác, ...

10. Kích thước: cỡ, chiều dài, chiều rộng, chiều cao, chiều sâu, ...

11. Số lượng: trọng lượng, thể tích, dung tích, toán, nhóm, băng, đàn, ...

12. Phẩm chất: thượng hạng, sự giầu, sự nghèo, sự tốt, ...

13. Mầu sắc: trắng, đen, hồng, tím, nâu, mận, ...

14. Tình trạng, hoàn cảnh, điều kiện

Sự khó khăn, sự khắt khe, sự giầu, sự nghèo, sự nguy hiểm, ...

Giống và số danh từ

Giống và số của danh từ dựa vào đặc tính của thực thể do danh từ đó chỉ định. Mạo từ và tĩnh từ chỉ giống giúp phân loại giống của danh từ, và tĩnh từ số đếm giúp chỉ định số lượng của danh từ.

1. Giống đực

Con trai, đàn ông, bò đực, gà trống, ...

Chú thích
* *Con = mạo từ; đực, trống, mái = tĩnh tự chỉ giống.*

2. Giống cái

Con gái, đàn bà, bò cái, gà mái, ...

3. Lưỡng giống

Kỹ sư, bác sĩ, nhà giáo, nhạc sĩ, ...

Chú thích
* *Để chỉ giống danh từ chỉ 2 giống, người ta thêm "nam, nữ, đực, cái, ...". Thí dụ, nữ sinh, nam sinh.*

4. Trung giống (không đực không cái vì không thể truyền giống)

Cái bàn, chiếc ghế, ngôi nhà, ý tưởng, con dao, cái kéo, nỗi buồn, nỗi cô đơn

Để diễn tả số của danh từ, tĩnh từ số lượng được dùng như "các, những, vài, một, hai, ..."

a. Số ít

Chiếc bàn, cái ghế, con đò, nàng gái, cậu trai, ngôi làng, ...

b. Số nhiều

<u>Những</u> chiếc bàn, <u>các</u> cái ghế, <u>nhiều</u> con đò, những nàng gái, các cậu trai, dăm con bò, vài con trâu, ...

Chú thích
* *Mạo từ: con, cái, cậu, chiếc, ngôi, mái, ... tương đương với "a, an, un, une" của ngoại. Nó không nghĩa là "một" thuộc tĩnh từ số đếm.*
* *Có sự hiểu lầm khi tiếng pháp có mạo từ và tĩnh từ số đếm giống nhau "un, une".*
* *Không dịch "un, une" là "một" khi chúng là mạo từ vì câu văn không hàm ý số lượng nhưng chỉ vật nào đó ở số ít hiện hữu đâu đó. "Một" chỉ dùng khi số đếm được hàm ý. Thí dụ,*
  Có nhà hàng nào ở đây không, thưa ông? (mạo từ)
  Ông mở <u>mấy</u> nhà hàng? (số đếm)
  Tôi mở <u>một</u> nhà hàng.
* *Phần lớn người Việt xưa và nay hiểu lầm mạo từ ngoại là tĩnh từ số đếm như*
  a/an/un/une = một; như một chiếc xe; "một" là tĩnh từ số đếm chứ không là mạo từ
  a/an/un/une = cái, con, chiếc, ngôi, căn, người, ... (tương đương ứng với mạo từ Việt khi không hàm ý đếm).

Nhiệm vụ danh từ

Đây là nhiệm vụ của danh từ:
A. Danh nhiệm
* *Chủ từ: người hành động.*

Bà Năm ngồi ăn trầu.

* *Túc từ: người nhận hành động trực tiếp hay gián tiếp.*
** *Trực túc: người nhận hành động không qua giới từ.*

Chúng tôi chào Bà Năm.

** Gián túc: người nhận hành động qua giới từ.

Mẹ tôi trao miếng trầu cho Bà Năm.

* Giới túc: từ sau giới từ bổ nghĩa từ (≠ đt.) đứng trước giới từ (≠ khác gián túc).

Thẩm Thuý Hằng là người đẹp ở Bình Dương
Nhà của Thím Sáu
Thời tiết trong năm nay ít nóng hơn.

Chú thích
* Bình Dương = giới túc bổ nghĩa danh từ "người đẹp" qua giới từ "ở".
* Thím Sáu = giới túc bổ nghĩa danh từ "nhà" qua giới từ "của". Cùng cách cho các giới túc còn lại.

* Phụ từ: từ bổ nghĩa chủ từ và trực túc qua động từ gọi là nhịp cầu/động từ liên hệ; đôi khi, qua giới từ cùng lúc.

Hắn là bạn tôi.
Tôi xem hắn là người bạn.
Hắn trông giống em tôi.

Chú thích
* Bạn = phụ từ bổ nghĩa "hắn" qua động từ "là". Cùng cách cho các phụ từ còn lại.

* Áp từ: từ đặt cạnh từ khác để làm rõ nghĩa từ khác này. Áp từ tựa tĩnh từ nhưng khác tĩnh từ ở điểm nếu áp từ được bỏ, nghĩa không thay đổi.

Ngoại tôi, Bà Năm, thương các cháu.
Ông X, giảng sư đại học, viết cuốn tiểu luận kinh tế.
Anh ấy con ông Năm bị bắt vì phạm tội.

Chú thích
* Có 2 loại áp từ dựa vào tính giới hạn-tính chủ yếu. Nếu không tính giới hạn, không tính chủ yếu, 2 hay 1 dấu phẩy được dùng.
    Ngoại tôi, Bà Năm, thương các cháu. (không giới hạn, không chủ yếu, 2 dấu phẩy)
    Bà Năm, ngoại tôi thương các cháu. (1 dấu phẩy nếu áp từ đứng đầu hay cuối câu)
Nếu bỏ áp từ, "ngoại" được xác định do từ "tôi". (không phải ngoại anh hay ngoại nó)
* Tính giới hạn và tính chủ yếu, không dấu phẩy.
    Anh ấy con ông Năm bị bắt vì phạm tội.
Nếu bỏ áp từ, "anh ấy" không thể định được con ai: Ông Năm, X, Y, Z, …?

* Bổ túc: từ diễn tả cách thế, mục đích, phương tiện, …, nơi chốn, hay thời điểm của động từ.

Mua tấm cạc Vịnh Hạ Long làm kỷ niệm trong chuyến du lịch.

Chú thích
* Kỷ niệm = danh từ = bổ túc mục đích của động từ (không chia) "mua".
* Chuyến du lịch = danh từ = bổ túc thời gian của động từ (không chia) "mua".

B. Tĩnh nhiệm

Trong danh từ kép, danh từ đóng vai trực tĩnh.

> Sách <u>văn phạm</u>, kho <u>lương thực</u>, kho <u>đạn</u>
> Bộ <u>Canh Nông</u>, Bộ <u>Giáo Dục</u>, Bộ <u>Ngoại Vụ</u>

Chú thích
* Các từ gạch dưới = trực tĩnh.

C. Trạng nhiệm

Đôi khi danh từ đóng vai trạng từ; thường là danh từ thời gian.

> Nó đi <u>hôm nay</u>; tôi đi <u>ngày mai</u>.
> Tôi đã sống ở đây <u>30 năm</u>.

Chú thích
* Các từ gạch dưới = trạng từ.

D. Hữu nhiệm

Danh từ làm sở hữu chủ hay sở hữu vật.

> Đây là <u>nhà</u> của <u>Thím Sáu</u>.
> Có trang trại rau của ông tôi ở Milwaukee.

Chương 10   _Đại từ_

Đại từ dùng thay thế danh từ đề cập trước để tránh lập lại danh từ đó. Khi thay thế danh từ, đại từ cũng thay thế các thành phần bổ nghĩa danh từ đó.

>Tôi gặp <u>Bà X</u> ở chùa. <u>Bà ta</u> vừa mới ở Vietnam về.
>Xin bác vui lòng chỉ cháu đường tới <u>Bến Xe Miền Đông</u>. <u>Nó</u> trên đường ...

Có nhiều loại đại từ khác nhau. Tổng quát, có 3 loại đại từ: <u>3-ngôi đại từ</u> là các đại từ chia cho 3 ngôi: người nói = ngôi 1; người nghe = ngôi 2; người được hai ngôi kia bàn tới = ngôi 3; <u>ngôi-3 đại từ</u> là các đại từ chỉ chia cho ngôi 3. <u>Giả định đại từ</u> (đại từ được tưởng tượng ra) chỉ dùng cho ngôi 3 không thay thế người, con vật, đồ vật, ... Nó chỉ định thực thể vô hình làm nhiệm vụ văn phạm theo nhu cầu của cấu trúc văn phạm, thí dụ, mệnh để phải có chủ từ; giả định đại từ được dùng làm chủ từ.

3-ngôi đại từ

Gồm các đại từ phân bổ cho 3 ngôi: 1, 2, và 3.

1. Ngôi thứ đại từ

Ngôi thứ đại từ gồm chủ từ đại từ, túc từ đại từ, giới giới đại từ, phụ từ đại từ, áp từ đại từ, và túc đại từ. Mặc dù mang tên khác nhau, các đại từ này có dạng giống nhau trong Việt ngữ. Do vậy, muốn phân biệt chúng, người ta chỉ dựa vào nhiệm vụ của chúng.

Hình thức

Ngôi	_Số ít_	_Số nhiều_
Ngôi 1	_Tôi_	_Chúng tôi_
Ngôi 2	_Ông, anh_	_Các ông, các anh_
	Bà, chị	_Các bà, các chị_
	_Em_	_Các em_
Ngôi 3	_Ông ấy, anh ấy_	_Các ông ấy, các anh ấy_
	_Em ấy_	_Các em ấy_
	Con vật ấy	_Các con vật ấy_
	Vật ấy	_Các vật ấy_
	Điều ấy	_Các điều ấy_

Chú thích
* _Ấy = đó = ta, ... cho ngôi 3 số ít hay số nhiều._

Đại từ Việt đơn giản hơn ngoại ngữ, nhưng Việt ngữ phong phú về đại từ, mạo từ, dư từ, nguyên âm, ...

Nhiệm vụ: chủ từ, túc từ, giới túc, phụ từ, áp từ, bổ túc,...

>_Chào ông, ông đi đâu?_ (câu hỏi thông lệ khi gặp nhau theo xã giao Việt)
>_Chào bà, bà đang làm gì, thế?_[1] (câu hỏi thông lệ khi gặp nhau theo xã giao Việt)

Chúng tôi đã gặp bà ta/ấy.
Chúng tôi đã không gặp ông ta/ấy.

Chú thích
* (1): *thế* = dư từ, vô nghĩa; nó thêm vào cho êm tai hay bộc lộ thái độ người nói đối với người nghe.

<u>Tôi</u> thấy <u>hắn</u> đi. (tôi = chủ từ; hắn = trực túc)
<u>Hắn</u> trả cuốn sách cho <u>tôi</u>. (hắn = chủ từ; tôi = gián túc)
Món quà dành <u>cho tôi</u> (tôi = giới túc sau giới từ "cho, dành cho")
Bạn đi với tôi không?
Có, tôi đi với anh.
Không, tôi bận; tôi không thể đi với anh.
Tôi trao cuốn sách cho <u>hắn</u>.
Cha đang làm gì, đấy?⁽²⁾ *Cha đọc báo.*

Chú thích
* Trong Việt ngữ, một từ có thể thuộc nhiều loại từ; thí dụ,
 Cha đang làm gì, đấy? Cha đọc báo.
 Dung, con làm gì. thế? Con học bài.
* Cha = danh từ; cha = đại từ ngôi 2 rồi ngôi 1.
* Con = đại từ, ngôi 2 rồi ngôi 1; con = mạo từ; con = trạng từ như trong "bé con", ...
* (2): *đấy* = dư từ, vô nghĩa; nó thêm vào cho êm tai hay bộc lộ thái độ người nói đối với người nghe.

2. Tương phản đại từ
Tương phản đại từ chính là ngôi thứ đại từ.
Hình thức   Tương phản đại từ = ngôi thứ đại từ

Nhiệm vụ: túc từ, giới từ, hay phụ từ, ...

<u>Anh ấy</u> làm khổ <u>anh ấy</u>.
<u>Chị ấy</u> mua xe cho <u>chị ấy</u>.
Anh ấy là anh ấy; tôi là tôi. Chúng tôi là hai người khác nhau.
Bạn tôi hạnh phúc với đàn con ngoan của chính mình.
Chả ai thương ta. Chỉ ta thương chính ta!

3. Tương giao đại từ
"Nhau" là giao đại từ chỉ người, con vật, vật, ...
Hình thức   Tương giao đại từ = nhau

Nhiệm vụ: túc từ, giới từ, hay phụ từ, ...

Chúng nó thương <u>nhau</u>. (nhau: trực túc)
Chúng tôi chuyện trò với <u>nhau</u>. (nhau: gián túc)
Người ta chào hỏi nhau.
Hai xe đụng nhau.
Quà Giáng Sinh cho nhau.
Chả ai thương ta. Chỉ ta thương nhau!

Chúng trong giống nhau. *(nhau = phụ từ = chúng)*

4. Cường ý đại từ
Cường đại từ = chính + ngôi thứ đại từ/gia ngôi đại từ. Dùng nhấn mạnh vào ngôi thứ đại từ.

Hình thức

Chính tôi   *Chính chúng tôi*
Chính ông/bà/anh/chị/em   *Chính các ông/bà/anh/chị/em*
Chính ông/bà/anh/chị/em ấy   *Chính các ông/bà/anh/chị/em ấy*
Chính con vật/cái/điều ấy   *Chính các con vật/cái/điều ấy*
Chính con   *Chính các con, ...* *(gia ngôi đại từ)*
Chính cha, chính mẹ, chính chú, chính cô, chính chú... *(gia ngôi đại từ)*

Nhiệm vụ: chủ từ, túc từ, giới túc, phụ từ, áp từ, ...

Chính cha đã làm điều đó. Không phải con.
<u>*Chính hắn*</u> *giết nàng.*
Hắn chính hắn giết nàng.
Tôi tặng món quà này cho chính em.
Anh chính anh hại anh ấy.
Nó đưa cái đó cho Xuân, chính nàng.
Nó yêu thân nó, chính nó; nàng yêu thân nàng, chính nàng.

5. Gia ngôi đại từ *(một trong những nét độc đáo của văn phạm Việt)*
Người Việt có khuynh hướng biến danh từ vai vế trong gia đình thanh gia ngôi đại từ. Thí dụ, "cha, mẹ, chú, thím, ..., con" *(danh từ vai vế)* thành gia ngôi đại từ.

Form   Gia ngôi đại từ *(ngôi 1 và 2 đảo qua lại)*

Nhiệm vụ: chủ từ, túc từ, giới túc, phụ từ, áp từ, ...

So sánh với đại từ ngoại để thấy nét hay Việt ngữ

<u>Cha</u> làm gì, thưa <u>cha</u>?[1]   _ <u>Cha</u> đọc báo. [2]
Dad are doing what, Dad?   _ Dad am reading a newspaper. *(Vietnamese style)*
What are <u>you</u> doing, <u>Dad</u>?   _ I am reading a newspaper.
Thưa <u>mẹ</u>, <u>mẹ</u> làm gì, thế?[3]   _ <u>Mẹ</u> nấu cơm.
Mom, mom are doing what, thế?   _ Mom am cooking. *(Vietnamese style)*
What are <u>you</u> doing, <u>Mom</u>?   _ <u>I</u> am cooking.
Dung, <u>con</u> làm gì, đấy?[4]   _ Thưa mẹ, <u>con</u> đang học bài.
Dung, child are doing what, đấy?   _ Mom, child am studying. *(Vietnamese style)*
Dung, what are <u>you</u> doing?   _ Mom, <u>I</u> am studying.
<u>Con</u> biết mẹ đi đâu không?   _ <u>Con</u> không biết mẹ đi đâu.
Child know mom goes where?   _ Chid not know mom goes where. *(Vietnamese style)*
Do <u>you</u> know where your mom goes?   _ I do not know where mom goes.

Chú thích
* Việt ngữ giầu về đại từ.

6. Sở hữu đại từ
Tiếng Việt không có sở hữu đại từ vì nó không có hình thức riêng. Nó là sự kết hợp của vật sở hữu, giới từ "của", và ngôi thứ đại từ có dạng như sau:

Hình thức   Vật sở hữu-của-ngôi thứ đại từ

Nếu xem 3 thành phần này là khối từ không tách rời bằng cách thêm gạch nối, hình thức này được gọi là sở hữu đại từ để phân tích văn phạm dễ dàng. Nếu có ý tách riêng 3 thanh phần (bỏ gạch nối), chúng không tạo sở hữu đại từ. Nếu chấp nhận hình thức này là sở hữu đại từ, nó chỉ được dùng lần 2, 3, .. để tránh lập lại gì được đề cập trước.

Việt ngữ ít có hình thức riêng cho, thí dụ, chủ từ, túc từ, ... và sở hữu đại từ, ... Do vậy, nếu chấp nhận [vật sở hữu-của-ngôi thứ đại từ] = khối từ không tách rời, nó là sở hữu đại từ. Nếu không chấp nhận, nó không là sở hữu đại từ. Đây chỉ là ý kiến người viết cho mục đích phân tích văn phạm dễ dàng. Hoàn toàn tuỳ vào ý của đa số bạn đọc. Nếu xem hình thức trên là sở hữu đại từ, nó làm một trong những nhiệm vụ sau:

Nhiệm vụ: chủ từ, túc từ, giới túc, phụ từ, áp từ, ...

> *Đây là nhà của nó.* *(không là sở hữu đại từ)*
> This the house of him = this is his house. *(not a possessive pronoun)*
> *Nhà-của-nó trông đẹp.* *(sở hữu đại từ vì được xem là khối từ và dùng để tránh lập lại)*
> <u>His</u> looks beautiful. *(possessive pronoun used to avoid repetition)*
> *Đây là căn <u>nhà nó</u>.*
> This is the house of him = This is <u>his</u> house
> *Nó bán <u>căn nhà-nó</u> giá cao.*
> He sold <u>his</u> at a high price.
> *Đây là xe đạp người này; đó là xe đạp người kia.*
> This bicycle is of this person; that is of that person.
> <u>*Xe-đạp-người này*</u> *mới hơn* <u>*xe-đạp-người kia*</u>.
> <u>His</u> is newer than the other's. [1]

Chú thích
* Sở hữu đại từ = vật sở hữu-(của)-ngôi thứ đại từ chỉ dùng lần 2, 3, ... để có ý tránh lập lại gì được đề cập trước. Để tạo hình thức khác biệt giữa hình thức tách rời và gắn liền, gạch nối được dùng (sáng kiến của người viết có lối nhìn mới về văn phạm Việt).
* Tiếng Việt có sở hữu đại từ nếu 3 từ tách rời được nối lại khi được viết. Nếu không, Việt ngữ không có sở hữu đại từ trong hình thức riêng, không như ngoại ngữ. So sánh với ngoại ngữ như American để thấy rõ.

Không sở hữu đại từ	Sở hữu đại từ	
The house of him = his house	His	*(avoiding repetition)*
Căn nhà của nó = nhà nó	Căn nhà-của-nó = nhà-nó	*(để tránh lập lại)*

* Đây chỉ là sáng kiến của người viết. Độc giả có cùng hướng nhìn hay không tuỳ thuộc ý của độc giả.
* Việt ngữ ít dùng hình thức thay lời để diễn ý. Khác hẳn ngôn ngữ ngoại.

* *Hình thức của từ không thay đổi theo nhiệm vụ trong, thí dụ, mệnh đề. So sánh với ngoại để nhìn rõ, thí dụ.*

Subject	Object	Possession	Possessive pronoun (avoiding repetition)
I	me	House of him = his house	His
Tôi	Tôi	Nhà của nó	Nhà-của-nó

* (1): mặc dầu his ≠ his (possessive pronoun) trong trường hợp này, "the other's" thay "his" để tránh vụng về.

Ngôi-3 đại từ

Gồm các đại từ chỉ đi với ngôi 3.

1. *Bất định đại từ*

Bất định đại từ là đại từ chỉ người, con vật, vật bất định. Chia thành loại: nhấn mạnh và không nhấn mạnh ở số ít.

* *Nhấn mạnh*

    Bất cứ người nào   Bất cứ vật nào
    Bất cứ con vật nào   Bất cứ điều nào

    Không bất cứ người nào   Không bất cứ con vật nào
    Không bất cứ vật nào   Không bất cứ điều nào

    Bất cứ người nào ...không?   Bất cứ vật nào ... không?
    Bất cứ con vật nào ... không?   Bất cứ điều gì không?

* *Thường*

    Người nào   Vật nào
    Con vật nào   Điều nào

    Không người nào   Không vật nào
    Không con vật nào   Không điều nào

    Người nào ... không?   Vật nào ... không?
    Con vật nào ... không?   Điều nào ... không?

Nhiệm vụ: chủ từ, túc từ, giới túc, phụ từ, áp từ, ...

    Người nào đó gọi điện thoại cho anh.
    Nàng không điện thoại với người nào, cả.
    Đây là cuốn sách người nào đó bỏ quên.
    Hắn là ai? Người nào đó tôi không rõ.
    Có người nào gọi phôn tôi không?
    Có điều nào mới lạ không?

Chú thích

* Có vài đại từ đi với trực tĩnh (không cần qua liên động từ) trong tiếng ngoại cũng như tiếng nội/tiếng mẹ.
    Something new = Có điều nào mới, có gì đó mới.
    Is there something new? = Có điều nào đó mới không?
* Trực tĩnh là tĩnh từ bổ nghĩa danh từ hay đại từ không qua động từ (liên động từ)
    A beautiful girl = Nàng gái đẹp ≠ Nàng đẹp gái = She is beautifu or a girl is beautiful.

* Gián tĩnh là tĩnh từ bổ nghĩa danh từ hay đại từ qua động từ (liên động từ).
* Về mệnh đề (clauses), Việt ngữ có 3 loại: chính mệnh đề, phụ mệnh đề, và 0-đt mệnh đề (động từ "thì" = "to be"/"être" được bỏ cho êm tai).
          He is handsome = Hắn đẹp trai.
* Do vậy, ai đó chuyển dịch Việt sang ngoại, nên dựa vào ý hay cấu trúc các chữ trong hành văn để kết luận mệnh đề không động từ hay nhóm chữ trước khi chuyển dịch. Nguyên tắc của dịch thuật là ý tưởng làm nền, nhưng không từng chữ, từng nghĩa tra từ từ điển làm nền để chuyển ngữ. Người dịch vô tình mắc lỗi ngớ ngẩn mà không hay. Luôn phải nắm chắc ý của hành văn Việt và diễn ý đó theo hành văn văn ngoại; kể cả, cách chọn từ vì hai văn hoá khác biệt cho sự chọn từ khác nhau. Thí dụ,
          Thank you = Cám ơn
          You are welcomed = Dạ, không dám (= dare)
Chớ   Anh được đón tiếp = Yes, dare not/do not dare
          Kính gởi Uỷ Ban Nhân Dân = Respectfully to People's Committee.
* Người Americans không dùng "respectfully" trong nhóm chữ này vì họ không phân biệt mức thấp, cao giữa các cơ quan. Họ quan niệm nếu gởi đi "from + cơ quan" và nếu gởi tới "to + cơ quan". "Respectfully" được dùng trong bài văn khác, thí dụ, bức thư giao tế dịch vụ, từ người thấp tới người cao, sự xa lạ cần sự bặt thiệp, "respectfully" được dùng ở cuối thư trước khi ký tên và viết rõ tên phía dưới chữ ký. "Respectfully yours," (rồi ký và viết tên).

2. Bất lượng đại từ
Bất lượng đại từ đại từ diễn tả số lượng bất định của người, con vật, vật ở số nhiều.
Hình thức

	Người	**Con vật**	**Vật**	**Điều**
Xác.	Vài người	Vài con vật	Vài vật	Vài điều
Phủ.	Không vài người	Không vài con vật	Không vài vật	Không vài điều
Vấn.	Vài người … không?		Vài con vật … không?	
	Vài vật … không?		Vài điều … không?	

Ngoài ra, "nhiều, ít, tất cả, một số, …"

Nhiệm vụ: chủ từ, túc từ, giới túc, phụ từ, áp từ, …

    Vài trong số học sinh của/trong lớp vắng mặt.
    Bạn có mua vài món gì không? _ Chả mua vài món gì cả.
    Nhiều trong số nhân viên bỏ việc vì lương thấp.
    Bác cần bao nhiêu bàn? _ Tôi cần vài cái/chiếc.
    Vài trong số học sinh của/ở/trong lớp học kém.

Chú thích
* Mạo từ = đại từ để tránh lập lại danh từ đó. Nó thường đi với tĩnh từ số lượng. (Đặc nét của Việt ngữ).
    Anh thấy mấy người đàn ông? Mấy/vài người (mấy/vài = tt; người = mạo từ biến thành đại từ thay thế danh từ "đàn ông")
    Ông mua mấy/dăm/vài chiếc áo sơ mi không? Hai chiếc, mấy chiếc, dăm/vào chiếc.
* Việt ngữ giầu về mạo từ.

3. Lưỡng nhiệm đại từ
Lưỡng nhiệm đại từ là đại từ làm hai nhiệm vụ trong mệnh đề hay văn cú.
Hình thức
* Nhấn mạnh (ở số ít)

Bất cứ người nào   *Bất cứ người nào ..., người ấy ...*
Bất cứ con vật nào   *Bất cứ con vật nào ..., con vật ấy ...*
Bất cứ vật nào   *Bất cứ vật nào ..., vật ấy ...*
Bất cứ điều nào   *Bất cứ điều nào ..., điều ấy ...*

* *Không nhấn mạnh (ở số ít và số nhiều)*

(Vài) Người nào   *(Vài) Người nào ..., (vài) người ấy ...*
(Vài) Con vật nào   *(Vài) Con vật nào ..., (vài) con vật ấy ...*
(Vài) Vật nào   *(Vài) Vật nào ..., (vài) vật ấy ...*
(Vài) Điều nào   *(Vài) Điều nào ..., (vài) điều ấy*

Chú thích
* Bất cứ: dùng nhấn mạnh và ở số ít. Nào: dùng không nhấn mạnh và ở số ít hay nhiều.
* Lưỡng nhiệm đại từ của Việt ngữ tương ứng với double-functioned pronouns của American.
   Whoever/whomever/whatever/whichever ↔ Bất cứ người nào/bất cứ con vật nào/bất cứ vật nào.
   Who/whom/what/which ↔ Người nào/con vật nào/vật nào (+ vài; số nhiều)

Nhiệm vụ:

a. *Chủ từ-chủ từ*

Bất cứ người nào tạo ác phải chịu quả báo. (1)
Bất cứ người nào tạo ác, người ấy chịu quả báo. (2)

Bất cứ cái gì không tốt thì xấu. (cái gì = vật gì, điều gì)
Bất cứ cái gì không tốt, cái ấy xấu.

Bất cứ ai vào cửa phải trình vé.
Bất cứ ai vào tiệm ăn không được hút thuốc.

Người nào tạo ác phải chịu quả báo.
Người nào tạo ác, người ấy phải chịu quả báo.

Những người nào tạo ác phải chịu quả báo.
Những người nào tạo ác, người ấy phải chịu quả báo.

Các/dăm/vài người nào tạo ác phải chịu quả báo.
Các/dăm/vài người nào tạo ác, các/dăm/vài người ấy phải chịu quả báo.
Cái gì không tốt thì xấu.
Cái gì không tốt, cái đó xấu.

Những cái gì không tốt thì xấu.
Những cái gì không tốt, cái đó xấu.

Ai làm gì đó phải chịu trách nhiệm cái đó.
Cái gì sẽ tới sẽ tới. Những cái gì sẽ tới sẽ tới.

Chú thích
* (1) và (2): cùng ý trong hai hành văn khác nhau.
* Không phẩy trong (1) và phẩy trong (2)

b. Chủ từ-túc từ

Bất cứ ai vượt biên cảnh sát giữ lại.
Bất cứ ai phạm tội toà sẽ xử.
Bất cứ ai vào cửa phải được yêu cầu trình vé.

Ai làm gì đó sai phải bị phạt.
Cái gì sai phải được sửa.

Những cái gì sai phải được sửa.
Những người nào bất hạnh, chúng ta thương những người đó.
Người nào bất hạnh, chúng ta phải thương người đó.

c. Túc từ-chủ từ

Bất cứ ai cảnh sát chặn lại vi phạm luật giao thông. (1)
Bất cứ ai cảnh sát chặn lại, người đó vi phạm luật giao thông. (2)

Chúng ta phải thương <u>ai đó</u> chịu sự bất hạnh.
Chúng ta phải thương <u>bất cứ ai</u> chịu sự bất hạnh.

Bất cứ ai nàng thương, kẻ đó bất hạnh
Bất cứ ai anh cho vào cửa phải trình vé.

Nàng thương kẻ nào, kẻ đó bất hạnh.
Nàng lấy bất cứ ai, kẻ đó chết sớm. Nàng có số sát phu.

Chú thích
* (1) và (2): cùng ý trong hai hành văn khác nhau.

d. Túc từ-túc từ

Tôi thương bất cứ ai đời ngược đãi. (1)
Đời ngược đãi người nào, tôi thương người ấy. (2)
Đời ngược đãi bất cứ người nào tôi thương. (3)
Nó không biết bất cứ gì tôi làm.
Nó có biết <u>vài điều nào đó</u> anh làm không? (plural)

Chú thích
* (1) và (2): cùng ý trong hành văn khác nhau.
* (3): khác (1) và (2); có ý đời ngược đãi người tôi thương.

e. Phụ từ-chủ từ

Người độc thân là bất cứ người nào không lấy vợ.
Sinh vật là vật nào đó không thuộc về tĩnh vật.

f. *Phụ từ-túc từ*

Quý là bất cứ kẻ nào ai cũng sợ.
Thực phẩm là (bất cứ) cái gì người ta ăn được để sống.

4. *Tri vấn đại từ*
Tri vấn đại từ là đại từ được dùng để hỏi. Các đại từ này ở sốt ít hay số nhiều.
Hình thức

	Người	**Con vật**	**Vật**	**Điều**
Số ít	Ai?	Con vật gì?	Vật gì ?	Điều gì ?
Số nhiều	Những ai?	Những con vật gì?	Những cái gì?	Những điều gì?

Nhiệm vụ: chủ từ, túc từ, giới túc, phụ từ, áp từ, ...

Ai? Ai? Con vật gì, cái gì, điều gì?
Điều chi mang lại hạnh phúc cho ta?
Cái gì anh nghĩ mang lại hạnh phúc cho ta?
Anh nghĩ cái gì mang lại hạnh phúc cho ta?
Tôi là ai? Ai là tôi? Tôi là tôi.
Ông là ai? Ai là ông?
Cô ta là ai? Ai là cô ta?
Anh thích con vật gì, vật gì, điều gì?
Chìa khoá xe này của ai?

5. *Chỉ thị đại từ*
Chỉ thị đại từ là đại từ chỉ định thực thể nào đó ở xa hay gần người nói.
Form

Người này	*Người kia*	*Các người này*	*Các người kia*
Con vật này	*Con vật kia*	*Các con vật này*	*Các con vật kia*
Vật này	*Vật kia*	*Các vật này*	*Các vật kia*
Điều này	*Điều kia*	*Các điều này*	*Các điều kia*

Chú thích
* *"Các" hay "những" để diễn tả số nhiều.*

Nhiệm vụ: chủ từ, túc từ, giới túc, phụ từ, áp từ, ...

Người này là bạn tôi.
Người kia là bạn nó.
Đây là nhà của bà ta.
Những ai đối xử nhân hậu những kẻ khác được Chúa ban phước.
Đây là nhà họ.

<u>*Con*</u> *này đẹp; con kia xấu.*
<u>*Cái*</u> *này ngắn; cái kia dài.*

Đứa này nghèo; đứa kia giầu.

6. Số lượng đại từ
Số lượng đại từ là đại từ chỉ số lượng. Sự phối của số lượng tĩnh từ với ngôi đại từ hay số lượng tĩnh từ với mạo từ tạo ra số lượng đại từ trong Việt ngữ.
Hình thức   Số lượng đại từ = số lượng tĩnh từ + ngôi thứ đại từ
                 Số lượng đại từ = số lượng tĩnh từ + mạo từ

Nhiệm vụ: chủ từ, túc từ, giới túc, phụ từ, áp từ, ...

   Một, hai, ba, ... ông/bà/anh/chị/... con/cái/chiếc/...
   Hai anh đi đâu thế? (pleasantry when meeting)
   Ba đứa nó đang làm gì, đó? (đó = dư từ)
   Ông cần mua bao nhiêu cái bàn? Tôi mua 3 cái.

Chú thích
* Ngôi thứ đại từ: ông/bà/anh/chị/ ... Ba ông, ba bà đi xem đại nhạc hội, hả?
* Mạo từ: con/cái, chiếc/ ... Ông cần mấy chiếc ghế? Mấy/vài/dăm chiếc ...

7. Liên hệ đại từ
Việt người ít dùng liên hệ đại từ; nói cách khác, không có liên hệ đại từ. "Mà" được cố dịch từ liên hệ đại từ ngoại ngữ như American và francais. Tuy nhiên "mà" là một trong nhóm chữ "thì, mà, là" (vô nghĩa) bị "ruồng bỏ" vì nghe nặng tai theo suy nghĩ của các nhà văn xa xưa. Vì thế, liên hệ mệnh đề (relative clause) được biến đổi thành liên hệ nhóm (relative phrase) (từ nhóm [phrase] ≠ nhóm từ [group of words] trong phạm vi văn phạm Việt). Đó là lý do để xuất hiện 0-đt mệnh đề (không chứa động từ "thì" = "to be, être"). Tuy thế, trong trường khác "thì, mà, là" phải dùng vì chúng có nghĩa.
Hình thức   Mà + đt. + các bổ từ ↔ Đt. (không chia) + các bổ từ
                 (liên hệ mệnh đề)   (liên hệ nhóm)

Nhiệm vụ: chủ từ, túc từ, giới túc, phụ từ, áp từ, ...

   Người đàn ông [mà] đeo kính đen là cha tôi. (liên hệ mệnh đề)
   Người đàn ông đeo kính đen là cha tôi. (liên từ nhóm)
   Người [mà] anh nói chuyện là thầy giáo tôi. (liên hệ mệnh đề chứa "mà")
   Người anh nói chuyện là thầy giáo tôi. (liên hệ mệnh đề không chứa "mà")
   Thái Bình là nơi [mà] tôi được sinh ra.
   1954 là năm khi [mà] tôi di cư vào Nam.
   Tôi làm theo cách [mà] anh làm.

Chú thích
* Trong Việt ngữ, dạng động từ chia hay không chia giống nhau. Do vậy, dựa vào ý văn để kết luận động từ chia hay không chia.
* Mẹo phân biệt động từ chia và không chia được đề cập trong Chương Động Từ của Lối Nhìn Mới Về Văn Phạm Việt do HLL.
* So sánh với liên hệ đại từ của tiếng ngoại như American,
   Mà   = who/whom/which/whose (of whom)/of which
   Nơi mà = where

Khi mà = *when*
Cách mà = *how*

"Thì, mà, là" phải dùng trong các trường hợp sau:
* *Thì* = *nếu, lt.*

    Người ta không ăn thì phải chết. (người ta = lưỡng nhiệm đại từ)
    Nếu người ta không ăn, người ta chết. (người ta = bất định đại từ)
    Bất cứ cái gì không tốt thì xấu.
    Nếu bất cứ cái gì không tốt, cái đó xấu.

* *Thì* = *khi, trong khi, lt.*

    Chúng tôi đang đi thì trời mưa.
    Trong khi chúng tôi đang đi, trời mưa.

* *Mà* = *nhưng, nhưng mà*

    Nó bảo nó tới, mà nó không tới.
    Miệng nàng nói thương tôi, mà lòng nàng yêu chàng khác!

* *Là* = *đt.*

    Nó là người Việt Nam.

* *Là* = *rằng, lt.*

    Nó là/rằng nó sẽ về Việt Nam.
Không
    Nó nói rằng là nó sẽ về Việt Nam. (dùng một trong hai)

Ngoài các đại từ xem là tiêu chuẩn trong sách này, còn các đại từ khác hiếm dùng theo sự lịch sự, sự lễ độ, ... Chỉ được dùng vì sự thân thiện, ngang tuổi tác, ...hay trong giới "bình dân học vụ".

Ngôi	**Số ít**	**Số nhiều**
Ngôi 1	Tao, tớ, đằng tao/tớ, ...	Bọn tao, bọn tớ, bọn đằng tao/tớ, ...
Ngôi 2	Mày, bay, đằng mày, ...	Bọn mày, bọn bay, bọn đằng mày ...
Ngôi 3	Nó, con đó, thằng đó, ...	Bọn nó, bọn con đó, bọn thằng đó, ...
	Đằng đó/ấy, ...	Bọn đằng đó/ấy, ...

Trong Miền Nam, người ta dùng "ổng, bả, ảnh, chỉ, ểm, ..., các ổng, các bả, các ảnh, các chỉ, các ểm, ..." để chỉ ngôi 3 ở số ít và số nhiều. "Qua, các qua" cũng là đại từ dùng cho ngôi 1 và 2 ở sốt ít và số nhiều. Có lẽ, đại từ "qua, các qua" đọc trại từ "toi" của tiếng français (thời ảnh hưởng thời thuộc địa français). Chúng ít dùng sau này kể từ 1954. Hồi đó, thường các nhà văn Miền Nam dùng các đại từ vừa nêu khi viết truyện về vùng quê Nam Bộ.

Khi nào ổng tới đây?
Chào qua, qua "phẻ" hông?
Chào em, qua "phẻ".

Chú thích
* Có số người quê Miền Nam tạo thanh [phẻ] thay cho [khoẻ], [hông] thay cho [không].

Giả định đại từ

Giả định đại từ (đại từ được tưởng tượng ra) chỉ dùng cho ngôi 3 không thay thế người, con vật, đồ vật, ... Nó là thể vô hình làm nhiệm vụ văn phạm theo nhu cầu của cấu trúc văn phạm, thí dụ, mệnh đề phải có chủ từ; giả định đại từ được dùng làm chủ từ. Trong Việt ngữ, bầu trời, mây, sấm, chớp, núi, rừng, biển, ... hợp lại gọi là trời (đôi khi "Trời" viết hoa để chỉ Thượng Đế. Người Việt dùng "trời" làm giả định đại từ đóng vai chủ từ trong mệnh đề.

Trời mưa; trời nắng; trời hành muôn sự bể dâu; ...
It rains; it is sunny; it causes tribulations; il pleut; il fait soleil; ...

Nhiệm vụ đại từ

Thay thế danh từ và làm nhiệm vụ của danh từ được thay.
* Chủ từ làm hành động

Họ thương nhau mãi mãi.

* Túc từ nhận hành động

  * Trực túc nhận hành động không qua giới từ.

  Rất tiếc! Chúng tôi không có thì giờ ghé thăm ông.

  * Gián túc nhận hành động qua giới từ.

  Anh ta tặng tập thơ anh ta sáng tác cho tôi.

* Giới túc đứng sau giới từ bổ nghĩa từ trước giới từ đó qua giới từ đó. Chữ được bổ nghĩa phải không là động từ.

  Có chiếc bàn nhỏ cạnh tường. Lọ bông trên nó trông đẹp.

Chú thích
* Nó = chiếc bàn = đại từ = giới túc đứng sau giới từ "trên" bổ nghĩa lọ bông (≠ động từ) trước giới từ "trên".

* Phụ từ bổ nghĩa chủ từ hay trực túc qua động từ liên hệ, bắc cầu; đôi khi, qua giới từ cùng lúc.

  Tổng Thống là ông ta.
  Chúng tôi gọi Hàn Cốc Đại Nhân là ông ta/ổng.

Chú thích
* Ông ta = đại từ = phụ từ bổ nghĩa "tổng thống" qua động từ "là"
* Ông ta/ổng = phụ từ bổ nghĩa danh từ Hàn Cốc Đại Nhân (trực túc) qua động từ bắc cầu "gọi". Ai là ông ta/ổng? Ông ta/ổng là ai? Hàn Cốc Đại Nhân = ông ta/ổng qua động từ "gọi ... là".

* Áp từ đặt cạnh từ nào đó để làm rõ ý hơn. Áp từ được bỏ nhưng ý không mất. Áp từ khác tĩnh từ.

Bà Bảy, <u>bà ấy</u>, là người tu hành.
Bạn tôi, <u>chị ấy</u>, hạnh phúc với đàn con ngoan.

Chương 11   Tĩnh từ

Tĩnh từ bổ nghĩa danh từ và đại từ.

> Hai cô gái đẹp, mảnh khảnh, và trẻ. [1]
> Ông ta tốt bụng.
> Tôi mua 2 cuốn sách nhỏ này cho anh.
> Bạch hồng/hồng bạch/hồng trắng
> Đào Hoa Trang thơ mộng

Phân loại tĩnh từ

Tĩnh từ chia thành:

1. Số đếm

    Một, hai, ba, ...

2. Số thứ tự

    Thứ nhất, thứ hai, thứ ba, ...

3. Số lượng

    Dăm, vài, tất cả, nhiều, ít, chút xíu, ...

4. Đo lường
   * Trọng lượng

    Nặng, nhẹ, hơi nặng, hơi nhẹ, ...

   * Cỡ, khổ

    Rộng, hẹp, to, nhỏ, ...

   * Chiều

    Cao, thấp, nông, sâu, dầy, mỏng, dài, ngắn, rộng, ...

   * Hình dạng

    Tròn, méo, vuông, chữ nhật, bán nguyệt, ...

5. Thời gian

    Cũ, mới, xa xưa, cổ, ...
    Già, trẻ, trung, lớn, bé, ...

6. Mầu sắc

  Trắng, đen, vàng, đỏ, tím, hồng, ...

7. Chủng tộc

  Việt Nam, Laos, Khmer, Thai, American, Japanese, ...

8. Tôn giáo

  Phật, Thiên chúa, Hoà hảo, Cao đài, ...

9. Cảm xúc

  Giận, hờn, yêu, ghét, thích, hận, ...

10. Tính tình

  Nóng nảy, vui vẻ, tốt, thẳng, gian, ranh mãnh, ...

11. Điều kiện

  Giầu, nghèo, sang, hèn, đói rách, túng quẫn, thiếu thốn, ...

12. Kinh nghiệm

  Chuyên môn, sơ đẳng, già dặn, kinh nghiệm, từng trải, ...

13. Tính bất định

  Nào đó, bất cứ, không, ...

14. Tính chỉ định

  Đây, đó

15. Tri vấn

  Gì, nào, ai?

16. Phủ định

  Không, không ... nào...

17. Xác định

  Đúng, chính xác, chắc chắn, ...

18 Tính sở hữu

Việt ngữ không có sở hữu tình từ nhưng có tĩnh từ nhóm mang dạng [của + ngôi thứ đại từ] để bổ nghĩa danh từ chỉ vật sở hữu.

Căn nhà <u>của tôi</u>/anh/nó/chúng ta/ông ta/bà ta/ ...

Ghi chú
* Của tôi = giới từ nhóm (bắt đầu bằng giới từ) về hình thức = tĩnh nhóm về nhiệm vụ bổ nghĩa danh từ "nhà"
* Việt ngữ chỉ có hai từ nhóm: động từ (không chia) nhóm và giới từ nhóm.
* Trong phạm vi văn phạm, "từ nhóm" và "nhóm từ" diễn ý khác nhau.
* Từ nhóm = nhóm từ bắt đầu bằng động từ (không chia) hay giới từ,
* Nhóm từ = số từ được gôm lại và không bắt đầu bằng động từ hay giới từ

Huế trong cơn mưa phùn tầm tã (nhóm từ)

* Trong cơn mua phùn tầm tã = giới từ nhóm về hình thức = tĩnh nhóm về nhiệm vụ bổ nghĩa danh từ "Huế". Huế thế nào, có gì khác?
* Xem chương từ nhóm, mệnh đề, văn cú.

19. Đơn tĩnh từ

Buồn, giận, thương, lẻ, chẵn, ...

20. Kép tĩnh từ

Vài từ hợp lại hay hai loại từ khác nhau hợp lại

Bằng gạch, bằng vàng, đen thẫm, xanh đậm, (dịch vụ) lụn bại, (đời) xuống dốc,
Đơn độc, đơn côi, lạnh lùng, uể oải, trong sáng, mạch lạc, khúc chiết, ...
Xanh xanh, đo đỏ/đỏ đỏ, vàng vàng (= hơi xanh, đỏ, vàng), ...
Trắng hồng, trắng bạch, trắng phếu, đen như mực, đen thẫm, đen ngòm, ...

21. Chỉ định từ

Mạo từ và một số tĩnh từ được gôm lại tự nhiên tạo ra nhóm tĩnh tự gọi là chỉ định từ. Nhóm này chia thành hai loại (theo thứ tự tạm thời dựa vào cách nói hàng ngày) như sau:

* Định từ 1
  * Tĩnh từ số đếm   Một, hai, ba, ...
  * Tĩnh từ bất định số lượng   Vài, bất cứ, không, nhiều, ít, tất cả, ...
  * Mạo từ   Cái, con, chiếc, ...
* Định từ 2
  * Tĩnh từ bất định   Nào đó, ...
  * Tĩnh từ thứ tự   Thứ nhất, thứ nhì, thứ ba, ...
  * Tĩnh từ chỉ thị   Này, kia
  * Tĩnh từ sở hữu   Của tôi, của anh, của nó, ...

Tĩnh từ chỉ định 1 và 2 gồm mạo từ và tĩnh từ thuộc loại khác nhau. Chúng được tập hợp để làm tăng tính chất danh từ chúng bổ nghĩa danh từ. Không dấu phẩy (,) và "và" giữa chúng. Các định từ là các tĩnh từ tập hợp.

Ba cuốn sách đầu tiên kia

Theo thứ tự tự nhiên và theo lối nhìn của người Việt, các định từ làm tăng tính chất của danh từ chúng bổ nghĩa.

1. *"Ba" bổ nghĩa "cuốn sách"*
2. *"Đầu tiên" bổ nghĩa "ba cuốn sách"*
3. *"Kia" bổ nghĩa "ba cuốn sách đầu tiên"*
4. *Tính chất của "cuốn sách" tăng: "ba cuốn sách đầu tiên này."*

21. Tĩnh từ tập hợp

Là những tĩnh từ thuộc các loại khác nhau; chúng được tập hợp để bổ nghĩa danh từ. Danh từ được nhiều loại tĩnh từ bổ nghĩa. Các tĩnh từ thuộc nhóm Mục đích và Tính chất (xem thứ tự tĩnh từ) là tĩnh từ tập hợp. Không dấu phẩy (,) và "và" giữa chúng. Tĩnh từ tập làm tăng tính chất của danh từ chúng bổ nghĩa.

Thuộc Việt, thuộc Pháp, thuộc Mỹ, thuộc đạo Phật, thuộc Công Giáo, ...
Bằng gỗ, bằng bột, bằng sắt, bằng vàng, bằng bạc, ...
Vietnam (tinh thần), français (văn hoá), American (truyền thống), ...
Phật (hữu), vàng (nhẫn), bột (bánh), ...
Kiểu Việt Nam, Nhật, Tàu, ... (thời trang)

Chú thích
* *Trực giác cảm nhận tĩnh tự nào gần danh từ và tĩnh từ nào xa danh từ.*
Dân tộc Việt Nam, dân tộc Tàu, dân tộc Pháp, dân tộc Mỹ, ...
Dân tộc Việt Nam nhỏ dáng, thấp, nhưng nhanh nhẹn
Dân tộc Mỹ to dáng, cao, nhưng chậm chạp.
* *Quan niệm khác nhau về tĩnh tự gắn liền và tĩnh tự tách rời.*

Hai ông giáo toán người Việt đạo Công Giáo này

Theo thứ tự tự nhiên, theo lối nhìn của người Việt, tính chất danh từ được tăng lên do số tĩnh từ tập hợp bổ nghĩa danh từ.

1. *"Hai" bổ nghĩa "ông giáo"*
2. *"Toán" bổ nghĩa "hai ông giáo"*
3. *"Người Việt" bổ nghĩa "hai ông giáo toán"*
4. *"đạo Công Giáo" bổ nghĩa "hai ông giáo toán người Việt"*
5. *"Này" bổ nghĩa "hai ông giáo toán người Việt đạo Công Giáo"*
6. *Tính chất của "ông giáo" tăng: "hai ông giáo toán người Việt đạo công giáo này."*

22. Tĩnh từ phối hợp

Là tĩnh tự thuộc cùng loại bổ nghĩa danh từ. Danh từ được mô tả từ một loại. Với Việt ngữ, các tĩnh từ trong các nhóm Ý Kiến, Đo Lường, Trạng Thái (xem thứ tự tĩnh từ) là các tĩnh từ phối hợp (hơi khác American). Dấu phẩy (,) được dùng giữa chúng, và "và" được dùng sau dấu phẩy chót và trước tĩnh từ tách rời cuối. Các tĩnh từ tách rời có thể hoán đổi vị trí với nhau. Các tĩnh từ phối hợp mang lại nhiều tính chất cho danh từ chúng bổ nghĩa.

Mầu vàng, đỏ, và xanh; già, và trẻ;
dài, ngắn, rộng, hẹp, to, nhỏ, vuông, và tròn;
nặng, và nhẹ; xinh, và xấu; buồn, và vui, ...

Chiếc hộp xinh xắn, to, dài, xanh, đỏ, và tím.

Theo thứ tự tự nhiên và theo cái nhìn của người Việt, các tĩnh từ phối hợp mang lại nhiều tính chất cho "chiếc hộp."

Tĩnh từ tập hợp = định từ + tĩnh từ tập hợp + tĩnh từ phối hợp

Không có dấu phẩy và "và" giữa các định từ, các tĩnh từ phối hợp, và các tĩnh từ tập hợp. Tuy nhiên, có dấu phẩy và "và" giữa các tĩnh từ phối hợp.

Hai ông giáo toán người Việt đạo Công Giáo này thông minh, cao, gầy, già, và nghèo.

Nhận xét
1. Giữa "hai-toán, Công Giáo-này, này-thông minh: không có dấu phẩy và "và".
2. Giữa "thông minh, ... già": có dấu phẩy và "và"
3. Tất cả tĩnh từ tập hợp = định từ + tập hợp + phối hợp bổ nghĩa danh từ "ông giáo."
4. Tĩnh từ phối hợp đứng trước hay sau tĩnh từ tập hợp tuỳ vào độ gần danh từ.

Do những khác biệt về văn hoá, ngôn ngữ và văn phạm, quan niệm về tĩnh từ phối hợp và tập hợp khác nhau, và đặc biệt là xử dụng dấu phẩy và "và" cũng khác nhau. Tổng quát,
1. Nếu cùng loại: tĩnh từ phối hợp; dấu phẩy và "và";
2. Nếu khác loại: tĩnh từ tập hợp; không dấu phẩy và không "và";
3. Nếu định từ: không dấu phẩy và không "và"
4. Định từ, tập hợp, và phối hợp lồng vào nhau: không phẩy và không "và" giữa chúng.

Quan niệm khác biệt về tĩnh từ tập hợp và tĩnh từ phối hợp giữa Việt ngữ và ngoại ngữ.

* Khác

Cái bàn mầu gụ, cũ, vuông, và thấp	(phối hợp, Việt)
A low square old maroon table	(tập hợp, Am.)

* Giống và không giống

Thầy giáo toán người Việt theo đạo Phật	(tập hợp, Việt)
A Buddhist Vietnamese math teacher	(tập hợp, Am.)
Cái bàn bằng gỗ	(tập hợp, Việt)
A wooden table	(tập hợp, Am.)
Con bò làm ruộng Á Châu	(tập hợp, Việt)
An Asian farming ox.	(tập hợp, Am.)
Hệ thống xe buýt Saigon về đêm	(tập hợp, Việt)
Night Saigon bus system	(tập hợp, Am.)

Thầy giáo toán người Việt theo đạo Phật	(tập hợp, Việt)
A Buddhist Vietnamese math teacher	(tập hợp, Am.)
Cái bàn <u>bằng gỗ mầu gu, cũ, vuông, và thấp</u>	(tập hợp + phối hợp = tập hợp, Viet)
A low square old maroon wooden table	(tập hợp, Am.)
Cô gái lễ độ, thông minh, và đẹp	(phối hợp, Việt)
A beautiful, intelligent, and polite girl	(phối hợp, Am.)
Cái bàn lớn và cồng kềnh	(phối hợp, Việt)
A large and bulky table	(phối hợp, Am.)

Chú thích

* Khó dịch thuật tĩnh từ vì hai quan điểm khác nhau về tĩnh từ giữa Việt và American.
* Vì thế, linh động để giải quyết vấn đề. Rất khó cho thông ngôn viên.
* Tuy thế, không dễ gồm tất cả các loại tĩnh từ để bổ nghĩa một danh từ. Chúng thường tách ra thành nhóm. Hơn nữa, nếu gôm hết tĩnh từ, câu văn khó hiểu, vụng về, và nặng nề.
* Cho tiếng Français, thứ tự tĩnh từ không được đặt ra vì không có quy luật nhất định để đặt tĩnh từ trước hay sau danh từ. Hoàn toàn thuộc thói quen; tĩnh này trước, tĩnh từ kia sau; đôi khi, cùng tĩnh từ đứng trước danh từ mang nghĩa khác, đứng sau danh từ mang nghĩa khác. Français cầu kỳ, rắc rối; đôi khi, rườm rà.

Thành lập tĩnh từ kép

Vài cách thành lập tĩnh từ kép trong Việt ngữ.

1. *Tĩnh từ = dt. + dt.*

   (Cuộc sống) gió mây (Tuổi) vàng ngọc (Kiếp) giang hồ
   (Đời) gió bụi (Dáng) phong sương

2. *Tĩnh từ = đt. + dt.*

   (Cuộc đời) xuống dốc (Thời) lên hương (Nghiệp) xin tiền
   (Áo quần) giặt tay (Máy) cắt cỏ (Dụng cụ) xới đất

3. *Tĩnh từ = đt. + đt.*

   (Cảnh) nổi trôi (Đời) phiêu bạt (Công danh) thăng trầm

4. *Tĩnh từ = đt. + trt.*

   (Khuynh hướng) đi xuống (Kinh tế) đi lên (Danh) bay bổng

5. *Tĩnh từ = gt. + dt.*

   Bằng vàng   Bằng bạc
   Bằng gạch   Bằng đồng

6. *Tĩnh từ = tt. + tt.*

   Trắng hồng, trắng bạc, xanh đậm, vàng nhạt, đỏ tía
   Đau khổ, đắng cay, cô đơn, đơn độc

7. *Tĩnh từ = tt. + dt.*

    (Đời) trắng tay (Kẻ) không nhà
    (Trai) ế vợ (Gái) ế chồng

Việt ngữ gồm đơn từ; mỗi từ cho một thanh (nói) và một vần (viết). Do vậy, dễ đảo vị từ. Đảo vị từ là một trong những đặc nét của Việt ngữ làm cho Việt ngữ phong phú hương vị: chế riễu, oái ăm, mỉa mai, trào phúng, dí dỏm, thanh hoá tục, tục hoá thanh, ...

    "Chính phủ" thành "chú phỉnh", "dân biểu" thành "biểu dân"

Cũng có những bài thơ đọc trái qua phải, phải qua trái; trên xuống, dưới lên đều có ý nghĩa. Tuy nhiên, bài thơ như thế rất hiếm. (xem cuối sách)

Vị trí tĩnh từ

Theo thói quen, đa số tĩnh từ đứng sau danh từ, chỉ vài tĩnh từ đứng trước danh từ.
* **Trực tĩnh** bổ nghĩa danh từ không qua động từ.
Hình thức   *(Tĩnh từ) + danh từ/đại từ + (tĩnh từ)*

    Hai cô gái đẹp
    Có điều gì đó lạ nơi đây.
    Nó đẹp, và nàng xấu.
    Hai cuốn sách đẹp.
    Hai anh đang làm gì, thế?
    Hai cuốn sách nhỏ bé; ba nàng thôn nữ, ...
    Một người đầu tiên đổ bộ mặt trăng là du hành vũ trụ Neil Amstrong.

Chú thích
* Với ngoại ngữ American, français, trực tĩnh không thể đi với đại từ ngôi thứ (personal pronouns). Trực tĩnh chỉ đi với đại từ không ngôi thứ (impersonal pronoun: chỉ ở ngôi 3 số ít hay nhiều).
    She is good (no: she good); something good, someone nice.
* Với Việt ngữ, không thành vấn đề vì "thì" không dùng.
    Cô ta tốt (she is good); cái gì đó tốt, ai đó hiền lành. (mệnh đề không động từ trong Việt ngữ)

* **Gián tĩnh** bổ nghĩa chủ từ hay trực túc qua liên động từ.
Hình thức   Chủ từ + 0-đt./đt. + gián tĩnh

    Họ trông hạnh phúc.
    Nàng trẻ mãi. (0-đt)
    Tôi thấy buồn khi nàng thu tới.
    Con cái ngoan làm cha mẹ chúng vui.
    Người tốt lúc nào cũng tốt (*)
    Tôi thấy nó đi học. (động từ nhóm = gián tĩnh nhóm)

Chú thích
* Việt ngữ chấp nhận mệnh đề không động từ trong trường hợp đặc biệt. (Xem phần mệnh đề chương dưới)

Các từ Nho cũng được thêm vào từ Việt để phong phú từ vựng.

  <u>Bạch</u> hoa hồng   = Hoa hồng <u>bạch</u> (Nho)

Trong sự hoán vị, nghĩa không thay đổi hoặc thay đổi cách tự nhiên.
* Không đổi

  Hồng hoa, dt.   = *Hoa hồng, dt.*
  Bảo sanh viện, dt.   = *Viện bảo sanh, dt.*
  Tuổi lớn, dt.   = *Lớn tuổi, dt.*
  Tuổi nhỏ, dt.   = *Nhỏ tuổi, dt.* (khác nếu xếp vào tt.)
  Văn khoa đại học, dt. = *Đại học văn khoa dt.*

* Thay đổi

  Dân biểu, dt.   ≠ *Biểu dân, đt.*
  Trắng hồng, tt.   ≠ *Hồng trắng, dt.*
  Gái đẹp, dt.   ≠ *Đẹp gái, tt.*
  Đại học, dt   ≠ *Học đại, đt.*
  Dân chủ, dt.   ≠ *Chủ dân, đt.*
  Hồng trắng, dt.   ≠ *Trắng hồng, tt.*
  Tuổi lớn, dt.   ≠ *Lớn tuổi, tt.*
  Tuổi nhỏ, dt.   ≠ *Nhỏ tuổi, tt.*

Thứ tự tĩnh tự

Thường, chỉ số tĩnh từ nào đó dùng bổ nghĩa danh từ. Giả sử tất cả được dùng, sự diễn tả trở nên nặng nề và vụng về. Vì vậy, thứ tự tĩnh từ đề cập chỉ để khảo sát.

Trong Việt ngữ, hầu hết tĩnh từ đứng sau danh từ chúng bổ nghĩa khi chúng làm trực tĩnh, ngay cả khi chúng làm gián tĩnh. Đặc biệt, Việt ngữ chấp nhận mệnh đề zero-động từ (0-đt.) vì theo các nhà văn xưa "mà, là, thì" nghe nặng tai khi chúng không cần thiết. Tuy nhiên, khi "mà, là, thì" có nghĩa, chúng được dùng; "mà = nhưng, nhưng mà"; "là" dùng khi phụ từ bổ nghĩa chủ từ; "thì =nếu, khi, trong khi".

  Hắn là người ngoại quốc
  Tôi là người Việt.
  Là người Việt, chúng ta phải biết văn phạm Việt.
  Tôi nói là/rằng tôi không đi.
  Chúng tôi đang đi thì trời mưa.
  (Trong khi, khi chúng tôi đang đi, trời mưa).
  Không ăn thì người ta phải chết.
  (Nếu không ăn, người ta chết.)
  Nó nói nó tới, mà nó không tới.

Tôi __thì__ mệt; nàng __thì__ đẹp (nặng tai) → *Tôi mệt; nàng đẹp* (êm tai)
Người anh nói chuyện là em tôi. (êm tai)
(Người mà anh nói chuyện là em tôi.) (nặng tai)
Chữ này có nghĩa "mệt mỏi". (ngắn gọn)
(Chữ này có nghĩa là "mệt mỏi"). (thừa)

Thứ tự tĩnh từ căn cứ vào sự nhìn tự nhiên ở thực thể là người, con vật, vật, ... để mô tả thực thể đó. Thứ tự tĩnh từ chỉ tạm thời đặt ra; nó có thể thay đổi tuỳ vào ý người mô tả thực thể nào đó.

Trong Việt ngữ, thứ tự tĩnh tự tạm thời được sắp xếp theo sự nhìn tự nhiên dưới đây:
* *Từ ngoài vào trong*

    Đáng yêu (thái độ), đẹp (bề ngoài), khôn (bản chất), ...

* *Từ tổng quát tới chi tiết*

    Nặng (trọng lượng), lớn (cỡ khổ), dài (chiều), vuông (hình dạng)

* *Từ trừu tượng tới cụ thể*

    Mạnh (điều kiện), trẻ (tuổi tác), mầu vàng (mầu sắc), có đốm (kiểu mẫu)

Dựa vào lối nhìn trên, thứ tự tĩnh từ tạm thời được trình bầy trong sách này. Hầu hết tĩnh từ đứng sau danh từ chúng bổ nghĩa trong Việt ngữ. Có lẽ, chỉ mạo từ và tĩnh từ số lượng đứng trước danh từ. Danh từ cũng đảm nhiệm vai tĩnh từ trong danh từ kép.

Tất cả tĩnh từ bổ nghĩa danh từ tạm chia thành: định từ, tĩnh tập hợp, tĩnh từ phối hợp.
* *Định từ (xem bảng dưới đây)*
* *Tĩnh từ tập hợp từ nhiều loại bổ nghĩa danh từ, thí dụ,*

    (thầy giáo) toán người Việt theo đạo Phật này thông minh, gầy, và già ...

* *Tĩnh từ phối hợp từ một loại bổ nghĩa danh từ, thí dụ, (ông giáo) cao, mảnh khảnh, già, ...*

Lưu ý
* Không dấu phẩy (,) và "và" giữa định từ, tĩnh từ tập hợp, và tĩnh từ phối hợp.
* Không dấu phẩy (,) và "và" giữa các định từ, và giữa các tĩnh từ tập hợp.
* Phẩy (,) được dùng giữa các tĩnh từ phối hợp, và "và" sau dấu phẩy chót và trước tĩnh từ phối hợp cuối.
* Quan điểm về tĩnh từ tập hợp và phối hợp khác nhau giữa Việt và ngoại, thí dụ, American.

Thứ tự trực tĩnh tạm thời

1. Định từ1
* Tĩnh từ số đếm   Một, hai, ba, ...
* Tĩnh từ bất định số lượng   Vài, bất cứ, không, nhiều, ít, tất cả, ...
* Mạo từ   Cái, con, chiếc, ...

2. Định từ2
* Tĩnh từ bất định   Nào đó, ...
* Tĩnh từ thứ tự   Thứ nhất, thứ nhì, thứ ba, ...
* Tĩnh từ chỉ thị   Này, kia
* Tĩnh từ sở hữu   Của tôi, của anh, của nó, ...

Chú thích
* Chỉ liệt kê tạm thời. Thứ tự của định từ theo sự tự nhiên khi mô tả danh từ.

Cuốn sách <u>này của tôi</u> nhỏ hơn cuốn sách <u>kia của anh</u>.
Cho tôi xem cuốn sách <u>đầu tiên của bạn</u>.

3. Thứ tự trực tĩnh
1. Mục đích *(công dụng, xuất xứ, thời gian)*
2. Tính chất *(vật liệu, nguồn gốc, tôn giáo)*
3. Ý kiến *(thái độ, bề ngoài, bản chất)*
4. Đo lường *(trọng, cỡ, chiều, dáng)*
5. Trạng thái *(điều kiện, tuổi tác, mầu sắc, kiểu mẫu)*

Thứ tự trực tĩnh
Định từ1
Danh từ
1. Mục đích *(công dụng, xuất xứ, thời gian)*
2. Tính chất *(vật liệu, nguồn gốc, tôn giáo)*

Định từ2
3. Ý kiến *(thái độ, bề ngoài, bản chất)*
4. Đo lường *(trọng, cỡ, chiều, dáng)*
5. Trạng thái *(điều kiện, tuổi tác, mầu sắc, kiểu mẫu)*

* **Trực tĩnh**
    Định từ1 + **danh từ** + Mục đích Tính chất + Định từ2 + Ý kiến Đo lường Trạng thái

Lưu ý: Thứ tự trên chỉ tạm thời để trình bầy. Nó thay đổi theo ý người viết hay nói.

Dưới đây là vài thí dụ:
1. Con người
<u>Hai</u> ông giáo <u>toán thuộc người Việt theo đạo Thiên Chúa</u> <u>này</u> thông minh, mảnh khảnh, cao, già, và nghèo.

Chú thích
* Hai, này = định từ 1 và 2
* Toán, thuộc người Việt, theo đạo Thiên Chúa = tĩnh từ tập hợp.
* Thông minh, mảnh khảnh, cao, nghèo, già = tĩnh từ phối hợp.

2. Con vật
   Hai con bò cầy ruộng Á châu thuần hoá, bự, lùn, khoẻ, non, mầu nâu, và có đốm này.

3. Đồ vật
   Ba chiếc bàn ăn bằng gỗ này xinh, gọn, thấp, vuông, cổ, mầu mận, và kiểu đông phương.

Định từ
Cũng xem là tĩnh từ tập hợp. Không dấu phẩy (,) và "và" được dùng giữa chúng vì chúng được gồm từ các loại khác nhau.

   Hai cuốn (sách) đầu tiên này

Tĩnh từ tập hợp
Các tĩnh từ thuộc nhóm "mục đích, tính chất"; không dấu phẩy (,) và "và" được dùng giữa chúng.

   Hai (thầy giáo) toán người Việt theo đạo Công Giáo này

Tĩnh từ phối hợp
Các tĩnh từ thuộc nhóm không là "mục đích, tính chất". Dấu phẩy (,) và "và" được dùng giữa chúng.

   (Thầy giáo) thông minh, mảnh khảnh, cao, già, và nghèo.

Giữa các nhóm định từ, phối hợp, và tập hợp, không dấu phẩy (,) và "và" được dùng giữa các nhóm.

Thứ tự trực tĩnh
   Định từ1 + **danh từ** + tĩnh từ tập hợp + định từ2 + tĩnh từ phối hợp

   Hai ông giáo toán người Việt theo đạo Công Giáo này thông minh, mảnh khảnh, cao, già, và nghèo.

Con người

A. Định từ1
B. Danh từ
   Nhóm 1. Mục đích
      * Công dụng: thầy toán, người thu thuế
      * Nơi chốn: dân thành, dân tỉnh
      * Thời gian: công nhân làm ngày, công nhân làm đêm
   Nhóm 2. Tính chất
      * Nguồn gốc: Vietnam, American, français
      * Tôn giáo: Phật, Thiên Chúa
C. Định từ2
   Nhóm 3. Ý kiến
      * Thái độ: dễ mến, có thiện cảm, đáng trọng
      * Bề ngoài: xinh, đẹp, hấp dẫn
      * Bản chất: tốt, xấu, nham hiểm, thông minh
   Nhóm 4. Đo lường
      * Nặng: nặng, nhẹ

* Cỡ: to, lớn, nhỏ, hẹp, gọn
* Chiều: dài, ngắn, cao, thấp
* Dáng: tròn, vuông, cong
Nhóm 5. Trạng thái
* Điều kiện: giầu, nghèo, khổ, khoẻ, ốm
* Tuổi tác: già, trẻ, lớn tuổi, nhỏ tuổi
* Mầu sắc: trắng, đen, vàng

Các bước: mỗi bước cho một nhóm
Hai
Hai ông giáo
Hai ông giáo toán
Hai ông giáo toán thuộc người Việt theo đạo Thiên Chúa này
Hai ông giáo toán thuộc người Việt theo đạo Thiên Chúa này thông minh
Hai ông giáo toán thuộc người Việt theo đạo Thiên Chúa này thông minh, mảnh khảnh,
Hai ông giáo toán thuộc người Việt theo đạo Thiên Chúa này thông minh, mảnh khảnh, cao
Hai ông giáo toán thuộc người Việt theo đạo Thiên Chúa này thông minh, mảnh khảnh, cao, già,

Hai ông giáo toán thuộc người Việt theo đạo Thiên Chúa này thông minh, mảnh khảnh, cao, già, và nghèo.

Đây chỉ là thí dụ chỉ để khảo sát. Thực hành, khó nhớ. Vì thế, các tĩnh từ cần tách ra thành nhóm để làm cho sự mô tả trong nhẹ mắt, dễ hiểu và dễ nhớ.

Con vật

A. Định từ1

B. Danh từ

Nhóm 1. Mục đích
* Công dụng: bò cầy ruộng, khỉ làm xiệc
* Nơi chốn: cá sông, tôm biển, cua đồng
* Thời gian: ve sầu mùa hạ, con vạc đêm
Nhóm 2. Tính chất
* Nguồn gốc: hổ Á, sư tử Phi

C. Định từ2

Nhóm 3. Ý kiến
* Bề ngoài: đẹp, hấp dẫn, đáng yêu
* Bản chất: dữ, nguy hiểm, ăn thịt, ăn cỏ, thuần hoá
Nhóm 4. Đo lường
* Nặng: nặng, nhẹ
* Cỡ: to, lớn, nhỏ, hẹp, gọn
* Chiều: dài, ngắn, cao, thấp
* Dáng: tròn, vuông, cong
Nhóm 5. Trạng thái
* Điều kiện: yếu, mạnh, khoẻ, tật, có sừng
* Thời gian: trẻ, già
* Mầu sắc: đen, vàng, trắng
* Mẫu: ngựa vằn, chó đốm

Các bước: mỗi bước cho mỗi nhóm
Hai
Hai con bò
Hai con bò cầy ruộng Á châu
Hai con bò cầy ruộng Á châu này
Hai con bò cầy ruộng Á châu này thuần hoá, bự, lùn
Hai con bò cầy ruộng Á châu này thuần hoá, bự, lùn, khoẻ,
Hai con bò cầy ruộng Á châu này thuần hoá, bự, lùn, khoẻ, non
Hai con bò cầy ruộng Á châu này thuần hoá, bự, lùn, khoẻ, non, mầu nâu

Hai con bò cầy ruộng Á châu này thuần hoá, bự, lùn, khoẻ, non, mầu nâu, và có đốm

Đây chỉ là thí dụ chỉ để khảo sát. Thực hành, khó nhớ. Vì thế, các tĩnh từ cần tách ra thành nhóm để làm cho sự mô tả trong nhẹ mắt, dễ hiểu và dễ nhớ.

Đồ vật

A. Định từ1
B. Danh từ
  Nhóm 1. Mục đích
    * *Công dụng: dao làm bếp, đồ biển*
    * *Nơi chốn: trà Bắc, bia Hoà Lan*
    * *Thời gian: nhà hàng đêm, ly cà phê sáng*
  Nhóm 2. Tính chất
    * *Vật liệu: bột, bắp, gỗ, vàng*
    * *Nguồn gốc: do Việt Nam, US, Japan, China*
C. Định từ2
  Nhóm 3. Ý kiến
    * *Bề ngoài: hấp dẫn, dễ thương, đẹp*
    * *Bản chất: cứng, mềm, chua, mặn, chát, đắng*
  Nhóm 4. Đo lường
    * *Nặng: nặng, nhẹ*
    * *Cỡ: nhỏ, to, lớn, hẹp*
    * *Chiều: mỏng, dầy, ngắn, dài*
    * *Dáng: tròn, vuông, méo*
  Nhóm 5. Trạng thái
    * *Điều kiện: nóng, lạnh, tươi, khô*
    * *Tuổi tác: già, non, tân kỳ, cổ*
    * *Mầu sách: vàng, đỏ, tím, hồng*
    * *Kiểu cách: đốm, hoa, răng cưa*

Các bước: mỗi bước cho mỗi nhóm
Ba
Ba chiếc bàn
Ba chiếc bàn ăn bằng gỗ kiểu đông phương này
Ba chiếc bàn ăn bằng gỗ kiểu đông phương này xinh
Ba chiếc bàn ăn bằng gỗ kiểu đông phương này xinh, gọn, thấp, vuông

Ba chiếc bàn ăn bằng gỗ kiểu đông phương này xinh, gọn, thấp, vuông, cổ, và mầu mận.

Đây chỉ là thí dụ chỉ để khảo sát. Thực hành, khó nhớ. Vì thế, các tĩnh từ cần tách ra thành nhóm để làm cho sự mô tả trong nhẹ mắt, dễ hiểu và dễ nhớ.

Vài thí dụ tiêu biểu
01. *Đôi giầy cưỡi ngựa bằng da do Spanish làm mầu đỏ*
02. *Cái bàn kính tròn*
03. *Ngôi nhà gạch mầu nâu*
04. *Thức uống thi vị, mát, và rẻ*
05. *Lão đó xấu xí, mập, và già*
06. *Những hồ sơ y lý gia đình đó (ambiguous)*
07. *Nhạc Việt cổ truyền/Nhạc cổ truyền Việt*
08. *Dạ quán thịt rừng nướng*
09. *Những người Việt theo đạo Phật*
10. *Cách này nhanh, gọn, và dễ*
11. *Người đàn ông Việt theo đạo Phật già nua*
12. *Kinh Phật tiếng Việt cổ*
13. *Tổ chức nhân quyền quốc tế*
14. *Hệ thống chuyên chở ở Milwaukee vào ngày và đêm*
15. *Chiếc áo cưới bằng lụa của tôi kiểu tây phương đẹp, dài, mới, và mầu hồng*

Chú thích
* Chấm câu tuỳ thuộc mỗi ngôn ngữ. Tuy vậy, cách chấm câu na ná nhau. Nếu dẫy tĩnh tự được dùng bổ nghĩa một danh từ, rất khó cho thông dịch viên giữ đúng văn phạm của ngôn ngữ được chuyển sang vì 2 thứ tự tĩnh từ khó giống nhau. Do vậy, các tĩnh từ nên tách ra thành nhóm trong sinh hoạt hàng ngày các tự nhiên.

   Chiếc áo cưới bằng lụa kiểu tây phương của tôi (0-đt.) đẹp, dài, mới, và mầu hồng. (tách rời; Việt)
   My Western-style silk wedding gown is beautiful long new pink. (dính liền; American)
* 0-verb = to be, être không dùng trong Việt ngữ vì nặng tai.

Thứ tự gián tĩnh tạm thời

Trong so sánh, thứ tự trực tĩnh và thứ tự gián tĩnh của Việt ngữ giống nhau vì hầu hết tĩnh từ đứng sau danh từ. Điểm khác nhau là trực tĩnh bổ nghĩa danh từ không qua động từ; ngược lại, gián tĩnh bổ nghĩa danh từ qua động từ. Tuy thế, Việt ngữ có "0-đt" (cần lưu ý khi phân tích văn phạm).

1. Định từ1
* *Tĩnh từ số đếm* — Một, hai, ba, ...
* *Tĩnh từ bất định số lượng* — Vài, bất cứ, không, nhiều, ít, tất cả, ...
* *Mạo từ* — Cái, con, chiếc, ...

2. Định từ2
* *Tĩnh từ bất định* — Nào đó, ...
* *Tĩnh từ thứ tự* — Thứ nhất, thứ nhì, thứ ba, ...
* *Tĩnh từ chỉ thị* — Này, kia
* *Tĩnh từ sở hữu* — Của tôi, của anh, của nó, ...

3. Thứ tự gián tĩnh
1. *Mục đích (công dụng, xuất xứ, thời gian)*
2. *Tính chất (vật liệu, nguồn gốc, tôn giáo)*

3. *Ý kiến (thái độ, bề ngoài, bản chất)*
4. *Đo lường (trọng, cỡ, chiều, dạng)*
5. *Tình trạng (điều kiện, tuổi tác, mầu sắc, kiểu mẫu)*

Thứ tự gián tĩnh1
Định từ1
Danh từ
1. *Mục đích (công dụng, xuất xứ, thời gian)*
2. *Tính chất (vật liệu, nguồn gốc, tôn giáo)*

Định từ2
3. *Ý kiến (thái độ, bề ngoài, bản chất)*
4. *Đo lường (trọng, cỡ, chiều, dáng)*
5. *Trạng thái (điều kiện, tuổi tác, mầu sắc, kiểu mẫu)*

Gián tĩnh1
* *Định từ1* + **danh từ** + <u>Mục đích Tính chất</u> + *Định từ2* + **đt/0-đt** + *Ý kiến Đo lường Trạng thái*
Đại từ 1
* *Đại từ1 = Chỉ định từ1* + **danh từ** + <u>Mục đích Tính chất</u> + *Chỉ định từ2.*
* *Đại từ1 = Chỉ định từ1* + **danh từ** + <u>Mục đích</u>   + *Chỉ định từ2.*
* *Đại từ* + **đt/0-đt** + *Các nhóm tĩnh từ*

Thứ tự gián tĩnh2
Định từ1
Danh từ
1. *Mục đích (công dụng, xuất xứ, thời gian)*
2. *Tính chất (vật liệu, nguồn gốc, tôn giáo)*

Định từ2
3. *Ý kiến (thái độ, bề ngoài, bản chất)*
4. *Đo lường (trọng, cỡ, chiều, dáng)*
5. *Trạng thái (điều kiện, tuổi tác, mầu sắc, kiểu mẫu)*

Gián tĩnh2
* *Định từ1* + **danh từ** + <u>Mục đích</u> + *Định từ2* + **đt/0-đt** + <u>Tính chất</u> *Ý kiến Đo lường Trạng thái*
Đại từ2
* *Đại từ2 = Chỉ định từ1* + **danh từ** + <u>Mục đích Tính chất</u> + *Chỉ định từ2.*
* *Đại từ2 = Chỉ định từ1* + **danh từ** + <u>Mục đích</u>   + *Chỉ định từ2.*
* *Đại từ* + **đt/0-đt** + *Các nhóm tĩnh từ*

Nhận xét

1. Trong Việt ngữ, hầu hết tĩnh từ đứng sau danh từ, trừ mạo từ, tĩnh số đếm, tĩnh từ số lượng.

    Tôi mua <u>3</u> <u>(vài)</u> <u>đoá</u> hoa đa sắc, tươi để cúng tổ tiên.

2. Thứ tự trực tĩnh và thứ tự gián tĩnh giống nhau. Điểm khác nhau: không qua động từ, qua động từ hay "0-đt."

Trực tĩnh
* *Định tĩnh từ1* + **Danh từ** + <u>Mục đích Tính chất</u> + *Định tĩnh từ2* + *Ý kiến Đo lường Tình trạng*

Gián tĩnh1

* Định từ1 + **Danh từ** + <u>Mục đích Tính chất</u> + Định từ2 + **đt/0-đt** + Ý kiến Đo lường Tình trạng Đại từ1

* Đại từ1 = Chỉ định từ1 + **Danh từ** + <u>Mục đích Tính chất</u> + Chỉ định từ2.

* Đại từ + **đt/0-đt** + Các nhóm tĩnh từ

Gián tĩnh2

* Định từ1 + **Danh từ** + <u>Mục đích</u> + Định từ2 + **đt/0-đt** + Tính chất Ý kiến Đo lường Tình trạng Đại từ2

* Đại từ2 = Chỉ định từ1 + **Danh từ** + <u>Mục đích</u> + Chỉ định từ2.

* Đại từ + **đt/0-đt** + Các nhóm tĩnh từ

Mẫu

1. Trực tĩnh

* Hai **ông giáo** toán thuộc người Việt theo đạo Thiên Chúa này thông minh, mảnh khảnh, cao, nghèo, và già.

2. Gián tĩnh

* Hai **ông giáo** toán thuộc người Việt theo đạo Thiên Chúa này **(0-đt)** thông minh, mảnh khảnh, cao, nghèo, và già.

* Hai **ông giáo** toán này **(0-đt)** thuộc người Việt theo đạo Công Giáo thông minh, mảnh khảnh, cao, nghèo, và già.

3. Đại từ thay thế danh từ trong thứ tự gián tĩnh

* <u>Hai **ông giáo** toán thuộc người Việt theo đạo Thiên Chúa này</u> **(0-đt)** thông minh, mảnh khảnh, cao, nghèo, và già.

* **Họ (0-đt)** thông minh, mảnh khảnh, cao, nghèo, và già.

* <u>Hai **ông giáo** toán này</u> **(0-đt)** thuộc người Việt theo đạo Thiên Chúa thông minh, mảnh khảnh, cao, nghèo, và già.

* **Họ (0-đt)** thuộc Việt nam theo đạo Thiên Chúa thông minh, mảnh khảnh, cao, nghèo, và già.

Tóm lược, thứ tự trực tĩnh và thứ tự gián tĩnh

Thứ tự trực tĩnh	**Thứ tự gián tĩnh**
Định từ1	**Định từ1**
Danh từ	**Danh từ**
1. Mục đích (công dụng, xuất xứ, thời gian)	1. Mục đích (công dụng, xuất xứ, thời gian)
2. Tính chất (vật liệu, nguồn gốc, tôn giáo)	[2. Tính chất (vật liệu, nguồn gốc, tôn giáo)]
Định từ2	**Định từ2 đt/0-đt**
3. Ý kiến (thái độ, bề ngoài, bản chất)	[2. Tính chất (vật liệu, nguồn gốc, tôn giáo)]
4. Đo lường (trọng, cỡ, chiều, dạng)	3. Ý kiến (thái độ, bề ngoài, bản chất)
5. Tình trạng (điều kiện, tuổi tác, mầu sắc, kiểu mẫu)	4. Đo lường (trọng, cỡ, chiều, dạng)
	5. Tình trạng (điều kiện, tuổi tác, mầu sắc, kiểu mẫu)

0-đt. mệnh đề

Hình thức

1. *Chủ từ + tĩnh từ*

    Nàng ta đẹp. Nàng ta hạnh phúc.

2. *Chủ từ + giới từ + nơi chốn*

    Chúng tôi trong nhà hàng chờ bạn.

3. *Chủ từ + giới từ + hoàn cảnh*

    Gia đình nó trong cảnh khó khăn.

4. *Chủ từ + trạng từ nơi chốn*

    Tôi đây; anh đó.

Vài thí dụ về mệnh đề mệnh đề có động từ và "0-đt."

Sách này của tôi <u>trông</u> xinh xắn và gọn.
Hai cô gái Vietnam Công giáo này đẹp, mảnh khảnh, và cao đang quỳ lạy trong nhà thờ.
Anh có bao nhiêu cuốn sách mới?
Tôi có hai cuốn sách mới.
Chàng và nàng, người đẹp trai, và kẻ đẹp gái. Cả hai xứng đôi.
Ba người đàn ông này đẹp trai, lịch lãm, và giàu có.

Nhiệm vụ tĩnh từ

Tĩnh từ đảm nhiệm hai nhiệm vụ: bổ nghĩa danh từ không qua động từ, tĩnh từ này gọi là trực tĩnh; bổ nghĩa danh từ qua động từ, tĩnh từ này gọi là gián tĩnh. Gián tĩnh cũng đi sau động từ gọi là "0-đt." trong mệnh đề Việt ngữ (cần lưu ý khi phân tích văn phạm).

a. *Trực tĩnh*

Bà lớn tuổi, ông lớn tuổi, người khoẻ, kẻ yếu
Khi còn là học trò nhỏ, tôi sợ thầy và cô nghiêm khắc.
Vui lòng cho tôi <u>cái</u> tốt.
Thần chết không biết "kỳ thị" bất cứ ai tốt hay xấu.

b. *Gián tĩnh*

Thời gian làm người ta già.
Đừng làm người yêu anh buồn.

*Hai đứa trông đẹp đôi.
Nàng hạnh phúc; tôi khổ đau. (0-đt.)
Ai ai cũng sợ Thần Chết ghé thăm ngày nào đó.*

So sánh tĩnh từ

Trong Việt ngữ, cũng vài cách so sánh tĩnh từ; từ so sánh là "kém, ít, bằng, như, hơn, nhất, rất."

A. So sánh đơn phương
Tự so sánh

> *Cây thước này ngắn.
> Căn nhà kia to.
> Người hiền, kẻ ác sống trong cùng xã hội.*

B. So sánh đối phương
So sánh với đối tượng.
1. So sánh tương đối
* *Kém/ít + tt + (hơn)*

> *Hắn kém may mắn.
> Tôi kém may mắn hơn anh.
> Người này kém đẹp hơn người kia.
> Vật này kém đẹp hơn vật kia.
> Người kia ít xấu hơn người này.
> Vật kia ít xấu hơn vật này.*

* *Tt. + bằng*

> *Chúng nó cao bằng nhau.
> Tôi không giầu bằng anh.
> Ai có nghèo như tôi không?*

* *Tt. + hơn*

> *Nàng ta đẹp hơn họ.
> Bạn không giầu hơn ông ta.
> Có ai xấu hơn tôi không?*

2. So sánh cực cấp
a. So sánh cực cấp tương đối
* *Kém/ít + tt. + nhất*

> *Nàng kém đẹp nhất lớp.*

Cô thôn nữ kém đẹp nhất làng.
Có nàng nào kém đẹp nhất trong nhóm này không?
Bà ta ít đẹp nhất trong đám.

* Tt. + nhất

Nàng này đẹp nhất lớp; nàng kia xấu nhất lớp.
Cô thôn nữ đẹp nhất làng.
Chàng trai khoẻ nhất trường.

b. *So sánh cực cấp tuyệt đối*
Trạng từ được dùng trong so sánh cực cấp tuyệt đối "rất, cực kỳ, thật, tuyệt, hết chỗ chê"

Nàng trông thật mặn mà!
Ông ta rất giầu; bà ta rất nghèo.
Bài thơ hay tuyệt vời! Bài nhạc du dương hết chỗ chê!

3. *So sánh khác*
* *Càng + kém + tt. + (hơn)*

Hắn càng kém khoẻ.
Hắn càng kém khoẻ theo thời gian.
Tôi càng kém giầu hơn anh.
Nàng càng kém đẹp khi tuổi già đang tới.
Nàng này càng kém xấu; nàng kia càng kém đẹp.
Anh ta càng kém giầu vì kinh tế xuống giốc.

* *Càng + tt. + hơn*

Hắn càng khoẻ hơn.
Hắn càng khoẻ hơn theo thời gian.
Tôi càng thành công hơn anh.
Nàng càng đẹp hơn khi tuổi già đang tới.
Nàng này càng xấu hơn; nàng kia càng đẹp hơn.
Anh ta càng giầu hơn vì kinh tế vươn mạnh.

* *Càng + tt., càng + tt.*
Càng +tt. + bao nhiêu, càng + tt. + bấy nhiêu

Bà ta càng giầu, bà ấy càng kẹo.
Anh càng giầu, tôi càng nghèo.
Tôi càng kém giầu, anh càng giầu hơn.
Người ta sướng bao nhiêu, người ta khổ bấy nhiêu.

Cuộc đời vui bao nhiêu, buồn bấy nhiêu theo luật bù trừ.
Bất cứ ai nói ít bao nhiêu, kẻ đó im lặng bấy nhiêu.
Bất cứ ai càng nói ít, kẻ đó càng im lặng.

* *Tt. + nhất, tt. + nhất*

Kẻ nào nói ít nhất, kẻ đó im lặng nhất.

C. So sánh danh từ/đại từ

1. So sánh tương đối
* *Danh từ/đại từ + kém + tt. + (hơn)*

Cô Xuân kém may hơn cô Thu.
Ông X là người kém may hơn anh.
Chúng ta là nhữn người kém xui.
Họ là kẻ may hơn tôi.

* *Danh từ/đại từ + tt. + bằng/như*

Chị ấy là người đẹp bằng Thẩm Thuý Hằng.
Anh cũng là người sung sướng như anh ấy.

* *Danh từ/đại từ + tt. + hơn*

Bà X đẹp hơn bà Y.
Hắn là người giỏi hơn chúng ta.
Chúng mình là những người trẻ hơn bà ta.

2. So sánh cực cấp
a. *So sánh cực cấp tương đối*
* *Danh từ/đại từ + kém + tt. + nhất*

Cô Thu trông kém vui nhất trong bữa tiệc.
Nàng là cô gái kém đẹp nhất.

* *Danh từ/đại từ + tt. + nhất*

Nàng Xuân là cô gái đẹp nhất.
Bà ta là người lắm chuyện nhất ở xóm.

b. *So sánh cực cấp tuyệt đối*

Nàng là người đẹp tuyệt trần nào khác chi nàng tiên giáng thế!

3. So sánh khác
* *Danh từ/đại từ + càng + tt. (kém/hơn)*

Bà X là người đàn bà càng kém đẹp hơn Bà Y
Bà X là người đàn bà càng kém trẻ hơn Bà Y

Bà X là người đàn bà càng đẹp hơn Bà Y
Bà X là người đàn bà càng trẻ hơn Bà Y

* Danh từ$_1$/đại từ$_1$ + càng + tt., Danh từ$_2$/đại từ$_2$ + càng + tt. (kém/hơn)
Danh từ$_1$/đại từ$_1$+càng+tt.+bao nhiêu, Danh từ$_2$/đại từ$_2$ càng+tt.+bấy nhiêu (k/h)

Bà X càng đẹp; Bà Y càng xấu.
Bà X càng đẹp bao nhiêu; bà Y càng xấu bấy nhiêu.
Ông X càng giầu; Ông Y càng nghèo.
Ông X càng giầu bao nhiêu; Ông Y càng nghèo bấy nhiêu.

* Danh từ$_1$/đại từ$_1$ + tt. + nhất, danh từ$_2$/đại từ$_2$ + tt. + nhất

Kẻ nào là người nói ít nhất, kẻ đó là người im lặng nhất.

* Danh từ/đại từ + nhiều hơn/bằng/ít hơn (nhiều/ít nhất)

Tôi có nhiều sách hơn anh.
Marie uống ít nước hơn mẹ.
Chị có ít giầy hơn cố ấy.
Anh có nhiều sách như tôi.
Hắn có nhiều truyện nhất.
Tôi thu gom bản nhạc ít nhất.

D. So sánh mệnh đề/từ nhóm

Các cách so sánh trên cũng được áp dụng cho mệnh đề phụ và từ nhóm. Theo văn phạm, phải có liên từ phụ thuộc "rằng" đứng đầu mệnh chính để tạo mệnh đề phụ để làm nhiều nhiệm vụ: chủ từ, túc từ, giới túc, ... Tuy nhiên, người ta thường bỏ "rằng" và hiểu có liên từ phụ thuộc "rằng" và mệnh đề là mệnh đề phụ.

* Mệnh đề$_1$/từ nhóm$_1$ + tt. + mệnh đề$_2$/từ nhóm$_2$ (kém/hơn)

<u>Hắn sống ở Saigon</u> tốt hơn <u>hắn sống ở vùng quê cho bệnh tình của hắn</u>.
Sống ở Saigon tốt hơn sống ở vùng quê.

Chú thích
* Cho mệnh đề và từ nhóm, người ta có thể thêm động từ (hay 0-đt.)
  <u>Hắn sống ở Saigon</u> (thì/0-đt.) tốt hơn <u>hắn sống ở vùng quê cho bệnh tình của hắn</u>.
  Sống ở Saigon (thì/0-đt.) tốt hơn sống ở vùng quê.
* Tuy nhiên, khác biệt với ngoại ngữ như American hay francais, Việt ngữ chấp nhận có mệnh đề 0-đt. vì "thì = to be, être" nghe nặng tai. Do đó, "thì" được bỏ.
* Với Việt ngữ, "thì, là, mà" (vô nghĩa) được bỏ. Tuy nhiên, "thì, mà, là" được dùng nếu chúng có nghĩa; Thì = khi, trong khi, nếu; là = mô tả nghề nghiệp, ...; mà = nhưng, nhưng mà.
  Tôi đang đi thì trời mưa. (khi, trong khi)
  Không ăn chừng 3 ngày thì người ta phải chết. (thì = nếu)
  Nếu không ăn chừng 3 ngày, người ta phải chết (nếu = thì)

Tôi là người Việt, học sinh, thầy giáo, ...
* Nếu "Thì, là, mà" vô nghĩa, chúng tôi kỵ với các văn sĩ, nhạc sĩ, thi sĩ, ...

E. So sánh ẩn

Cây thước này dài; cây thước kia ngắn.
(Cây thước này dài hơn; cây thước kia ngắn hơn)
Hắn giầu; tôi nghèo.
(Hắn giầu hơn; tôi nghèo hơn.)
Người chết già; kẻ chết trẻ.
(Người chết trong khi anh ta già hơn; kẻ chết trong khi anh ta trẻ hơn)
Cô này đẹp; cô kia xấu.
(Cô này đẹp hơn; cô kia xấu hơn).

Chú thích
* Không so sánh ẩn trong American/English, "This ruler is short*er*; that is long*er*."
* Tô phở cỡ nào? Lớn hay nhỏ (Bigger or smaller)?

F. So sánh linh tinh

Ít hơn nhiều _ Ít hơn ít
Nhiều hơn nhiều _ Nhiều hơn ít
Đẹp hơn nhiều _ đẹp hơn ít
Tốt hơn nhiều _ Tốt hơn ít
Tốt hơn chút _ Tốt hơn ở mức nào đó
Chả tốt hơn = không tốt hơn
Rất nhiều _ Rất ít

G. So sánh đặc biệt
1. Hình thức ... Tĩnh từ + bằng ... lần ...
Trường hợp 1

$A \sqcap^{cao} \sqcap B \quad A \sqcap^{thấp} \sqcap B$

Nhà A: 10m; nhà B: 10m
* *Nhà A cao*
   Nhà B cao bằng nhà A. [10m = 10m]
   Nhà B cao bằng 1 lần nhà A. [10m = 10m = 1x10m]

* *Nhà A thấp*
   Nhà B thấp bằng nhà A. [10m = 10m]
   Nhà B thấp bằng 1 lần nhà A. [10m = 10m = 1x10m]

* *Nhà B cao*
   Nhà A cao bằng nhà B. [10m = 10m]
   Nhà A cao bằng 1 lần nhà B. [10m = 10m = 1x10m]
* *Nhà B thấp*

Nhà A thấp bằng nhà B. [10m = 10m]
Nhà A thấp bằng 1 lần nhà B. [10m = 10m = 1x10m]

Trường hợp 2

Nhà A: 20m; nhà B: 10m
* *Nhà A cao*
  Nhà B cao bằng 1/2 lần nhà A. [10m = (1/2)x20m]

* *Nhà A thấp*
  Nhà B thấp bằng 1/2 lần nhà A. [10m = (1/2)x20m]

* *Nhà B cao*
  Nhà A cao bằng 2 lần nhà B. [20m = 2x10m]

* *Nhà B thấp*
  Nhà A thấp bằng 2 lần nhà B. [20m = 2x10m]

2. Hình thức *Tĩnh từ so sánh + trên/dưới ... lần*
Trường hợp 1

Nhà A: 20m; nhà B: 10m
* *Nhà B cao*
  Nhà A cao trên nhà B 10m. [20m-10m = 10m]
  Nhà A cao trên nhà B 1 lần. [20m-10m = 10m = 1x10m]

* *Nhà A thấp*
  Nhà B thấp dưới nhà A 10m. [10m-20m = -10m]
  Nhà B thấp dưới nhà A 1/2 lần. [10m-20m = -10m = -(1/2)x20m]

Nhà A: 30m; nhà B: 10m
* *Nhà B cao*
  Nhà A cao trên nhà B 20m. [30m-10m = 20m]
  Nhà A cao trên nhà B 2 lần. [30m-10m = 20m = 2x10m]

* *Nhà A thấp*
  Nhà B thấp dưới nhà A 20m. [10m-30m = -20m]
  Nhà B thấp dưới nhà A 2/3 lần. [10m-30m = -20m = -(2/3)x30m]

Nhà A: 15m; nhà B: 10m
* *Nhà B cao*

Nhà A cao trên nhà B 5m. [15m-10m = 5m]
Nhà A cao trên nhà B 1/2 lần. [15m-10m = 5m = (1/2)x10m]

* *Nhà A thấp*
  Nhà B thấp dưới nhà A 5m. [10m-15m = -5m]
  Nhà B thấp dưới nhà A 1/3 lần. [10m-15m = -5m = -(1/3)x15m]

Trường hợp 2

Nhà A: 20m; nhà B: 10m; nhà C: 5m
* *Nhà B cao*
  Nhà A cao trên nhà B 10m. [20m-10m = 10m]
  Nhà A cao trên nhà B 1 lần. [20m-10m = 10m = 1x10m]

  Nhà C cao dưới nhà B 5m. [5m-10m = -5m]
  Nhà C cao dưới nhà B 1/2 lần. [5m-10m = -5m = -(1/2)x10m]

* *Nhà B thấp*
  Nhà A thấp trên nhà B 10m. [20m-10m = 10m]
  Nhà A thấp trên nhà B 1 lần. [20m-10m = 10m = 1x10m]

  Nhà C thấp dưới nhà B 5m. [5m-10m = -5m]
  Nhà C thấp dưới nhà B 1/2 lần. [5m-10m = -5m = -(1/2)x10m]

Nhà A: 45m; nhà B: 15m; nhà C: 5m
* *Nhà B cao*
  Nhà A cao trên nhà B 30m. [45m-15m = 30m]
  Nhà A cao trên nhà B 2 lần. [45m-15m = 30m = 2x15m]

  Nhà C cao dưới nhà B 10m. [5m-15m = -10m]
  Nhà C cao dưới nhà B 2/3 lần. [5m-15m = -10m = -(2/3)x15m]

* *Nhà B thấp*
  Nhà A thấp trên nhà B 30m. [45m-15m = 30m]
  Nhà A thấp trên nhà B 2 lần. [45m-15m = 30m = 2x15m]

  Nhà C thấp dưới nhà B 10m. [5m-15m = -10m]
  Nhà C thấp dưới nhà B 2/3 lần. [5m-15m = -10m = (-2/3)x15m]

3. Hình thức Mệnh đề$_1$ + 0-đt. + tĩnh từ so sánh + mệnh đề$_2$

Cái tô rộng hơn nó sâu.
Cái tô rộng bằng nó sâu.

Cái tô kém rộng hơn nó sâu.

Anh giầu hơn tôi nghĩ.
Tôi giầu như hắn nghĩ.
Hắn kém giầu hơn anh nghĩ.
Hắn trông vàng vọt hơn nó nghiện trước đây.

So sánh với ngoại ngữ American

Extra reading
(For simplicity and easiness, height is assumed)

"Two times as tall as" and "two times taller than" are two completely different things.
* If my brother is 2m tall, and I am 6m tall.
... times as tall as ...
    I am 3 times as tall as he. [6m = 3x2m]; (times, prep.= multiplied by)
    Tôi cao bằng 3 lần nó.
    I am 3 times his height. (times = prep.; 3 times 2 = 3 by 2 = 3x2 = 6)
    I am 3 of his height. (of = times)
    Tôi cao bằng 3 lần chiều cao nó.
    He is 1/3 times as tall as I. [2m = 6m/3]
    Nó cao bằng 1/3 lần tôi.
    He is 1/3 times my height. (times, prep.)
    He is 1/3 of my height. (of = times)
    Hắn cao bằng 1/3 lần chiều cao tôi.
    I am two <u>times</u> as tall as he. (formal)
    I am <u>twice</u> as tall as he. (informal)
    Tôi cao bằng 2 lần nó.

* My brother and I are 2m tall
    I am one times as tall as he = I am as tall as he. [2m = 1x2m]
    Tôi cao bằng 1 lần nó = Tôi cao bằng nó.

... times more/-er/less ... than ...
* He is tall
    I am 2m taller than he. [4m-2m = 2m]
    Tôi cao trên/hơn nó 2m.
    I am one times taller than he. [4m-2m= 2m = 1x2m]
    Tôi cao trên/hơn nó 1 lần.
    I am two times taller than he. [6m-2m = 4m = 2x2m]
    Tôi cao trên/hơn nó 2 lần.

* I am low
    He is 2m lower than I. [2m-4m = -2m]
    Nó thấp dưới/hơn tôi 2m.
    He is 1/2 times lower than I. [2m-4m= -2m = -(1/2)x 4m]
    Nó thấp dưới/hơn tôi 1/2 lần
    He is 2/3 times lower than I. [2m-6m = -4m = -(2/3) x 6m]

Nó thấp dưới/hơn tôi 2/3 lần.

... *times as + adj. + as + clause*
... *times more/-er/less + adj. + than + clause*
- *It was a few times as difficult as I expected.*
- *Điều ấy khó vài lần như tôi mong/nghĩ/tưởng.*
- *It was not a few times as difficult as I expected.*
- *It was a few times more difficult than I expected.*
- *It was a few times less difficult than I expected.*
- *I have got several times as much money as he.*
- *I have got several times as little money as he.*
- *I have got several times more money than he.*
- *I have got several times less money than he.*

Researched on 08/19/2020

Chương 12   Trạng từ

Trạng từ bổ nghĩa động từ, tĩnh từ, trạng từ, liên từ, giới từ. Đôi khi, trạng từ đứng ở đầu câu để bổ nghĩa cả câu.

Phân loại trạng từ

Có vài loại trạng từ:

1. Cách thế

   Nhanh, chậm, nhẹ nhàng, dịu dàng, uyển chuyển, ...

2. Thời gian

   Bây giờ, bấy giờ (lúc đó), vừa qua, sắp tới, trước đây, sau này, ...

3. Nơi chốn

   Nơi đây, nơi đó, chỗ này và chỗ kia, khắp nơi, nơi/chỗ nào đó, bất cứ đâu, ...

4. Phương hướng

   Lên, xuống, ngang, dọc, vòng quanh, xuôi, ngược, ngoằn ngoèo, ...

5. Trạng thái

   Cách vui vẻ, buồn, giận, nổi quậu, kênh kiệu, bình thản, kích động, ...

6. Cường độ

   Rất, quá, tuyệt, cực kỳ, mạnh, nhẹ, to, nhỏ, trầm, bổng, ...

7. Mực độ

   Nhiều, ít, đông, thưa (vắng), ồn ào, xầm uất, kém, hơn, chừng mực (điều độ), thái quá, tương đối, tuyệt đối, ...

8. Chuyển ý

   Vì thế *[vì vậy, cho nên, do đó, bởi thế, bởi vậy, bởi đó]*, tuy nhiên *[tuy thế, tuy vậy]*

   Hơn nữa, ngoài ra, ngược lại, trái lại, kế tiếp, cuối cùng, ...

9. Lưỡng nhiệm

   Ở đâu... ở đó/nơi nào
   Cách nào... cách đó/cách nào
   Khi nào... khi đó/khi nào

Anh đi đâu, tôi đi đó. (1)
Tôi đi nơi nào anh đi. (2)
Anh đi nơi nào, tôi đi nơi đó. (3)
Em theo anh bất cứ đâu anh đi.
Khi nào anh tới, khi đó tôi về. (4)
Tôi về bất cứ khi nào anh tới. (5)
Anh tới khi nào, tôi về khi đó. (6)

Chú thích
* (1) + (2) + (3): *cùng ý.*
* (4) + (5) + (6): *cùng ý.*

10. *Trạng từ đơn và kép*
Tổng quát, có 2 loại trạng từ: đơn và kép (nhiều từ hợp lại = trạng từ).

(Chạy) nhanh, chậm; (mưa rơi) ào ào, như thác; ...

Ngoài ra, có trạng từ nhóm, trạng từ mệnh đề.

a. *Trạng từ nhóm*
Là động từ nhóm hay giới từ nhóm.

Hình thức   *Động từ không chia + các từ*
               Giới từ + các từ

Về mặt kinh tế, về mặt xã hội, về mặt chính trị, về mặt giáo dục, ...
Ở mặt này, ở mặt kia, theo hướng đông, theo hướng tây, ...
Để biết xử dụng máy, xin quý bạn đọc bản hướng dẫn.
Bị xử tệ, hắn bỏ nhà sống lang thang.

b. *Trạng từ mệnh đề*
Trạng từ mệnh đề là phụ mệnh đề thời gian, lý do, điều kiện, ...

Hình thức   *Mệnh đề phụ*

<u>Khi trời lạnh</u>, tôi mặc áo ấm.
Nó chạy nhanh <u>đến nỗi tôi không đuổi kịp</u>
<u>Vì hắn mệt</u>, hắn nằm nghỉ trong phòng.

Thành lập trạng từ

Hình thức   *Cách + tt. = trt.*

Ông ta nói chuyện cách ôn tồn.
Bà ta ăn nói cách dịu dàng.
Họ làm việc cách nhanh nhẹn.

Chú thích
* *Ôn tồn, tt..; cách + tt.. = trt. = cách ôn tồn*
* *Tuy thế, theo thói quen, "cách" thường bị bỏ. Nên, tt. = trt. trong Việt ngữ.*
   Ông ta nói chuyện <u>cách</u> ôn tồn = Ông ta nói chuyện ôn tồn.

Tĩnh từ thành trạng từ

"Cách" thường bị bỏ. Vì thế, tĩnh từ cũng được xem là trạng từ. Dựa vào ý tưởng và cấu từ để biết tĩnh từ hay trạng từ. Dễ với người Việt, nhưng khó với người ngoại.

Anh ấy là người hoạt bát. (tt.)
Anh ấy nói năng hoạt bát. (trt.)
Lời nói của nàng dịu dàng. (tt.)
Nàng ăn nói dịu dàng. (trt.)

Vị trí trạng từ

Không có luật rõ rệt để đặt trạng từ ở ví trí nào trong mệnh đề. Thường, thói quen và sự êm tai tạo ra vị trí cho trạng từ. Do vậy, với cấu từ này, trạng từ đứng trước; với cấu từ kia, trạng từ đứng sau. Riêng cho cả mệnh đề, trạng từ thường đứng đầu mệnh đề, giữa mệnh đề, cuối mệnh đề tuỳ vào ý và mục đích của người viết hay nói miễn là nghe suôi tai.

Hình thức Chủ từ + đt. + trt.
Trt., chủ từ + đt.
Trt. + tt. ; tt. + trt.

Nàng ăn nói dịu dàng.   (suôi tai)
Nàng dịu dàng ăn nói.   (suôi tai)
Hắn chạy nhanh.
Hắn nhanh chạy.   (không suôi tai)
Quá đẹp; đẹp quá   (cả hai suôi tai)
Rất đẹp   (suôi tai)
Đẹp rất   (không suôi tai)

Bà ta ăn nói dịu dàng và lịch duyệt bằng giọng ôn tồn và ngọt lịm.
Nói mạch lạc và rõ ràng là điểm quan trong trong đối thoại.
Về mặt kinh tế, nước ta còn chậm tiến so với láng giềng.
Chúng ta thiếu máy móc và kỹ thuật. Thêm nữa, nhân sự không đủ trình độ phác hoạ kiểu mới và thanh nhã để thu hút khách hàng.

Tôi <u>luôn luôn đến</u> sớm.   (nhấn vào "đến")
Tôi đến <u>luôn luôn sớm</u>.   (nhấn vào "sớm")
(Luôn luôn), tôi đến sớm (luôn luôn). (nhấn vào mệnh đề)
Em <u>chỉ yêu</u> anh binh nhì.   (nhấn vào "yêu")
Em yêu <u>chỉ</u> <u>anh binh nhì</u>. (nhấn vào "anh binh nhì"; chê ông tướng)

Thứ tự trạng từ tạm thời

Khi nhiều trạng từ xuất hiện trong câu, chúng tạm sắp xếp theo thứ tự sau:

    1   2   3   4   5
Cách thế Nơi chốn Thường xuyên Thời gian Mục đích/lý do.

Nếu chỉ một, trạng từ có các vị trí khác nhau tuỳ ý diễn và ý muốn của người viết hay nói.

Chủ từ + đt. + trt.   Chủ từ + trt. + đt.
S + V + adv.   S + adv. + V
Chủ từ + đt. + tr.túc + trt. Trt. + Chủ từ + đt.
S + V + D.O. + adv.   Adv. + S + V

Nàng hát hay   (cách thế)
Tôi đã tìm cuốn sách khắp chỗ.   (nơi chốn)
Tôi chạy 8 mai[lz] (miles) mỗi ngày.   (thường xuyên)
Bạn vẫn còn làm việc theo dự án đó?   (thời gian)
Chúng tôi tới đây làm việc.   (mục đích)
Quần áo cắt may và, vì thế, mắc.   (lý do)

Tôi phải chạy nhanh   1. (cách thế)
   xuống phố   2. (nơi chốn)
   mỗi sáng   3. (thường xuyên)
   sau điểm tâm   4. (thời gian)
   để bắt kịp xe bớt đi học.   5. (mục đích)

Hắn chạy nhanh và bền.
Hắn chạy bền và nhanh.
Bền và nhanh, hắn chạy. (không suôi tai)
Đôi lúc, tôi hăng say làm việc.
Đôi lúc, tôi làm việc hăng say.
Tôi, đôi lúc, hăng say làm việc.
Tôi làm việc hăng say, đôi lúc.
Tôi làm việc, đôi lúc, hăng say.

Nhiệm vụ trạng từ

1. Bổ nghĩa động từ

   Hắn ta <u>chạy</u> <u>nhanh</u>.

2. Bổ nghĩa tĩnh từ

   Cô ấy <u>đẹp</u> quá/quá <u>đẹp</u>.

3. *Bổ nghĩa trạng từ*

    Tôi phải đi ngay <u>bây giờ</u>.

4. *Bổ nghĩa liên từ*

    <u>Chỉ khi</u> cháu ngủ, cháu mới chịu rời con búp bê.

5. *Bổ nghĩa giới từ*

    Tại nạn xảy ra ngay <u>trước</u> nhà tôi.

6. *Bổ nghĩa câu*

    Hạnh phúc, <u>thay</u>, họ sống với nhau tới tuổi già từ ngày cưới nhau!
    Bực tức, nàng gắt to với chồng.

Chú thích
* *Thay* = dư từ; vô nghĩa; nhưng thêm "gia vị" nói lên thái độ người nói: ngợi khen trong trường hợp này.

7. *Trạng từ chuyển ý giữa các mệnh đề, các câu, các đoạn*
Trạng từ chuyển ý là "vì thế, cho nên, do vậy, tuy nhiên, ..."

    Hắn mệt; vì thế, hắn nằm nghỉ trong phòng. (câu kép)
    Hắn mệt. Vì thế, hắn nằm nghỉ trong phòng. (2 câu đơn)
    Trước hết, (đoạn 1) _ Kế tiếp, (đoạn 2) _ Sau hết, (đoạn 3)

So sánh trạng từ

So sánh trạng từ tựa so sánh tĩnh tự.

A. So sánh đơn phương

    Trời mưa tầm tã.
    Ông ta làm việc siêng.
    Hắn chạy nhanh.

B. So sánh đối phương
1. *So sánh tương đối*
* *Kém/ít + trt. + (hơn)*

    Tôi chạy kém nhanh (hơn).
    Tôi chạy kém nhanh (hơn anh).

* *Trt. + bằng/như*

    Hắn chạy nhanh bằng anh.
    Hắn chạy không nhanh bằng anh.
    Hắn không chạy nhanh bằng anh.

* *Trt. + hơn*

> Bà ta làm gọn gàng hơn chúng mình.
> Hắn làm nhiều hơn tôi.

2. So sách cực cấp
a. *So sánh cực cấp tương đối*
* *Kém/ít + trt. + nhất*

> Hắn nắm địa vị cao nhất, nhưng hắn cư xử kém lịch duyệt nhất.

* *Trt. + nhất*

> Nàng ta ăn nói duyên nhất và lém lỉnh nhất.

b. *So sánh cực cấp tuyệt đối*
 Rất, quá, tuyệt đối, cực, thật, trọn vẹn, ...

> Hắn chạy cực nhanh!

3. So sánh khác
* *Càng + trt. + (kém/hơn)*

> Anh ta chạy càng kém nhanh.
> Hắn chạy càng kém nhanh hơn tôi.
> Bà ta nói càng nhiều.
> Nàng sống càng hạnh phúc hơn kẻ khác.

* *Càng + trt., càng + trt. (kém/hơn)*
  Càng + trt. + bao nhiêu, càng + trt. + bấy nhiêu (kém/hơn)

> Bạn càng đi xa, bạn càng học nhiều.
> Bạn càng ít đi xa, bạn càng học ít.
> Anh càng sống hạnh phúc bao nhiêu, anh càng yêu đời bấy nhiêu.
> Nàng xử sự cứng dắn bao nhiêu, tôi xử sự kém cứng dắn bấy nhiêu.

* *Trt. + nhất, trt. + nhất*

> Hắn chạy nhanh nhất, tôi chạy chậm nhất.
> Nàng sống hạnh phúc nhất, tôi sống đau khổ nhất.

* *(Động từ) + nhiều hơn/bằng/ít hơn (nhiều/ít nhất)*

> Tôi ăn nhiều hơn anh.
> Marie uống ít hơn mẹ.
> Chị làm ít hơn cố ấy.

Anh ngủ nhiều/ít bằng tôi.

* **Động từ₁ + trt. + động từ₂ (kém/hơn)**

    Tôi <u>thích</u> sống ở Saigon <u>nhiều</u> hơn tôi thích sống ở vùng quê.
    Tôi thích sống ở Saigon ít hơn tôi thích sống ở tỉnh.
    Nàng sống hạnh phúc hơn tôi sống. (cách hạnh phúc = hạnh phúc, trt.)

C. So sánh ẩn

Nó chạy nhanh, tôi chạy chậm.
Nó nói nhiều, tôi nói ít.

D. So sánh linh tinh

Ít hơn: ít hơn nhiều; ít hơn ít
Nhiều hơn: nhiều hơn nhiều; nhiều hơn ít
Nhanh hơn nhiều; nhanh hơn ít

Chậm hơn nhiều; chậm hơn ít
Lưu loát hơn nhiều
Siêng nhiều hơn nhiều
Kém nhanh nhiều; kém nhanh ít

E. So sánh đặc biệt
1. Hình thức   ... Trạng từ + bằng ... lần
Trường hợp 1

```
A ├──────┤           A ├────┤
         nhanh                chậm
B ├──────┤           B ├────┤
```

A: 10m/s; B: 10m/s
* *A chạy nhanh*
    B chạy nhanh bằng A. [10m/s = 10m/s]
    B chạy nhanh bằng 1 lần A. [10m/s = 1x10m/s]

* *A chạy chậm*
    B chạy chậm bằng A. [10m/s = 10m/s]
    B chạy chậm bằng 1 lần A. [10m/s = 1x10m/s]

* *B chạy nhanh*
    A chạy nhanh bằng B. [10m/s = 10m/s]
    A chạy nhanh bằng 1 lần B. [10m/s = 1x10m/s]

* *B chạy chậm*
    A chạy chậm bằng B. [10m/s = 10m/s]
    A chạy chậm bằng 1 lần B. [10m/s = 1x10m/s]

Trường hợp 2

```
A ├──┼──┤ nhanh    A ├──┼──┤ chậm
B ├──┤ nhanh       B ├──┤ chậm
```

A: 20m/s; B: 10m/s

* *A chạy nhanh*
  B chạy nhanh bằng 1/2 lần A. [10m/s = (1/2) x20m/s]

* *A chạy chậm*
  B chạy chậm bằng 1/2 lần A. [10m/s = (1/2) x20m/s]

* *B chạy nhanh*
  A chạy nhanh bằng 2 lần B. [20m/s = 2x10m/s]

* *B chạy chậm*
  A chạy chậm bằng 2 lần B. [20m/s = 2x10m/s]

2. Hình thức   ... Trt. so sánh + trước/sau ... lần

Trường hợp 1

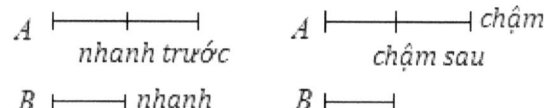

A: 20m/s; B: 10m/s

* *B chạy nhanh*
  A chạy nhanh trước B 10m/s. [20m/s-10m/s = 10m/s]
  A chạy nhanh trước B 1 lần. [20m/s-10m/s = 10m/s = 1x10m/s]

* *A chạy chậm*
  B chạy chậm sau A 10m/s. [10m/s-20m/s = -10m/s]
  B chạy chậm sau A 1/2 lần. [10m/s-20m/s=-10m/s = (-1/2)x 20m/s]

A: 30m/s; B: 10m/s
* *B chạy nhanh*
  A chạy nhanh trước B 20m/s. [30m/s-10m/s = 20m/s]
  A chạy nhanh trước B 2 lần. [30m/s-10m/s = 2x10m/s]

* *A chạy chậm*
  B chạy chậm sau A 20m/s. [10m/s-30m/s = -20m/s]
  B chạy chậm sau A 2/3 lần. [10m/s-30m/s=-20m/s= (-2/3)x 30m/s]

A: 15m/s; B: 10m/s
* *B chạy nhanh*
  A chạy nhanh trước B 5m/s. [15m/s-10m/s = 5m/s]
  A chạy nhanh trước B 1/2 lần. [15m/s-10m/s = 5m/s = (1/2)x10m/s]

* *A chạy chậm*
   B chạy chậm sau A 5m/s. [10m/s-15m/s = -5m/s]
   B chạy chậm sau A 1/3 lần. [10m/s-15m/s =-5m/s = (-1/3)x15m/s]

Trường hợp 2

```
A ├──┼──┤              A ├──┼──┤
     nhanh trước            chậm trước
B ├──┼──┤ nhanh         B ├──┼──┤ chậm
     nhanh sau              chậm sau
C ├──┤                  C ├──┤
```

A: 20m/s; B: 10m/s; C: 5m/s

* *B chạy nhanh*
   A chạy nhanh trước B 10m/s. [20m/s-10m/s = 10m/s]
   A chạy nhanh trước B 1 lần. [20m/s-10m/s = 10m= 1x10m/s]

   C chạy nhanh sau B 5m/s. [5m/s-10m/s = -5m/s]
   C chạy nhanh sau B 1/2 lần. [5m/s-10m/s = -5m/s = (-1/2)x10m/s]

* *B chạy chậm*
   A chạy chậm trước B 10m/s. [20m/s-10m/s = 10m/s]
   A chạy chậm trước B 1 lần. [20m/s-10m/s = 10m/s = 1x10m/s]

   C chạy chậm sau B 5m/s. [5m/s-10m/s = -5m/s]
   C chạy chậm sau B 1/2 lần. [5m/s-10m/s = -5m/s = (-1/2)x10m/s]

A: 45m/s; B: 15m/s; C: 5m/s

* *B chạy nhanh*
   A chạy nhanh trước B 30m/s. [45m/s-15m/s = 30m/s]
   A chạy nhanh trước B 2 lần. [45m/s-15m/s = 30m/s = 2x15m/s]

   C chạy nhanh sau B 10m/s. [5m/s-15m/s = -10m/s]
   C chạy nhanh sau B 2/3 lần. [5m/s-15m/s =-10m/s = (-2/3)x15m/s]

* *B chạy chậm*
   A chạy chậm trước B 30m/s. [45m/s-15m/s = 30m/s]
   A chạy chậm trước B 2 lần. [45m/s-15m/s = 30m/s = 2x15m/s]

   C chạy chậm sau B 10m/s. [5m/s-15m/s = -10m/s]
   C chạy chậm sau B 2/3 lần. [5m/s-15m/s= -10m/s = (-2/3)x15m/s]

3. Hình thức   Mệnh đề$_1$ + đt. + trạng từ so sánh + mệnh đề$_2$

   Tôi đi mô-tô nhanh hơn hắn lái xe.
   Xe hoả chạy chậm hơn tôi lái xe hơi ở tốc độ bình thường.

Chương 13   Liên từ

Liên từ dùng nối các từ, các nhóm từ, các từ nhóm, các mệnh đề, ... tạo dòng tư tưởng mạch lạc, gọn, sáng để dễ hiểu đối với độc giả.

Phân loại liên từ

Tổng quát, có hai loại liên từ:

1. Liên từ độc lập

"Và, nhưng, hay, ..." dùng nối các từ, các nhóm từ, các từ nhóm, các mệnh đề, ... cùng loại, cùng nhiệm vụ, thí dụ, danh từ với danh từ, động từ với động từ, tĩnh từ với tĩnh từ, ..., chủ từ với chủ từ, mệnh đề phụ với mệnh đề phụ, mệnh đề chính với mệnh đề chính, ... hay các từ khác nhau làm cùng nhiệm vụ, thí dụ, danh và đại từ làm cùng nhiệm vụ như chủ từ, túc từ, giới túc, ...

>   *Anh ấy và nữ ca sĩ* hoà nhạc.
>   Cuốn sách gọn và xinh
>   Anh lấy cái này hay anh lấy cái kia?
>   Thời tiết nắng và mưa thất thường.
>   Có sự liên hệ chặt chẽ giữa xã hội và chúng ta.
>   Xã hội và chúng ta dựa vào nhau để sinh tồn

2. Liên từ phụ thuộc

"Khi, vì, trong lúc, mặc dù, rằng/là, ..." dùng tạo phụ mệnh đề để bổ nghĩa chính mệnh đề diễn tả thời gian, nơi chốn, lý do, điều kiện, mục đích, nhượng bộ, ...hay làm nhiệm vụ như chủ từ, túc từ, giới túc, phụ từ, áp từ, ...

>   *Khi trời mưa lớn*, tôi nghỉ làm. *(1)*
>   Tôi nghỉ làm khi trời mưa lớn. *(2)*
>   Phúc lợi xã hội tuỳ thuộc vào lúc người ta về hưu.
>   Mặc dầu tôi mệt, tôi phải cố xong việc trước ngày hẹn.
>   Vì hắn bất cẩn, hắn gây tai nạn.
>   Rằng/là trái đất xoay quanh mặt trời là sự kiện đúng.

Chú thích
* Nếu phụ mệnh đề đứng trước chính mệnh đề để bổ nghĩa, dấu phẩy (,) phải dùng.
* Nếu làm nhiệm vụ, thí dụ, chủ từ, túc từ, ... không cần dấu phẩy (,). Thông thường, không cần liên từ phụ thuộc "rằng". Trong trường hợp khác, nên dùng "rằng" để phân biệt.

3. Liên từ đơn và kép

Tổng quát, có 2 loại liên từ: đơn và kép (nhiều từ hợp lại = liên từ).

>   Khi, trong khi, vì, bởi vì, ...

Phân loại liên từ phụ thuộc

Tổng quát, liên từ phụ thuộc chia thành nhiều loại:

1. *Thời gian*

    Khi/lúc, trong khi/trong lúc, bất cứ khi nào, trước khi, sau khi, mọi khi, ...

    Chúng tôi mua ít quà <u>trước khi</u> <u>chúng tôi về Việt Nam thăm bà con</u>.

2. *Nguyên nhân*

    Vì/bởi vì, lý do, nguyên nhân, ...

    Tôi xin nghỉ hai ngày vì mắc bệnh cảm cúm.

3. *Nhường nhịn*

    Mặc dầu/mặc dù/dù rằng/mặc dù ... nhưng ...

    Mặc dù lão là đại gia, gái chơi khó móc tiền lão ta.

4. *Điều kiện*

    Nếu, theo điều kiện là, miễn là, trừ phi, trừ ra, ...

    Nếu trúng số, tôi cho bạn 10 triệu đồng Hồ tệ xài chơi.

5. *Mục đích*

    Để, với mục đích, cho hệ quả là, ...

    Tôi làm việc không ngừng để tôi quên nỗi cô đơn.
    Để gia đình có nơi thờ Phật, tôi phải đặt đóng bàn thờ.

6. *Giới thiệu*

    Rằng/là

    Hắn than rằng hắn không còn xu nào sau canh bài.
    (Rằng) trái đất tròn là sự kiện đúng.
    Tôi cho (rằng) người ta phải đội nón an toàn khi đi xe gắn máy là luật giao thông bắt buộc.

Chú thích
* Thường, "rằng, là" bỏ khi giới thiệu phụ mệnh đề làm trực túc, chủ từ.

7. *So sánh*

    Hơn, bằng, kém, đến nỗi, như, ...

    Tôi chẳng giầu bằng anh.
    Nó phóng nhanh đến nỗi tôi không đuổi kịp.
    Nàng giẫy giụa như đỉa phải vôi.
    Hắn chơi đàn như nhạc công tài danh dầu không học trường nào.

Nhiệm vụ liên từ

Có 2 nhiệm vụ cho liên từ:
1. Liên từ độc lập nối các từ, nhóm từ, mệnh đề cùng loại hay làm cùng nhiệm vụ như chủ từ, túc từ, ...

Nó và tôi.
Xã hội và tôi.
Nàng ngủ, nhưng tôi thức.
Anh lấy cái này hay cái kia?

2. Liên từ phụ thuộc tạo phụ mệnh đề phụ bổ nghĩa mệnh đề chính hay làm số nhiệm vụ như danh nhiệm, tĩnh nhiệm, hay trạng nhiệm. Đôi khi phụ mệnh để đứng lẻ loi *(chính mệnh đề được hiểu).*

Thật dễ ngủ! Ngay sau khi đặt mình trên giường, hắn ngày khò khò.
Ước gì tôi trúng số độc đắc!
Ước gì tôi cưới được nàng!
Ước gì tôi có cánh.
Ước gì tôi làm cánh chim, tôi sẽ bay khắp trời.

Nhận dạng phụ mệnh đề

Phụ mệnh đề thường đi với chính mệnh đề để bổ nghĩa chính mệnh đề. Cũng có trường hợp phụ mệnh đề đi lẻ loi khi chính mệnh đề ẩn (được hiểu).

Ước gì tôi trúng số. (để làm gì đó)
Ước gì tôi cưới được nàng! (tôi sẽ ...)
Ước gì tôi có cánh! (tôi bay)

Nhận dạng phụ mệnh đề thế nào? Sau đây là vài điểm căn cứ:
1. Liên từ phụ thuộc

<u>Vì</u> tôi đi nhậu và về khuya, con vợ tôi nhốt ở ngoài.
<u>Vì</u> trái đất tròn, chúng mình sẽ gặp nhau.
<u>Mặc dầu</u> phú ông giàu sụ, lão ta trùm xò lắm!

2. Liên hệ đại từ
Liên hệ đại từ "mà". Tuy nhiên, mệnh đề liên hệ đại từ trở thành từ nhóm vì "mà" không dùng trong Việt ngữ. Trong hành văn ngoại, liên hệ đại từ được dùng. Do vậy, dựa vào ý để hiểu có liên hệ mệnh đề hay không.

Người (mà) <u>mang kính đen</u> là anh tôi.
The man <u>(who) wears black sunglasses</u> is my brother. (so sánh với ngoại ngữ)
The man <u>wearing black sunglasses</u> is my brother.

3. Tri vấn đại từ   Ai, cái gì

Anh có biết ai gọi phôn không?
Anh có biết cái gì xảy ra không?

4. Lưỡng nhiệm đại từ   Bất cứ ai, bất cứ cái gì, người nào ... người ấy, ...

Ai vào đây phải trình thẻ nhận dạng.
Bất cứ cái gì hiện hữu phải bị đào thải.

5. Trạng từ nghi vấn   Ở đâu, khi nào, cách nào, tại sao

Anh biết <u>nàng đâu</u> không?
Tôi chả biết <u>nàng đâu</u> cả.
Tôi chẳng biết <u>tại sao tôi gặp nàng</u>. Có lẽ, duyên nợ.

Chú thích
* (?): chính mệnh đề = anh biết ... không?
* ... biết (rằng/là); "rằng/là" trước câu hỏi gián tiếp được bỏ. Câu hỏi gián tiếp lồng trong câu xác định, phủ định, hay câu hỏi trực tiếp. Không dùng (?) cho câu hỏi gián tiếp.
   Hắn hỏi tôi tôi làm gì. Hắn hỏi, "Anh làm gì?". Nó có hỏi anh làm gì không? (?) của "nó có hỏi ... không"

6. Lưỡng nhiệm trạng từ   ... Bất cứ nơi nào, ..., bất cứ khi nào ..., ở nơi, khi nào

Em ở nơi anh ở.
<u>Anh ở đâu</u>, em ở đó.
Anh đi <u>khi nào anh thích</u>.

Chương 14   Giới từ

Giới từ làm người giới thiệu từ này với từ kia. Nó giới thiệu B với A để B bổ nghĩa A trong dạng A + giới từ + B. Nếu A = động từ, B = gián túc; nếu A = từ (≠ động từ), B = giới túc.

    Tôi <u>trao</u> cuốn sách <u>cho</u> hắn. (A = đt., hắn = gián túc)
    <u>Nhà</u> (<u>của</u>) cha mẹ tôi (A ≠ đt., cha mẹ = giới túc)
    Tôi hài lòng <u>về</u> con tôi.
    Người <u>bên cạnh</u> tôi <u>trong</u> hình là em trai tôi.

Đứng sau giới từ là danh từ, đại từ, động từ, tĩnh từ, trạng từ, liên từ, hay mệnh đề tuỳ vào sự diễn ý.

    <u>Từ</u> già <u>tới</u> trẻ; <u>cho tới</u> khi người ta về hưu.
    Âm nhạc dành cho giới trẻ; về phần tôi.
    Bạn nên chạy từ chậm tới nhanh.
    Để biết xử dụng đúng, xin đọc hướng dẫn cẩm nang.

Loại giới từ

Giới từ chia thành:

1. *Lý do*
    Bởi vì, vì, do, ...

    Hắn nghỉ nhà <u>vì</u> bệnh.

2. *Mục đích*
    Để, cho, nhắm vào, ...

    Tôi ở nhà <u>để</u> học bài.

3. *Vị trí*
    Ở, trong, ngoài, trên, dưới, trước, sau, băng qua, qua đầu, ...

    Nàng ngồi ngoài sân và ngắm hoa.

4. *Thời gian*
    Từ khi, đến khi *(từ lúc, đến lúc)*, trong khi *(trong lúc)*, sau khi, trước khi, ...

    Trong khi mưa, tôi nằm nhà đọc sách.
    Sau việc, *(tôi)* mệt, tôi phải nghỉ.

5. *Khoảng cách*
    Từ, đến, xa, gần, cách, khỏi, ...

Chúng tôi đi từ đầu phố tới cuối phố.

6. *Nhượng bộ*
Dầu, mặc dầu, mặc dầu... nhưng ..., dẫu rằng, ...

Dẫu rằng lạnh (sự lạnh), nó chẳng thèm mặc áo ấm.

7. *Điều kiện*
Miễn là, trừ/trừ phi, không kể, kể cả, tuỳ theo, tuỳ, ...

Tuỳ tình hình kinh tế, giá cả thị trường tăng giảm vô chừng.

8. *Sở hữu*
Của, thuộc về

Đây là nhà (của) Bà Tám Vườn Trầu.
Căn nhà này thuộc ông Năm.

9. *Tỷ đối*
Giống/như, không giống/không như, ...

Nàng tròn như cái lu.

10. *Giới từ đơn và kép*
Tổng quát, có 2 loại giới từ: đơn và kép (nhiều từ hợp lại = giới từ).

Của, từ, tới, ở, về, ...
Theo điều kiện, dựa theo/dựa vào/căn cứ vào, tuân theo, chiếu theo, ...

Chiếu theo luật giao thông, anh bị phạt vì chạy xe quá tốc độ giới hạn.

Vị trí giới từ

Các từ được giới thiệu luôn đứng sau giới từ; cũng có trường hợp đứng xa giới từ.

Form *Giới từ + từ*
         Giới từ + giới từ + từ

Căn nhà của cha mẹ tôi
Trong lúc khó khăn
Quốc hội họp cho tới sau tháng Ba để công bố bộ luật mới.
Người anh nói chuyện với là em tôi.

Chú thích
* *Người = gián túc qua giới từ với; người = chủ từ của động từ "là"*
* *Em (tôi) = phụ từ bổ nghĩa danh từ "người" qua liên động từ "là"*
* *Phân tích văn phạm rất cần thiết để nắm vững nhiệm vụ các cấu từ trong câu.*
* *Văn phạm giúp người viết viết câu văn chính xác, rõ ý, không thừa từ và không thiếu từ.*
* *Ngoài ra, chấm câu cũng rất quang trọng vì giúp hành văn rõ ý, tránh hàm hồ, tối nghĩa, hiểu sai khi dấu chấm câu không dùng hay đặt sai vị trí hoặc dùng sai dấu chấm câu.*

* Văn phạm Việt không thua gì văn phạm ngoại. Rành văn phạm Việt = dễ dàng hiểu văn phạm ngoại.
* Tất cả văn phạm của các ngôn ngữ có khung sườn giống nhau tựa các cấu từ căn bản hay 6 câu hỏi căn bản. Dĩ nhiên, nếu đi vào chi tiết, có các điểm khác nhau vì văn hoá khác nhau cho văn phạm khác nhau; văn phạm khác nhau cho hành văn khác nhau nhưng diễn tả cùng ý (cùng hình ảnh).

Nhiệm vụ giới từ

Có 2 nhiệm vụ cho giới từ:
1. Giới thiệu từ này với từ khác.

> *Nhà trường trao phần thưởng <u>cho</u> các học trò.*
> *Phúc lợi xã hội <u>dành cho</u> người khuyết tật*
> *Người đẹp <u>ở</u> Bình Dương*
> *Những suy tư <u>về</u> cuộc đời*

Chú thích
* Cho các học trò: "cho", giới từ, giới thiệu gián túc "các học trò" cho động từ "trao".
* Dành cho người khuyết tật: "dành cho", giới từ, giới thiệu "người khuyết tật" cho danh từ "phúc lợi xã hội".

2. Tạo giới từ nhóm làm tĩnh từ nhóm hay trạng từ nhóm.

> *Người đẹp <u>ở</u> Bình Dương*
> *Chiếc <u>bàn</u> <u>để thờ Phật</u> làm bằng gỗ lim bóng láng.*
> *Chiếc <u>bàn</u> làm bằng gỗ lim bóng láng <u>để thờ Phật</u>.*
> *<u>Để có việc tốt</u>, bạn phải học cao.*

Chú thích
* Ở Bình dương = giới từ nhóm về hình thức = trực tĩnh nhóm về nhiệm vụ bổ nghĩa danh từ "người đẹp". Người đẹp ở đâu? Ở Bình Dương.
* Để thờ Phật = giới từ nhóm về hình thức = trực tĩnh nhóm về nhiệm vụ bổ nghĩa danh từ "bàn". Bàn gì? Để thờ Phật.
* Để có việt tốt = giới từ nhóm về hình thức = trạng từ nhóm về nhiệm vụ bổ nghĩa động từ "phải học". Phải học để làm gì? Để có việc tốt.

Chương 15   Mạo từ

Mạo từ là người bạn thân của danh từ. Mạo từ chia thành hai loại căn bản phân biệt giống: đực, cái, không giống. Mạo từ xem như gia vị thêm nếm vào danh từ để nói lên ý sâu xa của người viết, người nói dành cho đối tượng được đề cập. Mạo tự diễn tả hương vị: ngọt, bùi, chắt, đắng lẫn chua, cay. Đặc biệt, mạo từ Việt không mang tính xác định hay bất định như ngoại ngữ: American hay français.

Mạo từ diễn ý danh từ nào đó ở số ít, là một trong những thực thể cùng loại. Mạo từ không hàm ý số lượng. Tĩnh từ số đếm chỉ số lượng. Cũng thế, với ngoại ngữ, như "an, a, the" (American) và "un, une, des, le, la, les" (français) là mạo từ. Trong français, "un, une" cũng là tĩnh từ số đếm. Trong ngôn ngữ, một từ có thể thuộc loại từ khác nhau để làm nhiệm vụ khác nhau hay có tính chất khác nhau, ... Ngôn ngữ ngoại có ít mạo từ. Ngược lại, Việt ngữ giàu về mạo từ được dùng làm hương vị cho món ăn "danh từ".

Chú thích
* Mạo từ: con, cái, cậu, chiếc, ngôi, mái, ... tương đương với "a, an, un, une" của ngoại. Nó không nghĩa là "một" thuộc tĩnh từ số đếm.
* Có sự hiểu lầm khi tiếng pháp có mạo từ và tĩnh từ số đếm giống nhau "un, une".
* Không dịch "un, une" là "một" khi chúng là mạo từ vì câu văn không hàm ý số lượng nhưng chi vật nào đó ở số ít hiện hữu đâu đó. "Một" chỉ dùng khi số đếm được hàm ý. Thí dụ,
    Có nhà hàng nào ở đây không, thưa ông? (mạo từ)
    Ông mở <u>mấy</u> nhà hàng? (số đếm)
    Tôi mở <u>một</u> nhà hàng.
* Phần lớn người Việt xưa và nay hiểu lầm mạo từ ngoại là tĩnh từ số lượng như
    a/an/un/une = một; như **một** chiếc xe; "một" là tĩnh từ số đếm chứ không là mạo từ
    a/an/un/une = cái, con, chiếc, ngôi, căn, người, ... (tương đương ứng với mạo từ Việt khi không hàm ý đếm).
* Do vậy, khi dịch ngoại ra Việt, người dịch lưu ý chúng là mạo từ hay tĩnh từ số lượng. Nếu là mạo từ, "a/an/the/un/une/le/la/les = cái, con, chiếc, ngôi, căn, người, ..., hay không mạo từ Việt, thí dụ,
    Is there a restaurant here, sir?
    Ở đây có nhà hàng/ngôi nhà hàng nào không, thưa ông? (mạo từ)
    Thưa ông, ông mở bao nhiêu nhà hàng nơi đây? (tĩnh từ số lượng)
    Nơi đây, tôi mở một nhà hàng. (tĩnh từ số lượng)

Trong diễn ý, mạo từ diễn tả thái độ, cảm xúc, ý kiến của người viết, người nói dành cho đối tượng họ đề cập.

<u>Con</u> người, <u>giống</u> người, <u>con</u> trai, <u>con</u> gái
<u>Thằng</u> đàn ông, <u>người</u> đàn ông, <u>gả</u> đàn ông
<u>Mụ</u> đàn bà, <u>người</u> đàn bà, <u>con</u> đàn bà
<u>Ngôi</u> nhà, <u>căn</u> nhà, <u>mái</u> nhà
<u>Ngôi</u> làng, <u>cái</u> làng

Chú thích
* Gạch dưới là mạo từ
* Khác biệt mạo từ cho hương vị khác biệt cho danh từ.

Không có quy luật cố định cho mạo từ. Sự dùng hoàn toàn tuỳ vào thói quen, sự êm tai, thái độ, cảm xúc, ý kiến, điệu vần vì Việt ngữ vốn dĩ có nhạc tính nhờ 5 dấu giọng tạo cung bậc: trầm, trung, bổng.

>*<u>Con</u> dao, <u>cái</u> kéo (không: cái dao, con kéo; tại sao? (êm tai theo thói quen)*
>*<u>Người</u> đàn bà (kính trọng); <u>mụ</u> đàn bà (xem thường)*
>*<u>Mái</u> trường, <u>ngôi</u> trường (cảm xúc)*
>*<u>Chiếc</u> lá, <u>con</u> thuyền, <u>làn</u> gió (thơ văn)*

Dùng mạo từ thế nào khi không có quy luật cố định? Phải có tâm hồn Việt. Trong danh từ Việt, có từ là phần gắn liền vào danh từ (không thể tách rời), hay mạo từ vì mạo từ là bạn thân của danh từ; thường, mạo từ đi kèm danh từ. Tuy nhiên, tuỳ hành văn, người viết có thể không dùng mạo từ vì lý do nào đó. Vậy, làm thế nào phân định phần gắn liền vào danh từ với mạo từ, hay ngược lại?

Sau đây là vài thí dụ:

>*<u>Mặt</u> trăng = <u>mảnh</u> trăng = <u>nàng</u> nguyệt = trăng*
>*<u>Con</u> thuyền = <u>chiếc</u> thuyền = <u>con</u> đò, <u>chiếc</u> đò = thuyền/đò*
>*<u>Mùa</u> thu = <u>nàng</u> thu = thu*
>*<u>Mùa</u> xuân = <u>chúa</u> xuân = xuân*

>*<u>Cuộc</u> đời = <u>dòng</u> đời = đời*
>*<u>Chú</u> rể = <u>chàng</u> rể = rể*
>*<u>Cô</u> dâu = <u>nàng</u> dâu = dâu*

>*<u>Nỗi</u>* đau/<u>niềm</u>* đau, dt. ≠ đau, tt.*
>*<u>Sự</u>* hạnh phúc/<u>niềm</u>* hạnh phúc, dt. ≠ hạnh phúc, tt.*

Chú thích
* Mạo từ như "mặt, mảnh, nàng, con, chiếc, ... cuộc, chú, cô, ..." bỏ, nghĩa của danh từ không biến đổi.
* Ngược lại, phần gắn liền như "sự, nỗi, niềm, ..." bỏ, danh từ biến thành loại từ khác.
* Mạo từ thường đi với danh từ; đôi khi, không.

Danh từ có thể là một từ hay vài từ hợp lại để chỉ định thực thể nào đó:
>** Danh từ = từ; danh từ = từ + từ + ...*

Do vậy, dựa vào hai trường hợp nêu trên để phân biệt phần gắn liền và mạo từ, sách này tạm quy định như dưới đây
* Nếu từ nào đó bỏ, nghĩa hay loại từ thay đổi, từ đó = phần gắn liền.

>*<u>Niềm</u> hạnh phúc, dt. ≠ hạnh phúc, tt.*
>*<u>Nỗi</u> đau, dt. ≠ đau, tt.*
>*<u>Sự</u> bất hạnh, dt. ≠ bất hạnh, tt.*

Chú thích
* "Niềm, nỗi, sự" = phần gắn liền.

* Nếu từ nào đó bỏ, nghĩa hay loại từ không đổi, từ đó = mạo từ

<u>Mảnh</u> trăng = <u>ông</u> trăng = <u>nàng</u> nguyệt = trăng
<u>Con</u> thuyền = <u>chiếc</u> thuyền = <u>cái</u> thuyền = thuyền

Chú thích
* "Mảnh, ông, nàng, ..." = mạo từ.

Đôi khi, hai mạo từ đi cùng.

<u>Nàng</u> gái = <u>con</u> gái = <u>nàng con</u> gái = gái
<u>Cậu</u> trai = <u>con</u> trai = <u>cậu con</u> trai = trai

Mạo từ là gia vị, hương vị cho danh từ tuỳ theo thái độ, cảm xúc, ý kiến, ... của người viết, người nói.

<u>Mụ/con</u> đàn bà lẻo mép; <u>mụ</u> bà hồi xuân *(xem thường, bực tức, chê bai)*
<u>Thằng</u> cha già mắc dịch, <u>tên</u> quan tham ô *(xem thường, bực tức, chê bai)*
<u>Vị</u> thầy, <u>vị</u> giáo sư, <u>vị</u> bác sĩ *(kính trọng)*
<u>Quý vị</u> quan khách *(lịch sự)*
<u>Quý vị</u> nam = <u>quý</u> ông *(lịch sự)*
<u>Quý vị</u> nữ = <u>quý</u> bà *(lịch sự)*
<u>Nàng</u> thôn nữ tuổi trăng tròn *(văn chương)*
<u>Chàng</u> trai nước Việt, <u>nàng</u> gái nước Việt *(ngưỡng mộ)*
<u>Làn</u> gió thu, <u>cánh</u> lá vàng rơi rụng *(nhẹ nhàng, thi văn)*

Phân loại mạo từ

Mạo từ đi với danh từ số ít, số nhiều. Để diễn tả số nhiều, tĩnh từ "những, các, nhiều, vài, ..." được dùng.

Những* <u>nàng con</u> gái cười tươi như bông hoa nở.
Các* <u>nàng con</u> gái miền Nam tha thướt trong <u>chiếc</u> áo bà ba
Vài* <u>chiếc</u> xuồng trôi lững lờ giữa dòng sông hiền hoà.

Tổng quát, mạo từ chia thành 3 loại dựa vào: giống đực, giống cái, và không giống.
  Con người
    * *Giống đực:* thằng, cu, chàng, ông, anh, gả, ...
    * *Giống cái:* nàng, mụ, bà, chị, cô, ...
    * *Lưỡng giống:* người, ...
  Con vật
    * *Giống đực và cái:* con (không "cái") *(+ tĩnh từ = đực/cái để phân giống)*
  Đồ vật
    * *Trung tính:* cái, con, chiếc, ngôi, mái, căn, làn, ngọn (gió), ...

```
Con trai   = đứa trai    = mụn trai  = thằng trai  = chàng trai  = trai
Con gái    = cái gái     = đứa gái   = mụn gái     = nàng gái    = gái
Căn nhà    = ngôi nhà    = cái nhà   = nhà
Chiếc lá   = cái lá      = cánh lá   = lá
Chiếc bàn  = cái bàn     = bàn
Cái kéo    = kéo
Con dao    = dao
```

Chú thích
* Không: "thằng gái", "cái dao, con kéo", "thằng đàn bà", ...(không êm tai)
* Tuy nhiên, trong văn tếu, mạo từ được dùng nghịch, thí dụ, thằng gái (con gái có tính con trai)

Mạo từ không đi với danh từ không đếm được.

Nước, muối, đường, sữa, bia, rượu, ...

Chú thích
* Không: "chiếc nước", "cái muối", "căn đường", "con rượu", ...

Nói tóm, mạo từ xem như gia vị tạo món ăn Việt ngữ thơm ngon và đầy hương vị: ngọt, bùi, chát, đắng lẫn chua cay. Không có quy luật rõ rệt để dùng mạo từ. Muốn dùng đúng, người ngoại phải có tâm hồn Việt.

Chương 16   Cảm từ và dư từ

Cảm từ
Cảm từ diễn tả: vui, giận, yêu, ghét, buồn, đau, hay chú ý, báo trước, ngạc nhiên, bẽn lẽn, ...Thường, cảm từ đứng đầu câu. Theo sau là dấu phẩy (,), dấu cảm xúc (!) hay dấu chấm (.) Cảm từ có thể là từ, nhóm từ, hay mệnh đề, ...

Trời ơi! Ái! Ôi! Đáng khen! Muôn năm! ...

Trời ơi! Em nói yêu tôi vô bờ bến!
Mới ngoảnh mặt đi, sao đã vội cặp bồ!!!

Này! Bác ơi! Chờ tôi.
Đả đảo độc tài!

Ông ơi! Ông đâu? Ra đây cho tôi sai tí, nào!
Cha chả! Ông to gan nói dối ông đi thăm người bạn đau?!

Chú thích
* Trời ơi, này, Bác ơi, Ông ơi, ... = các cảm từ

Dư từ
Có nhiều dư từ dùng trong Việt ngữ trong các mẩu chuyện/vấn đề hàng ngày. Chúng vô nghĩa vì không bổ nghĩa từ nào trong câu nhưng nói lên ẩn ý của người viết hay nói. Tạo lời văn phảng phất nét trách móc, giận hờn, hăm doạ, hoài nghi, nũng nịu, chế riễu, ...Tuy nhiên, không dùng dư từ trong các bài văn nghiêm nghị.

Dư từ đứng ở cuối câu và ngăn cách bằng dấu phẩy (,). Ngoài ra, lên giọng, xuống giọng, thay đổi giọng để nổi rõ ẩn ý người nói.

Ông đi đâu, <u>thế</u> (hả, vậy,...)?
Để làm gì, <u>cơ</u>?
Chủ nhật ông cũng trực sở, phải không, <u>hả</u>? (ý mụ vợ hăm doạ)
Hạnh phúc, <u>thay</u>! (Có thể khen, có thể mỉa mai)
Ông ơi! Ông đâu, <u>rồi</u>? Ra đây cho tôi sai, <u>tí nào</u>!
Cha chả! Ông to gan nói dối ông đi thăm người bạn đau, (phải không), <u>hả</u>?!

Chú thích
* Thế, hả, vậy, cơ, tí nào, nào, ... = dư từ.

Việt ngữ cũng phong phú về dư từ. Dư từ thuộc ba miền: Bắc, Trung, Nam khác nhau.

* Bắc: cơ, hả, à, thế, đấy, nhỉ, nhé, thôi, mà, ...
* Trung: răng, rứa, hỉ, tề, mô, tê, hề, ...
* Nam: cà, nghe, à nghe, coi, ta, hé, héng, dzậy, ta, ...

Hôm nay chủ nhật; ông cũng đi làm, hả? Siêng, nhỉ! (vợ nghi ngờ; chồng liệu hồn!)
Tôi ghé chút, thôi. Xem lại giấy tờ, mà!
Rồi về, tôi đưa bà đi chơi, nhé.
Bà đang làm gì, thế?
Đi mô, rứa?
Kỳ lạ, hỉ!
Đẹp quá, ta!
Đừng chọc tui giận, à nghe!

Chú thích
* Để hiểu nét tinh tế của dư từ, người học ngoại phải đạt tâm hồn Việt và hiểu văn hoá Việt.

Ngoài ra, có thêm những từ không cần thiết thêm vào câu nói. Những từ này vô nghĩa và không nói lên ẩn ý gì của người viết hay nói. Thói quen ở vùng nào đó thêm những từ vô nghĩa vì không chú tâm vào văn phạm Việt. Cũng có thể do sơ ý viết vì hiểu sai vì có cùng từ làm nhiệm vụ khác nhau. Thí dụ "nhưng" là liên từ độc lập khác với "nhưng" trong "mặc dầu ... nhưng ..." "Nhưng" này là phần của "mặc dầu" diễn ý "nhượng bộ". "Nhưng" xem là dư từ vì "mặc dầu ... nhưng ..." = "mặc dầu", liên từ phụ thuộc tạo phụ mệnh đề bổ nghĩa chính mệnh đề.

Mặc dầu có nhiều tiền, tôi không mua xe mới. (1)
Mặc dầu có nhiều tiền, nhưng tôi không mua xe mới. (2)

Chú thích
* (1) và (2): giống ý nhau. "Nhưng" thừa. Khác với "nhưng" là liên từ độc lập đi với chính mệnh đề diễn ý ngược lại.

Nàng vui hạnh phúc mới, nhưng tim tôi tan nát.

Các dư từ không cần thiết thường là "nghĩa là" (thêm vào động từ), "thì, mà, là", "mặc dầu ... nhưng, ..." Trong Việt ngữ, từ Nho cũng được mượn để phong phú từ vựng; do vậy, có sự hiểu lầm vì cho rằng hai từ khác nhau cho nghĩa khác nhau, thí dụ, "cây" và "thụ". Theo ngu ý, "cây = thụ"; nên, khi nói "cây cổ thụ", "cây" hay "thụ" thừa; chỉ dùng một trong hai: "cây cổ" hay "cổ thụ" hoặc cây lâu năm/lâu đời".

Tập loại bỏ dư từ không cần thiết. Dĩ nhiên, dư từ cần thiết vẫn dùng trong mẩu chuyện hàng ngày, không có tính nghiêm nghị.

1. "Tôi nói, *nghĩa là*, tôi ..." **thành** "Tôi nói tôi ..."
2. "Chúng tôi làm xong việc đó *hoàn toàn*" **thành** "Chúng tôi làm xong việc đó."
3. "Cho tôi *một* chút đường" **thành** "Cho tôi chút đường." (chút: tĩnh từ số lượng.)
4. "*Mặc dầu* có nhiều tiền, *nhưng* tôi không mua xe mới" **thành** "Mặc dầu có nhiều tiền, tôi không mua xe mới." ("Mặc dầu ... nhưng ..." = "mặc dầu ...")
5. "Trời *thì* đẹp" **thành** "Trời đẹp." (thì: bỏ vì nặng tai; văn sĩ xưa không dùng)
6. "Người *mà* đeo kính đen là anh tôi" **thành** "Người đeo kính đen là anh tôi."
7. "Khi thu đến *là* nỗi buồn man mác đến thăm tôi" **thành** "Khi thu đến, nỗi buồn

214

man mác đến thăm tôi."
8. "Cấm <u>không</u> đậu" **thành** "Cấm đậu."
9. "<u>Khi</u> nàng càng đẹp, <u>thì</u> nàng càng kiêu." **thành** "Nàng càng đẹp, nàng càng kiêu."
10. "<u>Vì</u> trời mưa, <u>nên</u> tôi ở nhà" **thành** "Vì trời mưa, tôi ở nhà" hay "Trời mưa, nên tôi ở nhà" hoặc "Trời mưa; nên, tôi ở nhà." (lưu ý chấm câu)
11. "<u>Cây</u> cổ thụ đầu làng" **thành** "Cổ thụ đầu làng" (thụ = cây)
12. "Cho nó <u>đi khám</u> bác sĩ" **thành** "Cho nó đi để/cho bác sĩ khám"

Tại sao dư từ hiện hữu? Theo thiển ý, vào buổi đầu, con người dùng khẩu ngữ trao đổi ý tưởng với nhau; không mấy chú ý tới văn phạm. Theo thời gian, hành văn trở nên quen tai. Sau đó, ai đó nghĩ cần sắp xếp lại lối hành văn để tạo tính toàn thiện trong hành văn như mạch lạc, khúc chiết, trong sáng, ..., không thừa từ cũng chẳng thiếu từ. Từ đó, đi vào chi tiết, nhóm từ, từ nhóm, mệnh đề, văn cú được viết theo các quy luật gọi là văn phạm. Nhờ văn phạm, người ta nhận ra những dư từ và loại bỏ trong các bài văn nghiêm nghị. Nói tóm, dư từ còn lưu hành trong các câu nói hàng ngày vì còn những người không chú ý tới văn phạm để hành văn đúng như văn phạm đặt ra.

Chương 17 — Hạn chế-cần thiết_Không hạn chế-không cần thiết

Giới hạn-chủ yếu và không giới hạn-không chủ yếu dùng cho áp từ cách trong đó từ, nhóm từ, từ nhóm, hay mệnh đề làm áp từ đứng cạnh từ, nhóm từ, từ nhóm hay mệnh đề khác để tạo rõ nghĩa cho thành phần này. Nếu thành phần dùng trong áp từ cách bỏ đi, ý không đổi.

a. Hạn chế-cần thiết *(không dấu phẩy)*

Khi thành phần dùng trong áp từ cách bỏ, người đọc khó xác định thành phần được làm rõ nghĩa.

> *Cô gái con bà Bảy là học sinh.* (1)
> *Cô gái là học sinh.* (2)
> *Tôi người ký tên dưới đây chịu trách nhiệm về thông tin cung cấp trong lá đơn này.* (3)
> *Tôi chịu trách nhiệm về thông tin cung cấp trong lá đơn này.* (4)

Chú thích
* (1) và (2): "Con bà Bảy" giúp độc giả xách định "con gái" thuộc bà Bảy. Khi "con bà Bảy" bỏ, độc giả không thể xác định "con gái" thuộc bà Bảy. Do vậy, dấu phẩy không dùng.
* Cùng cách cho các từ còn lại.

b. Không hạn chế-không cần thiết *(2 dấu phẩy hay một dấu phẩy)*

Khi thành phần dùng trong áp từ cách bỏ, người đọc vẫn xác định thành phần được làm rõ nghĩa.

> *Cô Y, con gái bà Bảy, là học sinh.* (1)
> *Con gái bà Bảy, cô Y là học sinh.*
> *Cô Y là học sinh, con gái bà Bảy.*
> *Cô Y là học sinh.* (2)
> *Cô Y, học sinh trường này, trông xinh xắn.*
> *Ông X, người ký tên dưới đây, chịu trách nhiệm về thông tin cung cấp trong lá đơn này.*
> *Ông X, người hàng xóm, là giáo sư.*

Chú thích
* (1) và (2): "Con bà Bảy" giúp độc giả xác định "cô Y" thuộc bà Bảy. Khi "con bà Bảy" bỏ, độc giả vẫn có thể xác định "cô Y" thuộc bà Bảy vì "Y" là tên con gái bà ta. Do vậy, dấu phẩy dùng
* Cùng cách cho các từ còn lại.

CHƯƠNG 18   Năng-thụ cách

Trong chương này, năng-thụ cách được trình bày chi tiết. Năng-thụ cách Việt núp dưới vài dạng. Trong năng-thụ cách, tác nhân, tiếp nhân1, và tiếp nhân2 hoán vị với nhau.

Cho dễ giải thích, vài định nghĩa được dùng:
   * *Tác nhân: người làm hành động do động từ mô tả.*
   * *Tiếp nhân: người nhận hành động do động từ mô tả.*
   * *Có hai loại tiếp nhân: trực tiếp và gián tiếp*
      * *Tiếp nhân1: tiếp nhân trực tiếp nhận hành động không qua giới từ.*
      * *Tiếp nhân2: tiếp nhân gián tiếp nhận hành động qua giới từ.*
   * *Năng động từ: động từ trong năng động cách (đt.)*
   * *Thụ động từ: động từ trong thụ động cách (bị/được + đt.)*

   Dân chúng ca tụng ông ta. *(năng động cách)*
   Ông ta được dân chúng ca tụng. *(thụ động cách)*

1. Hình thức năng động cách
   Tác nhân + đt. + tiếp nhân1 + gt. + tiếp nhân2
   Tác nhân + đt. + tiếp nhân2 + tiếp nhân1

   Anh ấy trao cuốn sách cho tôi.
   Anh ấy trao tôi cuốn sách.

Nhận xét
   * *Anh ấy: tác nhân, chủ từ của "trao".*
   * *Cuốn sách: tiếp nhân1, trực túc của "trao".*
   * *Cho: giới từ.*
   * *Tôi: tiếp nhân 2, gián túc của "trao" qua giới từ "cho".*

2. Hình thức thụ động cách
a. *Tác nhân hiện trong câu*
   Tiếp nhân1 + được/bị + tác nhân + đt. + gt. + tiếp nhân2
   Tiếp nhân2 + được/bị + tác nhân + đt. + tiếp nhân1

   Cuốn sách được anh ấy trao cho tôi.
   Tôi được anh ấy trao cuốn sách.
   Hắn bị quan toà kết án 10 năm.

Nhận xét
   * *Cuốn sách: tiếp nhân 1, chủ từ của "được ... trao".*
   * *Tôi: tiếp nhân 2, gián túc của "được ... trao".*
   * *Anh ấy: tác nhân, chủ từ phụ của "được ... trao";*
   * *Chủ từ phụ luôn đứng sau "bị/được"*

b. Tác nhân không hiện trong câu
Trong trường hợp này, "người ta" được mượn làm tác nhân giả.

* *"Người ta" ở giữa câu*
   Tiếp nhân1 + được/bị + người ta + đt. + gt. + tiếp nhân2
   Tiếp nhân2 + được/bị + người ta + đt. + tiếp nhân1

   Cuốn sách được người ta trao cho tôi.
   Tôi được người ta trao cuốn sách.

* *"Người ta" ở đầu câu*
Trong trường hợp này, thụ động cách là năng động cách giả.
   Người ta + đt + tiếp nhân1 + gt. + tiếp nhân2

   <u>Người ta</u> *trao cuốn sách cho tôi.*

   Người ta + đt + tiếp nhân2 + tiếp nhân1

   <u>Người ta</u> *trao tôi cuốn sách.*

* *"Người ta" không xuất hiện*
   Tiếp nhân1 + được/bị + đt. + gt. + tiếp nhân2
   Tiếp nhân2 + được/bị + đt. + tiếp nhân1

   Cuốn sách được trao cho tôi.
   Tôi được trao cho cuốn sách.

c. *"Được" và "bị"*
"Được" và "bị" đi với động tự tạo thụ động cách.
* *"Được" cho điều tốt*

   Tôi <u>được</u> trao giải thưởng.

* *"Bị" cho điều xấu*

   Hắn <u>bị</u> kết án 10 năm.

Chú thích
* "Người ta" ám chỉ thụ động cách; "người ta" là tác nhân giả.
* Người ta chỉ định ai đó không rõ ở số ít/số nhiều thuộc năng động cách.
   Người ta ăn để sống, chứ không sống để ăn. (= one, American)
   Người ta cãi nhau. (= people, they, American)
*Để có tính hài hước, "được" và "bị" được hoán đổi
   May mắn thay! Nó "<u>được</u>" con vợ cộng chân; nếu không, nướng sạch tiền cho sòng bài.

Lưu ý
   Tôi được cho cuốn sách bởi ông A.
   I am given a book by Mr. A.
Là lối dịch từng từ theo hành văn ngoại. Dịch theo ý và hành văn Việt nghe thanh thoát hơn.
   Tôi được ông A cho cuốn sách.

Chương 19   Các thể đặc biệt

Có thể đặc biệt trong Việt ngữ.

Liên-tiến thể

Liên-tiến thể dùng cho động từ diễn tả hành động trong thể động như "đang đi, đang đứng, đang hát, ..."

Hình thức   Đang + động từ

>Tôi đang đi. Trời đang mưa.
>Tôi đang đi thì trời đổ mưa. *("thì" có nghĩa = trong khi, khi, trong lúc)*
>Trong khi tôi đang đi, trời đổ mưa.

Chú thích
* Thì = khi, trong khi. "Thì" không vô nghĩa, không thuộc nhóm "mà, là, thì" không dùng trong hành văn vì nghe nặng tai.

Động từ ở thể tĩnh không dùng trong liên-tiến thể. Tuỳ bản chất, động từ ở thể động, thể tĩnh, hay cả hai.

1. Động từ giác quan

Nhìn, nghe, cảm, nghĩ, ngửi, ... thuộc thể động và tĩnh.

>Tôi nghĩ nhà tôi đã về tới Vietnam.   *(không diễn tiến)*
>Tôi đang nghĩ về mẹ tôi ở Vietnam.   *(diễn tiến)*
>Tôi cảm thấy mệt.   *(không diễn tiến)*
>Tôi đang cảm nhận loại vải này xem nó mịn hay không. *(diễn tiến)*
>Tôi nghe vài tiếng gõ cửa   *(không diễn tiến)*
>Tôi đang nghe ai đang gõ cửa.   *(diễn tiến)*
>Tôi hiểu nàng không thương tôi.   *(không diễn tiến)*

2. Động từ làm cầu nối để gián tĩnh bổ nghĩa chủ từ hay túc từ

>Tôi đau yếu. *(0-đt.) (1)*
>Nàng vui; hắn buồn.
>Ông ta chết trong khi ông ta trẻ.
>Người chết trẻ; kẻ chết già. *(2)*
>Hắn làm nàng buồn.

Chú thích
* (1): Yếu = gián tĩnh. Ai yếu? Tôi; gián tĩnh "yếu" bổ nghĩa chủ từ "tôi" qua động từ "0-đt." (thì).
* (2): Trẻ = gián tĩnh. Ai trẻ? Người (ai đó, bất định đại từ); gián tĩnh "trẻ" bổ nghĩa chủ từ "người" qua động từ "chết". Người chết trẻ = người nào đó chết trong khi anh ta trẻ. Cùng cách cho "kẻ chết già".
* Buồn = gián tĩnh. Ai buồn? Nàng; gián tĩnh "buồn" bổ nghĩa trực túc (túc từ trực tiếp) "nàng" qua động từ "làm".
* Cẩn thận phân tích văn phạm kẻo lầm lẫn giữa tĩnh từ và trạng từ khi chúng đi với động từ/0-đt.

Phủ-vấn thể

Phủ vấn thể hàm chứa tính phủ định.
Hình thức   *Phủ-vấn thể?*

   Anh không đi với chúng tôi?
   Anh không đi với chúng tôi, sao? (1)
   Ông chẳng đi dạo phố, hả? (2)
   Đời tôi sẽ chẳng ra chi, à? (3)
   Sao anh không hỏi (cưới) thời em còn ở không? (4)
   Sao bà chẳng nói gì, vậy? (5)

Chú thích
* *(1, 2, 3), sao, hả, à, vậy, ... = dư từ ≠ (4, 5), sao? = tại sao?*

Vĩ-vấn thể

Từ tri vấn "phải không" hay "đúng không" đặt cuối câu gọi là vĩ-vấn thể (câu hỏi đuôi).
Hình thức   Mệnh đề + *phải không/đúng không?*

   Nó trốn học, phải không?
   Ông về muộn vì ghé đào nhí, phải không?
   Anh chẳng làm gì khi nghỉ phép, phải không?
   Bạn không về Vietnam, đúng không?

Cường-ý thể

Cường-ý thể làm mạnh ý. Thường dùng ở xác định và phủ định. Đôi khi, dùng cho tri vấn tạo tính khiêu khích, thách đố, chú ý mạnh, ...

1. *Sự kiện cách*
* *Xác định thể*   Cứ + động từ

   Nó cứ dầm mưa.
   Nó cứ bài bạc mặc dù tôi khuyên ngưng.
   Tôi hiền hơn Phật; thế mà, con vợ cứ bắt nạt tôi hoài!
   Bạn có bỏ cuộc khi rớt một lần?
   Không nản, tôi cứ thi hoài cho tới khi đậu/đỗ.

* *Phủ định thể*   Cứ + không + động từ

   Tao cứ không về.

* *Tri vấn thể*   Cứ + động từ?

   Anh cứ bài bạc không?
   Anh cứ bướng với tôi không?

Nó cứ mê bài bạc, phải không?

* **Phủ-vấn thể**   Cứ + không + đt. + không?
                    Tại sao + cứ + không + động từ?

Tôi bảo nó về. Nó cứ không về.
Tại sao nó cứ không về?

2. Mệnh lệnh cách

* *Xác định thể*   Cứ + động từ

Cứ xông tới!
Cứ cho nó đi!

* *Phủ định thể*   Không/đừng/chớ + cứ + động từ

Đừng cứ hút thuốc; anh sẽ không bị lao!
Không/chớ cứ để nó đi.
Chớ cứ để nó ngủ cả ngày.

Cảm ý thể

Cảm ý thể diễn tả nỗi mừng vui, sự vui vẻ, sự khen ngợi, sự chê bai, sự thích, sự yêu, sự ghét, sự ngạc nhiên,...

Hình thức   Quả thực/thực là + danh từ

Quả là niềm hạnh phúc!
Quả nàng là tiên nữ!
Quả là "thiên tài"! (ý mỉa mai, chê bai)
Quả thực là tay tham nhũng gộc!
Quả là đống rác giữa đô thị!

Hình thức   Quả thực/thực là + tĩnh từ/trạng từ

Quả là đẹp!
Quả là nhanh!

Hình thức   Quả là/thực là + mệnh đề

Quả nàng là nàng tiên trần thế!
Quả là hắn chạy nhanh!

Chú thích
* *Quả, quả là, quả thực, thực là, ... = cảm ý từ diễn tả cảm xúc khác biệt bày tỏ thái độ, suy nghĩ, ... về đối tượng*

Song ý thể

Song ý thể diễn tả sự đồng ý, có cùng ý.
Hình thức   *Cũng vậy/cũng thế (xác định và phủ định)*

Anh ăn. Tôi cũng vậy/tôi cũng thế. (Tôi cũng ăn)
Anh không ăn. Tôi cũng vậy/tôi cũng thế.
Bạn hạnh phúc. Tôi cũng vậy. (tôi cũng hạnh phúc)
Bạn không hạnh phúc. Tôi cũng thế. (không hạnh phúc)
Bạn ngủ. Nó cũng thế. (nó cũng ngủ)
Bạn không ngủ. Nó cũng vậy. (nó cũng không ngủ)
Bạn khóc cho đời bạn. Tôi cũng thế. (tôi cũng khóc cho đời tôi)

Chú thích
* Ngoài "*cũng vậy/cũng thế*", nhóm từ khác được dùng để diễn tả sự đồng ý.

Chương 20   Chủ từ giả - túc từ giả

Trong Việt ngữ, đôi khi, chủ từ giả và túc từ giả được dùng. "Người ta, điều, vấn đề" thường dùng như chủ từ giả và túc từ giả.

1. Chủ từ giả

a. *Trong thụ động cách, khi tác nhân không xuất hiện, "người ta" thay thế tác nhân.*

    Tôi được <u>người ta</u> cho cuốn sách. (1)
    Cuốn sách được <u>người ta</u> trao cho tôi. (2)
    <u>Người ta</u> cho tôi cuốn sách. (3)
    <u>Người ta</u> ăn để sống. (4)

Chú thích
* (1), (2), và (3): "người ta" là tác nhân giả.
* (4): "người ta" là tác nhân thực. Người ta = ai đó không xác định ở số ít.

b. *"Điều hay vấn đề" thay thế chủ từ dài, thường là mệnh đề hay văn cú.*
Hình thức   <u>Vấn đề</u> (chủ từ giả) + tĩnh từ + rằng + mệnh đề (chủ từ thật)

    <u>Vấn đề</u> quan trọng (là/rằng) <u>trẻ em đều phải được đi học.</u> (1)
    <u>(là/rằng) Trẻ em đều phải được đi học</u> (0-đt) quan trọng. (2)

Chú thích
* (1): vấn đề = chủ từ giả; (là/rằng) trẻ em đều phải đi học = chủ từ thật. Chủ từ giả = chủ từ thật.
* (2): (là/rằng) trẻ em đều phải đi học = chủ từ thật.
* Là/rằng = liên từ phụ thuộc tạo phụ mệnh đề để làm chủ từ, túc từ, ... "Là/rằng" thường bỏ.
* Chính mệnh đề không làm gì cả trong câu. Chính mệnh đề = ong chúa; phụ mệnh đề = ong thợ.

c. *Tĩnh từ đặt ở đầu câu nếu không dùng chủ từ giả*
Hình thức   Tĩnh từ + là + mệnh đề (chủ từ thật)

    Quan trọng là trẻ em đều phải được đi học.
    Tốn kém là giá xăng tăng mỗi ngày một cao.
    Thật nguy hiểm là đi xe do bợm nhậu lái.
    Đau lòng là thấy cảnh nước mất nhà tan!
    Quan trọng và cần thiết cho chúng ta là học ngoại ngữ.

2. Túc từ giả

"Điều, vấn đề" cũng thay thế túc từ (thật) dài.
Hình thức   Chủ từ + đt + tt + <u>vấn đề</u> (túc từ giả) + rằng/là + mệnh đề (túc từ thật)

    <u>Phí tổn y vụ</u> làm <u>vấn đề</u> quan trọng <u>rằng/là mọi người phải có bảo hiểm sức khoẻ.</u> (1)
    Các tiền phạt giao thông cao làm nghiêm trọng <u>vấn đề rằng mọi người phải đội nón an toàn khi lái xe gắn máy.</u> (2)
    (Rằng) Mọi người phải đội nón an toàn khi lái xe gắn máy là vấn đề nghiệm trọng vì các tiền phạt giao thông cao. (hành văn cách khác)

Chú thích
* (1): Vấn đề = túc từ giả; (là/rằng) mọi người phải có bảo hiểm sức khoẻ = túc từ thật. Túc từ giả = túc từ thật.
* (2): Vấn đề = túc từ giả; (là/rằng) mọi người phải đội nón an toàn khi lái xe gắn máy = túc từ thật.
* Là/rằng = liên từ phụ thuộc tạo phụ mệnh đề để làm chủ từ mệnh đề hay túc từ mệnh đề. Thường "là/rằng" được bỏ.

Kết luận, chủ từ, túc từ giả được dùng để tạo hành văn rõ nét, sáng ý. Trong các ngoại ngữ, cũng có trường hợp này. Thí dụ, "il, le, ce" trong français, và "it, there" trong American.

> *<u>C'est</u> bon pour apprendre le français.*
> *<u>Il</u> y a une table dans cette chambre.*
> *La conduite d'une voiture <u>le</u> rend importante <u>que les gens achètent assurance automobile</u>.*
> *<u>It</u> is good to learn American.*
> *<u>There</u> is a table in this room.*
> *Driving a car makes <u>it</u> important <u>that people must buy car insurance</u>.*

Chương 21   *Diễn ý cách*

Đi vào chi tiết, các văn phạm khác nhau, nhưng nhìn tổng quát, tất cả có những nét căn bản giống nhau, thí dụ, văn phạm nào cũng có 4 cách diễn ý: sự kiện cách, mệnh lệnh cách, cảm quan cách, và điều kiện cách.

Hệ thống thời thì có hai khung thời gian: khung A cố định; khung B di động. Trên khung A có 5 thì căn bản: Quá khứ thì, Cận khứ thì, Hiện tại thì, Cận lai thì, Tương lai thì. Khi khung B di động và trung vào khung A ở mỗi khoảng chính, 5 thì căn bản trên khung A tạo ra 11 thì dọc theo khung B. Các thì này trên khung B luôn được dùng cho các biến cố xảy ra. Ngoài sự kiện cách, các cách khác dùng một số trong 11 thì căn bản tuỳ thuộc đặc tính của mỗi cách, riêng lẻ. Do vậy, trong trực-gián thuyết ở khoảng chính QUÁ KHỨ, các thì của các diễn ý cách thay đổi trong Việt ngữ. *(Giữ điểm này trong đầu khi so sánh với ngoại ngữ)*.

11 thì căn bản được phân định dọc theo khung B:

	Cận khứ thì	Cận lai thì		
Quá khứ thì	*Hiện tại thì*		*Tương lai thì*	
Quá khứ	**Hiện tại**		*Tương lai*	B
Tiền khứ thì Quá khứ thì Hậu khứ thì			*Tiền lai thì Tương lai thì Hậu lai thì*	
Tiền khứ **Quá khứ** *Hậu khứ*			*Tiền lai* **Tương lai** *Hậu lai*	B
QUÁ KHỨ			***TƯƠNG LAI***	

QUÁ KHỨ	Tiền khứ thì	Quá khứ thì	Hậu khứ thì	
HIỆN TẠI	Quá khứ thì	Cận khứ thì	Hiện tại thì	Cận lai thì	Tương lai thì
TƯƠNG LAI	Tiền lai thì	Tương lai thì	Hậu lai thì	

Chú thích
* Khi trực thuyết đổi thành gián thuyết trong khoảng chính QUÁ KHỨ, Cận khứ thì và Cận lai thì đổi thành Cận tiền khứ thì và Cận hậu khứ thì. Thì được dàn xếp dọc khung B. (Xem chương 8)

Trong Việt ngữ, tên các thì khác nhau nhưng có cùng hình thức chia động từ.

Đã/vừa/0/sắp/sẽ + động từ

Trong hệ thống này có 11 thì sự kiện cách. Ngoài sự kiện cách, các cách khác cũng xử dụng vài trong số các thì này tuỳ vào đặc tính của mỗi cách, riêng lẻ. Mặc dù tên thì khác nhau, nếu các biến cố nằm hoàn trong khoảng chính QUÁ KHỨ, "đã, vừa, 0, sắp, sẽ" đổi thành "đã"; nếu trong khoảng chính TƯƠNG LAI, "đã, vừa, 0, sắp, sẽ" đổi thành "sẽ".

Quá khứ thì	*Cận khứ thì*	*Hiện tại thì*	*Cận lai thì*	*Tương lai thì*	
(đã)	*(vừa)*	*(0)*	*(sắp)*	*(sẽ)*	A
Quá khứ		*Hiện tại*		*Tương lai*	

225

	Quá khứ thì (đã)	Cận khứ thì (vừa)	Hiện tại thì (0)	Cận lai thì (sắp)	Tương lai thì (sẽ)	B	
	Quá khứ		Hiện tại HIỆN TẠI		Tương lai		
Tiền khứ thì (đã)	Quá khứ thì (đã)	Hậu khứ thì (đã)		Tiền lai thì (sẽ)	Tương lai thì (sẽ)	Hậu lai thì (sẽ)	B
Tiền khứ	Quá khứ QUÁ KHỨ	Hậu khứ (Phần các khoảng chính gác mép nhau)		Tiền lai	Tương lai TƯƠNG LAI	Hậu lai	

(QUÁ KHỨ = Quá khứ của HIỆN TẠI)   (TƯƠNG LAI = Tương lai của HIỆN TẠI)

Diễn ý cách được khảo sát lần lượt.

1. Sự kiện cách

Sự kiện cách là cách trong đó các sự kiện thực được mô tả. Biến cố có thể xảy ra trong QUÁ KHỨ, HIỆN TẠI, TƯƠNG LAI (các khoảng chính). Xác định thể, phủ định thể, và tri vấn thể được dùng trong cách này. Sự kiện thì là 11 thì dọc khung B khi Hiện tại trên khung B trùng Hiện tại trên khung A.

> *Anh đi chơi đâu không?*
> *Không, tôi nằm nhà cho khoẻ.*
> *Lá vàng lả tả rớt đầy sân.*
> *Báo hiệu nàng thu sắp tới gần.*
> *Trời quá nóng vì thêm một ngày nữa không mưa.*

Sự kiện cách và cường ý thể

Cường ý thể được dùng trong 3 thời: quá khứ, hiện tại, tương lai.

Hình thức *Cứ + động từ*

> *Đừng (sẽ) đi vào ngày mai.*
> *Có, tôi cứ (sẽ) đi vào ngày mai.*
> *Chớ đi hôm nay.*
> *Có, tôi cứ đi hôm nay.*
> *Tôi đã bảo nó đừng đi khỏi đây, nhưng nó (đã) cứ đi khỏi đây.*

Sự kiện cách và trực-gián thuyết

(A+B), Tôi nói, "Tôi sẽ về quê thăm gia đình."   (trực thuyết)

(B+C), A đã nói, "Tôi sẽ về quê thăm gia đình."   (gián thuyết bán phần)

A đã nói (rằng/là) nó đã về quê thăm gia đình.   (gián thuyết toàn phần)

Chú thích

* *Tương lai thì đổi thành Hậu khứ thì khi các biến cố hoàn toàn trong khoảng chính QUÁ KHỨ hay trực thuyết đổi thành gián thuyết. "Đã, vừa, 0, sắp, sẽ" đổi thành "đã"*

Nói tóm, diễn ý cách của Việt ngữ đơn giản; trong trực-gián thuyết, tất cả sự kiện thì được đổi cách thích hợp trong khoảng chính QUÁ KHỨ. Trong khoảng chính HIỆN TẠI, các thì không đổi.

2. Mệnh lệnh cách

Mệnh lệnh cách diễn tả mệnh lệnh, yêu cầu. Nó dùng trong xác định thể và phủ định thể. Mệnh lệnh cách dùng cho các ngôi trong 2 dạng:

    a. *Động từ [ngôi 2; (số ít+số nhiều)]*
    b. *Để + [ngôi 1+3 (số ít+số nhiều)] + động từ*

Có hai phần: ra lệnh tượng trưng bằng Hđ1 (hành động ra lệnh) và mệnh lệnh hay yêu cầu tượng trưng bằng Hđ2 (hành động thi hành mệnh lệnh hay yêu cầu).

Trên khung cố định A, Hđ1 xảy ra khoảng phụ Hiện tại trên khung A, và Hđ2 xảy ra cùng hay sau Hđ1 vì mệnh lệnh không xảy ra trong quá khứ vì sự kiện đã xảy ra.

```
     Trước            Cùng            Sau
                   Mệnh lệnh       Mệnh lệnh
      Hđ2             Hđ2             Hđ2
   ─────────────────────┼─────────────────── A
                       Hđ1
                     Ra lệnh
```

Khi khung di động B lướt trên khung A, Hđ1 và Hđ2 có thể xảy ra trong các khoảng chính: QUÁ KHỨ, HIỆN TẠI, hay TƯƠNG LAI trên khung B, và các khoảng phụ trên khung A đổi thành các khoảng phụ tương ứng trên khung B.

```
  Mệnh lệnh Mệnh lệnh        Mệnh lệnh Mệnh lệnh        Mệnh lệnh Mệnh lệnh
Quá khứ  Hiện tại Tương lai  Quá khứ  Hiện tại Tương lai  Quá khứ  Hiện tại Tương lai   A
─────────────────────────   ─────────────────────────   ─────────────────────────
Tiền khứ Quá khứ Hậu khứ    Quá khứ  Hiện tại Tương lai  Tiền lai Tương lai Hậu lai   B
        Ra lệnh                      Ra lệnh                      Ra lệnh
        QUÁ KHỨ                      HIỆN TẠI                     TƯƠNG LAI
```

Khoảng chính HIỆN TẠI dùng làm mẫu.

```
         Cùng    Sau              Cùng    Sau              Cùng    Sau
(Mệnh lệnh) Hđ2    Hđ2     (Mệnh lệnh) Hđ2    Hđ2     (Mệnh lệnh) Hđ2    Hđ2     A
─────────────────────    ─────────────────────    ─────────────────────
        Hđ1                      Hđ1                      Hđ1
─────────────────────    ─────────────────────    ─────────────────────
Tiền khứ Quá khứ Hậu khứ  Quá khứ Hiện tại Tương lai  Tiền lai Tương lai Hậu lai  B
   QUÁ KHỨ          (Trực-gián thuyết)  HIỆN TẠI              TƯƠNG LAI
```

Mệnh lệnh cách dùng như sau:
1. *Hđ1 không xuất hiện*
A. *Ngôi 2 (số ít+số nhiều)*
* Xác định
Hình thức *Động từ [ngôi 2 (xuất hiện hay không); số ít+số nhiều]*

    Gửi thư này ngay bây giờ.
    Anh gửi thư này ngày mai.

    Đứng lên!
    (Hãy) đứng lên!

Các bạn đứng lên, (đi)!
(Hãy) đứng lên, (đi)!
Ngày mai đi.
Ngày mai, anh (hãy) đi.
Đi! Làm việc!
(Hãy) học, (đi)!

Chú thích
* *Hãy, đi = dư thừa; có thể bỏ trong bài văn nghiêm nghị. Nếu nó đứng cuối câu, dấu phẩy dùng phân biệt.*

* Phủ định
Hình thức   *Không + động từ [ngôi 2 (xuất hiện hay không); số ít+số nhiều)]*

Đừng ra ngoài khi có bão tuyết.
Đừng nói dối với bất cứ ai.
Cấm gây ồn ào!

Chú thích
* *Không = đừng = chớ = cấm*

B. *Ngôi 1+3 (số ít+số nhiều)*
* Xác định
Hình thức   *Để + [ngôi 1+3 (xuất hiện); (số ít+số nhiều)] + động từ*

Chúng ta làm việc, (đi)!
Để chúng tôi hát, (nhé)!
Để tôi đi!
Để nó đi, (đi)!
(Hãy) để chúng nó làm việc, (đi).

Chú thích
* *Để = cho.*
* *Hãy, đi = dư từ vô nghĩa; tránh dụng trong các bài văn nghiêm nghị. Nếu nó đứng cuối câu, dấu phẩy dùng phân biệt. Nếu đứng đầu câu, không dấu phẩy.*

* Phủ định
Hình thức   *Không để + [ngôi 1+3 (xuất hiện); (số ít+số nhiều)] + động từ*

Đừng để tôi phải bực mình.
Chúng ta chớ ra ngoài!
Chớ để cháu chạy ra ngoài.
Đừng cho chúng gây ồn ào.

Chú thích
* *Không để = không cho = đừng để = đừng cho = chớ để = chớ cho = cấm.*

Việt ngữ có các từ lịch sự, lễ độ đi kèm với mệnh lệnh hay với yêu cầu. Chúng là "mời, xin, vui lòng, cho phép, xin phép, ..." hay mệnh đề diễn ý lịch sự khi mệnh lệnh hay yêu cầu được thi hành.

Xin/mời các anh, chị đứng lên.
Xin quý vị an toạ.
Ông vui lòng cho phép tôi dùng điện thoại.
Bạn có thể cho tôi mượn sách học được không? [1]
Ông cho phép tôi dùng điện thoại.
Tôi có được phép dùng điện thoại không?

Chú thích
* (1) hình thức là tri vấn thể, nhưng ẩn ý là mệnh lệnh hay yêu cầu.

2. Hđl xuất hiện
* *Xác định*

Hắn ra lệnh,   "Gửi thư này ngay bây giờ."
    "Anh gửi thư này ngày mai."

Hắn yêu cầu, "Để <u>nó</u> đi (, đi)!"
   "(Hãy) để <u>chúng tôi</u> làm việc (, đi)."
   "(Hãy) để họ làm việc (, đi)."

* *Phủ định*

Hắn ra lệnh,   "Đừng ra ngoài khi có bão tuyết."
   "Các bạn đừng nói dối với bất cứ ai."
   "Chớ để cháu chạy ra ngoài."
   "Đừng để chúng gây ồn ào."

Mệnh lệnh cách và cường ý thể
Đôi khi, mệnh lệnh cách được mạnh ý

Hình thức (Ngôi) + Cứ   + đt.   Cứ để   + ngôi + đt.
   (Ngôi) + Không cứ + đt.   Không cứ để + ngôi + đt.

<u>Cứ</u> ngủ, (đi)! Cứ ăn, (đi)! (Hãy) cứ đi tới đó!
Cứ để nó ngủ. Cứ để nó ăn. Cứ để nó đi tới đó.
Chớ cứ ngủ. Chớ cứ ăn. Chớ cứ đi tới đó.

Đừng để nó cứ ngủ! Đừng để nó cứ ăn! Đừng để nó cứ đi tới đó!
"Đừng <u>cứ</u> hỏi tổ quốc làm gì cho bạn; cứ hỏi bạn làm gì cho tổ quốc!"
   _ John F. Kennedy _

Chú thích
* *Không = đừng = chớ.*

Mệnh lệnh cách và trực-gián thuyết
Vì mệnh lệnh cách cũng dùng sự kiện thì; do vậy, trong trực-gián thuyết, mệnh lệnh thì biến đổi trong các trường hợp dưới đây:

* *Trong khoảng chính QUÁ KHỨ*
a. Mệnh lệnh thì → Động từ không chia

(A+B) Tôi lệnh, "Đừng ra ngoài khi có bão tuyết." *(trực thuyết)*
(B+C) Hắn đã lệnh, "Đừng ra ngoài khi có bão tuyết." *(gián thuyết bán phần)*
Hắn đã lệnh <u>không ra ngoài</u> khi <u>đã</u> có bão tuyết. *(gián thuyết toàn phần)*

b. *Mệnh lệnh thì* → *Kiện cách thì (trực thuyết)* → *Kiện cách thì (gián thuyết)*
(A+B) Tôi lệnh, "Đừng ra ngoài khi có bão tuyết."
(B+C) Hắn đã lệnh, "<u>Các anh không ra ngoài khi có bão tuyết</u>". *(tương đương)*
Hắn đã lệnh (rằng) <u>chúng tôi không đã ra ngoài</u> khi <u>đã</u> có bão tuyết.

Chú thích
* "đã/sẽ" dùng lỏng lẻo trong quá khứ và tương lai của Việt ngữ. Các thì thay đổi hợp lý trong khoảng chính QUÁ KHỨ trong trực-gián thuyết.

	Cùng	Sau			Cùng	Sau			Cùng	Sau	
(Mệnh lệnh)	Hđ2	Hđ2		(Mệnh lệnh)	Hđ2	Hđ2		(Mệnh lệnh)	Hđ2	Hđ2	A
	Hđ1				Hđ1				Hđ1		
Tiền khứ	Quá khứ	Hậu khứ		Quá khứ	Hiện tại	Tương lai		Tiền lai	Tương lai	Hậu lai	B
	QUÁ KHỨ	*(Trực-gián thuyết)*			HIỆN TẠI				TƯƠNG LAI		

* **Trong khoảng chính HIỆN TẠI**
a. *Mệnh lệnh thì* → *Động từ không chia*
(A+B) Tôi lệnh, "Đừng ra ngoài khi có bão tuyết." *(trực thuyết)*
(B+C) Hắn lệnh, "Đừng ra ngoài khi có bão tuyết." *(gián thuyết bán phần)*
Hắn lệnh <u>không ra ngoài</u> khi có bão tuyết. *(gián thuyết toàn phần)*

b. *Mệnh lệnh thì* → *Kiện cách thì (trực thuyết)* → *Kiện cách thì (trực thuyết)*
Thì trong mệnh đề tương đương không đổi; chỉ các thành phần đổi thích hợp hay không.
(A+B) Tôi lệnh, "Đừng ra ngoài khi có bão tuyết." *(trực thuyết)*
(B+C) Hắn lệnh, "Các anh đừng ra ngoài khi có bão tuyết." *(gián thuyết bán phần)*
Hắn lệnh chúng <u>tôi không ra ngoài</u> khi có bão tuyết. *(gián thuyết toàn phần)*

3. Cảm quan cách

Cảm quan cách diễn tả tầm quan trọng, sự nghi ngờ, sự ngạc nhiên, sự không chắc, lời khuyên, nghĩa vụ, nhu cầu, sự đề nghị, sự chúc tụng, ao ước, sự nuối tiếc, sự hối hận, ... tuỳ theo thái độ, quan niệm, mong muốn, khuynh hướng của người nói hay viết. Cảm quan cách cũng dùng sự kiện thì thích hợp.

Cảm quan cách dùng trong hai trường hợp tổng quát: có thể xảy ra và không có thể xảy ra. Hai trường hợp này bao gồm các trường hợp chi tiết nêu trên.

Có thể xảy ra hàm ý biến cố có thể xảy ra và có thể không xảy ra. Không có thể xảy ra hàm ý biến cố không bao giờ xảy ra, luôn trái với sự kiện thực. Biến cố không thực, được giả thuyết mà thôi.

Có những trường hợp ý tưởng diễn tả hàm chứa cảm quan cách

A. Sự có thể xảy ra trong hiện tại và tương lai

* Tầm quan trọng, sự bó buộc, sự cần thiết, điều nghi ngờ, điều khuyên bảo, tính không chắc, lời đề nghị, sự mong chờ, yêu cầu, chúc tụng (có thể xảy ra), ...

>Chúng tôi mong các bạn <u>tới</u> đúng giờ.
>Quan trọng là bà ta (sẽ) <u>có</u> đủ vốn để mở công ty.
>Bà ta nên tạo trường vốn trước khi lập công ty.

Chú thích
* Không có thì đặc biệt cho cảm quan cách của Việt ngữ. Do vậy, phải dựa vào ý tưởng để cảm nhận khi dịch Việt sang ngoại ngữ như American và *français*.

* Chúc tụng, mong muốn *(có thể xảy ra)* cho chỉ ngôi 2 và 3; điều chúc chỉ xảy trong hiện tại và tương lai.

Hình thức   *Chúc/xin + mệnh đề*

>*Chúc <u>chị thượng lộ bình an</u>.*
>*Chúc ông ta thượng lộ bình an!*
>*Chúc bà buôn may bán đắt.*
>*Chúc cô ta bán chạy hàng trong dịp Tết.*
>*Chúc nàng hạnh phúc.*
>*Xin <u>Chúa ban phước cho bạn</u>.*

Hình thức   *Chủ từ + chúc/xin + mệnh đề*

>*Chúng tôi chúc ông thượng lộ bình an.*
>*Chúng tôi chúc bà ta thượng lộ bình an.*
>*Chúng tôi xin chúa ban phước cho bạn.*

Hình thức   *Chủ từ + chúc + trực túc + giới từ + gián túc*
             Chủ từ + chúc + gián túc + trực túc

>*Tôi chúc bạn Giáng Sinh Vui Vẻ.*
>*Chúng tôi chúc cụ bách niên giai lão.*

* **Lời đề nghị** *(có thể xảy ra)*

>*Dân chúng than phiền về nền hành chánh. Đề nghị chúng ta tái tổ chức guồng máy hành chánh làm việc hiệu quả.*

* **Lời khuyên** *(có thể xảy ra)*

>*Anh nên đi bác sĩ khám cho chắc ăn.*
>*Con phải lễ độ với người lớn tuổi.*

* Sự nghi ngờ, điều không chắc (có thể xảy ra)

<u>Đáng nghi</u> là hai người thưa thớt cặp kè nhau dạo này.
Tôi nghĩ <u>dường như</u> bà ta đau yếu vì trông càng ngày càng xanh xao.
Có lẽ, hắn về Vietnam vì hắn không gọi phôn tôi 2 tháng nay.

B. *Ao ước, ước mơ, yêu cầu, ... không thể xảy ra trong qua khứ, hiện tại, và tương lai dành cho 3 ngôi.*

Tôi ước nàng là tiên nữ.   (ao ước không xảy ra trong hiện tại)
Ước gì mình trúng số.
Tôi ước có đôi cánh bay xa.
Ước gì tôi sẽ là đoá hướng dương.
Hắn mơ đã cưới nàng.

Chú thích
* So với cảm quan cách (subjunctive) của ngoại như American, Việt ngữ thật giản đơn, một trong những nét hay.

Tôi ước nàng là tiên nữ.   (impossible wish in the present)
I wish she were a fairy.
Ước gì mình trúng số.   (impossible wish in the present)
If only I won a lottery ticket.
Tôi ước có đôi cánh bay xa.   (impossible wish in the present)
Would that I had a pair of wings to fly away.
Ước gì tôi sẽ là đoá hướng dương.   (impossible wish in the future)
Would that I would be a sunflower.
Hắn mơ đã cưới nàng.   (impossible dream in the past)
He dreams he had married her.

* Sự nghi ngờ, không chắc (không thể xảy ra ở quá khứ, hiện tại và tương lai)

Hắn hành xử dường như hắn là vua.
Có lẽ, nàng là hoàng hậu trong tiền kiếp.

* Nuối tiếc, hối hận cho sự việc đã làm hay đã không làm trong quá khứ như bổn phận, sự đề nghị, lời khuyên, ...

Lẽ ra, tôi đã phải nuôi cha mẹ tôi trước khi qua đời.   (không làm trong quá khứ)
Đúng ra, hắn đã mua căn nhà đó.   (không làm trong quá khứ)

Cảm quan cách không có thì đặc biệt như ngoại ngữ để nhận dạng. Do vậy, chỉ dựa vào ý tưởng để biết xem ý tưởng hàm chứa cảm quan cách hay không.

Cảm quan cách và trực-gián thuyết

Cảm quan cách cũng dùng sự kiện thì; vì thế, trong trực gian thuyết, thì cũng biến đổi trong khoảng chính QUÁ KHỨ khi trực thuyết đổi sang gián thuyết. Nhưng trong khoảng chính HIỆN TẠI, thì không đổi khi trực thuyết đổi sang gián thuyết. Hình thức động từ không đổi, chỉ "đã, vừa, 0, sẽ, sắp" đổi thành "đã" trong khoảng chính QUÁ KHỨ khi trực thuyết đổi thành gián thuyết.

a. Trong khoảng chính QUÁ KHỨ

(A+B) Tôi chúc, "Các bạn may mắn từ hôm nay." (trực thuyết)
(B+C) A đã chúc, "Các bạn may mắn từ hôm nay." (gián thuyết bán phần)
       A đã chúc chúng tôi <u>đã</u> may mắn từ hôm đó. (gián thuyết toàn phần)

b. Trong khoảng chính HIỆN TẠI

(A+B) Tôi chúc, "Các bạn sẽ thành công năm nay."
(B+C) A chúc, "Các bạn sẽ thành công năm nay."
       A chúc chúng tôi sẽ thành công năm nay.

Tóm lược, cảm quan cách và trực-gián thuyết
a. QUÁ KHỨ
  Cảm quan thì (trực thuyết) → *Cảm quan thì (gián thuyết)*
b. HIỆN TẠI
  Cảm quan thì (trực thuyết) → *Cảm quan thì (trực thuyết)*

4. Điều kiện cách

Điều kiện cách xây dựng trên sự có thể xảy ra và sự không thể xảy ra. Điều kiện cách được diễn tả bằng những từ như "nếu, theo điều kiện, với điều kiện, miễn là, trừ phi, trừ trường hợp, ..." Điều kiện cách cũng dùng sự kiện thì.

Chú thích
* Có thể xảy ra = thực
* Không có thể xảy = không thực.

Hình thức   Nếu mệnh đề,   Kết mệnh đề   (dấu phẩy)
                Kết mệnh đề   Nếu mệnh đề   (không dấu phẩy)

Có 4 loại điều kiện cách:

  Có thể xảy ra
     * Loại điều kiện thứ 0   * Loại điều kiện thứ 1
  Không có thể xảy ra
     * Loại điều kiện thứ 2   * Loại điều kiện thứ 3

1. Sự có thể xảy ra *(thực)*

Điều kiện cách có thể xảy ra dùng cho quá khứ, hiện tại, và tương lai. Sự có thể xảy ra có nghĩa biến cố có thể xảy ra hay có thể không xảy ra.

  Loại điều kiện thứ 0: tuỳ vào sự kiện thiên nhiên thuộc luật thiên tạo.
  Loại điều kiện thứ 1: tuỳ vào sự kiện thuộc khả năng con người.

Vì hình thức động từ không đổi, ý tưởng là điểm căn cứ để biết điều kiện thuộc điều kiện thứ zero hay điều kiện thứ 1.

Nếu nước sôi, nhiệt kế chỉ 100^0C. *(thiên luật)*
Nếu mây đen kéo tụ, trời sẽ mưa.
Nếu anh không bận bây giờ, tôi ghé thăm anh. *(nhân ý)*
Nếu trời mưa ở tỉnh X hôm qua, trời mưa ở tỉnh Y hôm nay vì gió thổi theo hướng đông từ X tới Y.
Tôi là kẻ chơi vé số; nếu tôi trúng, tôi sẽ cho bạn $100.

2. Sự không thể xảy ra *(không thực)*

Điều kiện cách không thể xảy ra cũng dùng trong quá khứ, hiện tại, và tương lai. Sự không có thể xảy ra có nghĩa biến cố không thể xảy ra vì trái ngược với sự kiện thực.

Loại điều kiện thứ 2: trái ngược với sự kiện thực ở hiện tại và tương lai.
Loại điều kiện thứ 3: trái ngược với sự kiện thực ở quá khứ.

Ý tưởng cũng được dùng như điểm căn cứ để biết điều kiện cách không thể xảy ra trong quá khứ, hay trong hiện tại hoặc tương lai.

Nếu là cánh chim, tôi <u>sẽ bay</u> khắp trời. *(không thực, tương lai)*
Nếu <u>là</u> cánh chim, tôi <u>bay</u> khắp trời. *(không thực, hiện tại)*
Nếu <u>đã là cánh chim</u>, tôi <u>đã bay khắp trời</u>. *(không thực, quá khứ)*

Điều kiện cách và trực-gián thuyết

Điều kiện cách cùng dùng sự kiện thì, vì vậy thì biến đổi hay không trong trực-gián thuyết tuỳ vào khoảng chính trên khung B.

(A+B) Tôi nói, "Nếu mây đen <u>kéo</u> tụ, trời <u>sẽ mưa</u>." *(có thể xảy ra)*
(B+C) A đã nói, "Nếu mây đen <u>kéo tụ</u>, trời <u>sẽ mưa</u>."
       A đã nói nếu mây đen <u>đã kéo tụ</u>, trời <u>đã mưa</u>.

(A+B) Tôi ước, "Nếu tôi là chim, tôi sẽ bay khắp trời." *(không có thể xảy ra)*
(B+C) A đã ước, "Nếu tôi <u>là</u> chim, tôi <u>sẽ bay</u> khắp trời."
       A đã ước nếu nó <u>đã là</u> chim, nó <u>đã bay</u> khắp trời.

Điều kiện cách và trực-gián thuyết

a. QUÁ KHỨ
  Điều kiện thì *(trực thuyết)* → Điều kiện thì *(gián thuyết)*

b. HIỆN TẠI
  Điều kiện thì *(trực thuyết)* → Điều kiện thì *(trực thuyết)*

Điều kiện cách hỗn tạp

Điều kiện cách hỗn tạp là trường hợp điều có thể đi với kết qua không thể, và ngược lại; điều kiện 2 đi với kết quả 3, và ngược lại.

Hình thức

Nếu-mệnh đề,	Kết-mệnh đề
Không có thể xảy ra	*Có thể xảy ra*
Có thể xảy ra	*Không có thể xảy ra*
Hiện tại (có thể)	*Quá khứ (không có thể)*
Quá khứ (không có thể)	*Hiện tại (có thể)*

Nếu tôi mất 2 điểm, tôi vẫn được điểm A. [1]
Nếu bà ta cho nó tiền hôm nay, bà ta (đã) ăn bài hôm qua. [2]
Nếu tôi không đói sáng nay, tôi (đã) ăn tối qua rồi. [3]
Nếu không (đã) ăn tối qua, tôi đói sáng nay. [4]

Chú thức
* (1) sự kiện thực: A = 90-100 điểm; tôi đạt A = 95; điều kiện không thực: mất 2 điểm, chỉ còn 95-2 = 93 điểm; kết quả thực: vẫn đạt A = 93 điểm.
* (2) điều kiện thực: cho tiền; kết quả thực: ai đó trả tiền, thí dụ; kết quả không thực: ăn bài.
* (3) + (4): trái với sự kiện thực. Do vậy, điều kiện và kết quả không thực.

Điều kiện cách ẩn

Trong điều kiện cách ẩn, từ "nếu" ẩn. Trong Việt ngữ, "nhưng, thì" thay thế "nếu" để tạo ra điều kiện ẩn.

Tôi sẽ đi với bạn, <u>nhưng</u> tôi phải học bài. [1]
<u>Nếu</u> tôi không phải học bài, tôi sẽ đi với bạn. [2]
Tôi có thể giúp anh, nhưng tôi bận.
Nếu tôi không bận, tôi giúp anh.
Trời mưa, <u>thì</u> tôi ở nhà.
Nếu trời mưa, tôi ở nhà.

Chú thích
* (1) và (2): điều kiện cách ẩn và điều kiện cách nổi.
* Các câu trên thuộc điều kiện cách có thể hay không có thể tuỳ vào người nói.

Nói tóm, 11 thì là các thì phân bổ cho 4 diễn ý cách. Diễn ý cách dùng cả 11 thì; diễn ý cách khác dùng vài trong số 11 thì. Do vậy, các thì trong các diễn ý cách thay đổi hay không khi đi vào khoảng chính QUÁ KHỨ, HIỆN TẠI, hay TƯƠNG LAI. Riêng trong trực-gián thuyết, các thì của các diễn ý cách biến đổi tên của chúng trong khoảng chính QUÁ KHỨ, nhưng trong khoảng chính HIỆN TẠI, các thì của các diễn ý cách không đổi tên. Các thành phần khác đổi thích hợp hay không tuỳ vào sự biến đổi của trực thuyết sang gián thuyết.

Riêng mệnh lệnh cách, mệnh lệnh thì đổi thành động từ không chia khi trực thuyết đổi thành gián thuyết trong khoảng chính QUÁ KHỨ và HIỆN TẠI. Trong trường hợp mệnh lệnh cách đổi thành mệnh đề kiện cách tương đương, thì đôi khi trực thuyết đổi thành gián thuyết trong khoảng chính QUÁ KHỨ và không đổi trong khoảng chính HIỆN TẠI. Cho cảm quan cách trong trực-gián thuyết, tán dương từ (từ dùng ca tung, khen ngợi) được giữ nguyên nếu hợp lý hay từ khác được dùng và giữ được ý tán dương. Cho cảm từ, nó phải biến thành từ khác vì cảm từ diễn tả cảm xúc của người nói (A) chứ không của người lập lại (B).

  (A+B), Tôi la, "Úi da! Đau quá!"   (trực thuyết; direct speech)
  (B+C), A đã la đau đớn, "Đau quá!"   (gián thuyết bán phần; incomplete indirect speech)
    A đa la đau đớn (rằng) đau quá.   (gián thuyết toàn phần; complete indirec speech)

Chú thích
* Úi da = cảm từ → trang từ diễn tả đau đớn.
* Đau đớn = tĩnh từ được giữ lại trong gián thuyết.

Nói tóm, vì các diễn ý cách dùng ít hay nhiều thì của sự kiện cách, trong trực-gián thuyết các thì đổi (tên thì) khi lùi vào khoảng chính QUÁ KHỨ. Tuy nhiên, trong khoảng chính HIỆN TẠI, các thì (tên thì) không đổi trong trực-gián thuyết. Thực ra, chỉ "đã, vừa, 0, sắp, sẽ" đổi thành "đã" trong khoảng chính QUÁ KHỨ trong trực-gián thuyết.

Cách hay nhất là khảo sát bằng hệ thống thì và thời (hình ảnh) khi trực thuyết đổi sang gián thuyết theo văn phạm Việt.

Tuy đơn giản, văn phạm Việt đầy đủ và sâu sắc, không thua văn phạm ngoại. Ngoài ra, Việt ngữ có nhiều nét đặc biệt. Nổi bật là đảo vị từ hay những dòng thơ hai ý.

Chương 22   Trực-gián thuyết

Có 2 cách giao thoại: trực thuyết và gián thuyết. Khi (A+B) gặp nhau, A nói với B điều gì đó; đây là trực thuyết; khi (B+C) gặp nhau, B lập lại điều gì A đã nói với B cho C nghe; đây là gián thuyết. Theo lối nhìn mới, hệ thống thời thì được thiết lập, có 2 khung thời gian A cố định và B di động. Do vậy, trực thuyết xảy ra trên khung A, và gián thuyết xảy ra trên khung B.

Trực thuyết	Tôi nói, "…"	(A+B)
Gián thuyết bán phần	A đã nói, nói, sẽ nói, "…"	(B+C)
Gián thuyết toàn phần	A đã nói, nói, sẽ nói (rằng)…	(B+C)

Vài định nghĩa để dễ diễn ý
 * Tôi nói, _ A đã nói, nói, sẽ nói   Chủ mệnh đề
 * "…"   _ (rằng/là) …   Túc mệnh đề

Chủ mệnh đề	Túc mệnh đề	
(A+B), Tôi nói,	"Tôi sẽ về Việt Nam."	trực thuyết
(B+C), A đã nói,	"Tôi sẽ về Việt Nam."	gián thuyết bán phần
A đã nói	(rằng) hắn đã về Việt Nam.	gián thuyết toàn phần

Thời điểm = giây, phút, giờ, ngày, tháng, năm, khoảng thời gian, …

Khi (A+B) gặp nhau, A nói các biến cố cho B; (A+B) trong trực thuyết trên khung A. Khi (B+C) gặp nhau, B lập các biến cố A đã nói, với C; (B+C) trong gián thuyết trên khung B.

a. Thay đổi thì và thành phần thích hợp khi B lập lại **A đã nói/đã (sẽ) nói, "…"**

Khi (A+B) gặp nhau, họ luôn ở khoảng phụ Hiện tại trên khung A. Khi khoảng phụ Quá khứ trên khung B trùng khoảng phụ Hiện tại trên khung A, (A+B) đi vào Quá khứ trên khung B, và (B+C) trong khoảng phụ Hiện tại trên khung B. B lập lại với C các biến cố A đã nói với B trong khoảng Hiện tại. B dựa vào Quá khứ trên khung B để biến đổi các biến cố trên khung A nằm trong khoảng chính QUÁ KHỨ thành các biến cố trên khung B, và B thay đổi thì của các biến cố trên khung A thành các thì tương ứng trên khung B và đổi các thành phần trong các biến cố cách thích hợp hay không biến đổi chúng khi trực thuyết đổi thành gián thuyết.

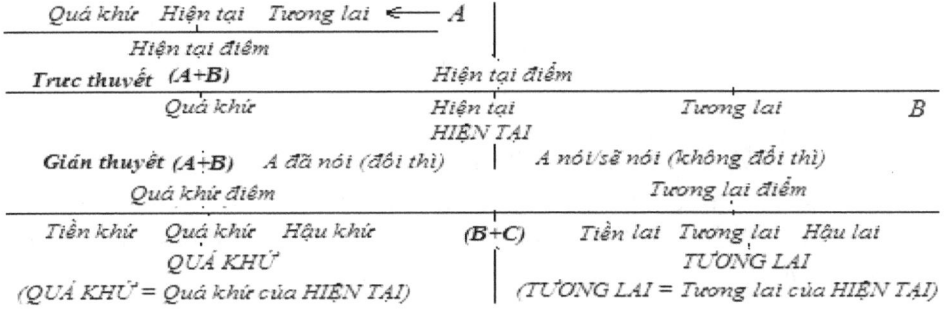

Gián thuyết	*A đã nói, "..."*	*gián thuyết bán phần*
(thay đổi)	*A đã nói*	*gián thuyết toàn phần*

Tóm lược, (A+B) trong khoảng phụ Quá khứ, và (B+C) trong khoảng phụ Hiện tại trên khung B; các thì đổi thành các thì tương ứng trên khung B, và các thành phần đổi cách thích hợp hay không khi trực thuyết đổi thành gián thuyết. B lập lại A đã nói/đã (sẽ) nói, "..." [(A+B) trong Quá khứ; (B+C) trong Hiện tại].

b. *Không thay đổi thì nhưng thay đổi các thành phần cách thích hợp hay không khi B lập lại A nói/sẽ nói, "..."*

Quá khứ	*Hiện tại*	*Tương lai*	*A*
	Hiện tại điểm		
	Trực thuyết (A+B)		
	Hiện tại điểm		
Quá khứ	*Hiện tại*	*Tương lai*	*B*
	HIỆN TẠI		
A đã nói (đổi thì)	*Gián thuyết (A+B)*	*A nói/sẽ nói (không đổi thì)*	
Quá khứ điểm		*Tương lai điểm*	
Tiền khứ Quá khứ Hậu khứ	*(B+C)*	*Tiền lai Tương lai Hậu lai*	
QUÁ KHỨ		*TƯƠNG LAI*	
(QUÁ KHỨ = Quá khứ của HIỆN TẠI)		*(TƯƠNG LAI = Tương lai của HIỆN TẠI)*	

Gián thuyết	*A nói/sẽ nói, "..."*	*gián thuyết bán phần*
(không đổi)	*A nói/sẽ nói*	*gián thuyết toàn phần*

Khi (A+B) gặp nhau, họ trong khoảng phụ Hiện tại trên khung A. Khi khoảng phụ Hiện tại trên khung B trùng khoảng phụ Hiện tại trên khung A, (A+B) và (B+C) trong cùng khoảng phụ Hiện tại trên khung B. B lập lại với C các biến cố A nói với B. B dựa vào khoảng phụ Hiện tại trên B (trùng với khoảng Hiện tại trên khung A) để biến các biến cố trên khung A nằm trong khoảng chính HIỆN TẠI trên khung B và giữ các thì trên khung A không đổi trên khung B vì A và B ở trong cùng khoảng phụ Hiện tại. Các thì không đổi, nhưng đổi các thành phần cách thích hợp hay không khi trực thuyết đổi thành gián thuyết. B lập lại A nói/sẽ nói, "..."

Khi B nghĩ A sẽ nói các biến cố này với ai đó trong tương lai, B lập lại A sẽ nói, "..." B vẫn ở khoảng phụ Hiện tại với A và vẫn dựa vào khoảng phụ Hiện tại để mô tả các biến cố. Vì thế, các thì không đổi, nhưng các thành phần đổi thích hợp hay không.

Nói tóm, (A+B) và (B+C) trong cùng khoảng phụ Hiện tại trên khung B, B lập lại A nói hay sẽ nói, "...", các thì không đổi, nhưng các thành phần đổi thích hợp hay không. [(A+B) và (B+C) trong Hiện tại]

Lưu ý đặc nét của trực-gián thuyết trong Việt ngữ
Các thì có các tên khác nhau tuỳ thời gian: quá khứ, hiện tại, hay tương lai nằm trong 3 khoảng chính trên khung B; hình thức động từ không đổi; chỉ trợ từ "đã/vừa/0/sắp/sẽ" diễn tả thời gian đổi thích hợp hay không.

Do vậy, trong trực-gián thuyết, các trợ từ là điểm dựa để biết các biến cố xảy ra vào thời gian nào. Thí dụ,

1. Trong khoảng chính QUÁ KHỨ trên khung B, "đã, vừa, 0, sắp, và sẽ" trên khung A đổi thành "đã" trong 3 khoảng phụ trên khung B:

   Tiền khứ thì   *Quá khứ thì*   *Hậu khứ thì*
   Hắn đã đi   *Hắn đã đi*   *Hắn đã đi*

(A+B), Tôi nói, "Tôi sẽ về Vietnam tháng 5 ngày 15 năm nay."
(B+C), Khi gặp C vào tháng 5, ngày 5 năm nay, B lập lại với C
  *A **đã** nói, "Tôi **sẽ về** Vietnam tháng 5 ngày 15 năm nay."*
  *A đã nói (rằng) hắn **đã về** Vietnam tháng 5 ngày 15 năm nay. (trong Hậu khứ)*

Chú thích
(A+B) ở khoảng phụ Hiện tại trên khung A. Khi (B+C) ở khoảng phụ Hiện tại trên khung B, và (A+B) lùi vào khoảng phụ Quá khứ trên khung B. Tất cả được xét dựa vào khung B khi trực thuyết đổi qua gián thuyết. Các thì đổi tên như Quá khứ thì → Tiền khứ thì, Hiện tại → thì Quá khứ thì, Tương lai thì → Hậu khứ thì giữa khung A và khung B. Các thành phần khác như ngôi thứ, thời điểm đổi thích hợp hay không tuỳ vào tính chất của trực thuyết.

2. *Trong khoảng chính HIỆN TẠI trên khung B, "đã, vừa, 0, sắp, và sẽ" trên khung A đổi thành "đã, vừa, 0, sắp, sẽ" trong 3 khoảng phụ trên khung B:*

  Đã *cho biến cố trong Quá khứ*
     Tôi đã làm việc
  Vừa *cho biến cố trong Quá khứ rất gần Hiện tại*
     Tôi vừa làm việc
  0   *cho biến cố trong Hiện tại*
     Tôi làm việc
  Sắp *cho biến cố trong Tương lai rất gần Hiện tại*
     Tôi sắp làm việc
  Sẽ *cho biên cố trong Tương lai*
     Tôi sẽ làm

3. *Trong khoảng chính TƯƠNG LAI trên khung B, "đã, vừa, 0, sắp, và sẽ" trên khung A đổi thành "sẽ" trong 3 khoảng phụ trên khung B:*

   Tiền lai thì   *Tương lai thì*   *Hậu lai thì*
   Hắn sẽ đi   *Hắn sẽ đi*   *Hắn sẽ đi*

Khi khung B trùng khung A theo chiều thước thời gian, 3 khoảng phụ trên khung A đổi thành 3 khoảng phụ tương ứng trên khung B của một trong 3 khoảng chính trên khung B:

     QUÁ KHỨ _ HIỆN TẠI _ TƯƠNG LAI

Các thì trên khung A thuộc trực thuyết, và các thì trên khung B thuộc gián thuyết.

Chú thích
* Cận khứ thì và Cận lai thì hiện hữu dựa vào khoảng phụ Hiện tại thì trên khung A và B khi hai khoảng phụ Hiện tại trùng nhau. Khi khoảng phụ Hiện tại khung A trở thành khoảng phụ Quá khứ khung B trong khoảng chính QUÁ KHỨ hay khoảng phụ Tương lai khung B trong khoảng chính TƯƠNG LAI, chúng biến mất vì khoảng phụ Hiện tại khung A không hiện hữu.
* Tuy nhiên, trong trực-gián thuyết trong khoảng chính QUÁ KHỨ trên khung B, để giữ tính thống nhất của trực thuyết, chúng đổi thành Cận tiền khứ thì và Cận hậu lai thì, riêng lẻ.

	Quá khứ thì (đã)	Cận khứ thì (vừa)	Hiện tại thì (0)	Cận lai thì (sắp)	Tương lai thì (sẽ)	A
	Quá khứ		Hiện tại		Tương lai	

	Quá khứ thì (đã)	Cận khứ thì (vừa)	Hiện tại thì (0)	Cận lai thì (sắp)	Tương lai thì (sẽ)	B
	Quá khứ		Hiện tại		Tương lai	
			HIỆN TẠI			

Tiền khứ thì (đã)	Quá khứ thì (đã)	Hậu khứ thì (đã)		Tiền lai thì (sẽ)	Tương lai thì (sẽ)	Hậu lai thì (sẽ) B
Tiền khứ	Quá khứ	Hậu khứ		Tiền lai	Tương lai	Hậu lai
	QUÁ KHỨ	(Phần các khoảng chính gác mép nhau)			TƯƠNG LAI	

(QUÁ KHỨ = Quá khứ của HIỆN TẠI)   TƯƠNG LAI = Tương lai của HIỆN TẠI)

Quá khứ	**Hiện tại**	Tương lai	Quá khứ	**Hiện tại**	Tương lai	Quá khứ	**Hiện tại**	Tương lai
Tiền khứ	**Quá khứ**	Hậu khứ	Quá khứ	**Hiện tại**	Tương lai	· Tiền lai	**Tương lai**	Hậu lai B
	QUÁ KHỨ			HIỆN TẠI			TƯƠNG LAI	

Vài trường hợp của trực-gián thuyết
1. *(A+B+C) ở hiện tại điểm trong khoảng phụ Hiện tại trên khung B*
Trên khung A, (A+B) trong khoảng phụ Hiện tại. Khi khoảng phụ Hiện tại trên khung B trùng khoảng phụ Hiện tại trên khung A, C xuất hiện, và (A+B+C) trong khoảng phụ Hiện tại trên khung B.

	Quá khứ		Hiện tại		Tương lai		A

Trực thuyết (A+B) Tôi nói, "..."

	Quá khứ		Hiện tại		Tương lai		B
			HIỆN TẠI				

Gián thuyết (A+B) A nói/sẽ nói, "..."

Tiền khứ	Quá khứ	Hậu khứ	(A+B+C)	Tiền lai	Tương lai	Hậu lai
	QUÁ KHỨ				TƯƠNG LAI	

(QUÁ KHỨ = Quá khứ của HIỆN TẠI)   (TƯƠNG LAI = Tương lai của HIỆN TẠI)

Gián thuyết A nói/sẽ nói, "..." Gián thuyết bán phần
(không đổi) A nói/sẽ nói   Gián thuyết toàn phần

Khung A *(trực thuyết)*   **Khung B** *(gián thuyết)*
Quá khứ thì   *Quá khứ thì*
Cận khứ thì   Hiện tại thì   Cận lai thì   *Cận khứ thì   Hiện tại thì   Cận lai thì*
Tương lai thì   *Tương lai thì*

(A+B) Tôi nói, "Tôi sẽ về Việt Nam tháng tới."   trực thuyết
(B+C) A nói/sẽ nói, "Tôi sẽ về Việt Nam tháng tới."   gián thuyết bán phần
      A nói/sẽ nói ông ta sẽ về Việt Nam tháng tới.   gián thuyết toàn phần

Tuy nhiên, trong trường hợp này, B đóng vai trung gian; B đóng vai A và C, lần lượt, trong đàm thoại giữa A và C với sự giả sử cả hai nói ngôn ngữ khác nhau. B dùng trực thuyết cho đơn giản và không lập A hay C nói, "..."

A nói,   *"Tôi muốn gặp ông."*
B lập lại với C,   *"I would like to see you."*   *(đóng vai A)*
C nói,   *"Where do I see you?"*
B lập lại với A,   *"Tôi gặp ông ở đâu?"*   *(đóng vai C)*

2. [(A+B)(B+C)(A+C)] trong khoảng phụ Hiện tại trên khung B

Trên khung A, trong cùng khoảng phụ Hiện tại, có 3 thời điểm: thí dụ, hôm nay = Hiện tại, các thời điểm = sáng, trưa, chiều. Khoảng phụ Hiện tại khung B trùng khoảng phụ Hiện tại A. Do vậy, các thời điểm trên khung A là các thời điểm trên khung B. Hiện tại điểm trên khung A trùng, lần lượt, mỗi thời điểm trong khoảng phụ Hiện tại trên khung B.

2a. Hôm nay = Hiện tại (dùng làm điểm dựa); các thời điểm không tính trên khung B

2a1. (A+B) buổi trưa; (B+C) buổi chiều; cả hai trong khoảng phụ Hiện tại = hôm nay trên khung B, và các thời điểm không tính. Do vậy, tưởng tượng A, B, và C ở cùng khoảng phụ Hiện tại trên khung B.

```
   Quá khứ              |    Hiện tại    |       Tương lai        A
   - - - - - - - - - - -|----------------|- - - - - - - - - - - -
                         Sáng  Trưa  Chiều
                    Trực thuyết (A+B) Tôi nói, "..."

   Quá khứ                   Hiện tại              Tương lai       B
                             HIỆN TẠI
              Gián thuyết (A+B) A nói/sẽ nói, "..."

Tiền khứ  Quá khứ  Hậu khứ   [(A+B)(B+C)(A+C)]   Tiền lai  Tương lai  Hậu lai
           QUÁ KHỨ                                          TƯƠNG LAI
   (QUÁ KHỨ = Quá khứ của HIỆN TẠI)           (TƯƠNG LAI = Tương lai của HIỆN TẠI)

       Gián thuyết   A nói/sẽ nói, "..."   Gián thuyết bán phần
       (không đổi)   A nói/sẽ nói          Gián thuyết toàn phần
```

(A+B) gặp nhau buổi trưa; (A) Tôi nói,
   "Hôm nay, X làm vào buổi sáng; Y làm vào buổi trưa; Z làm vào buổi chiều."

(B+C) gặp nhau buổi chiều; B lập lại
   hôm nay, A nói/sẽ nói,
     "Hôm nay, X làm vào buổi sáng; Y làm vào buổi trưa; Z làm vào buổi chiều."
   hôm nay, A nói/sẽ nói
     (rằng) hôm nay, X <u>làm</u> vào buổi sáng; Y <u>làm</u> vào buổi trưa; Z <u>làm</u> vào buổi chiều.

2a2. (A+B) buổi trưa; (A+C) buổi chiều; cả hai thời điểm trong khoảng phụ Hiện tại = hôm nay trên khung B, và thời điểm không tính. Do vậy, tưởng tượng A, B, và C cùng trong khoảng phụ Hiện tại = hôm nay trên khung B.

(A+B) gặp nhau buổi trưa; (A) Tôi nói,
   "Hôm nay, X làm vào buổi sáng; Y làm vào buổi trưa; Z làm vào buổi chiều."

(A+C) gặp nhau buổi chiều; A lập lại
   hôm nay, tôi nói/sẽ nói,
     "Hôm nay, X làm vào buổi sáng; Y làm vào buổi trưa; Z làm vào buổi chiều."
   hôm nay, tôi nói/sẽ nói
     (rằng) hôm nay, X <u>làm</u> vào buổi sáng; Y <u>làm</u> vào buổi trưa; Z <u>làm</u> vào buổi chiều.

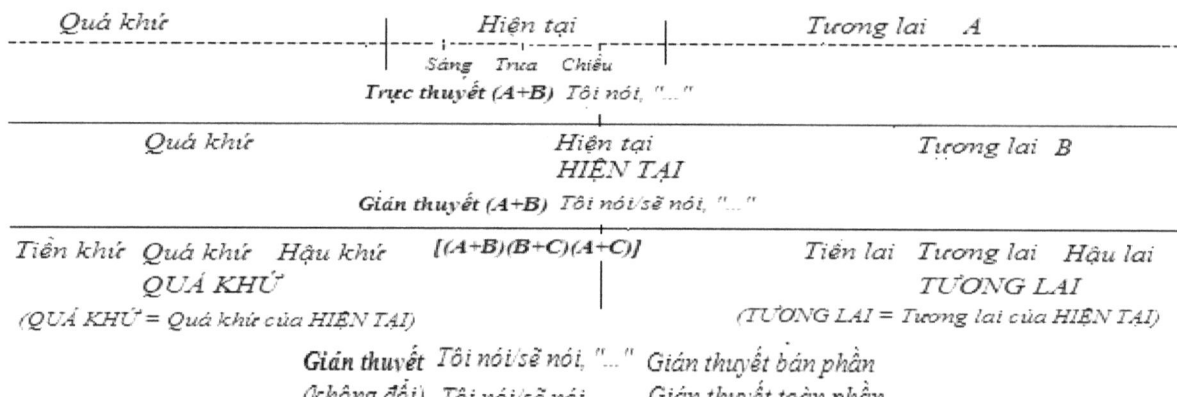

2b. Hôm nay = Hiện tại (không là điểm dựa); các thời điểm (điểm dựa) trên khung B

2b1. *(A+B) buổi trưa; (B+C) buổi chiều; hai thời điểm khác nhau. (A+B) đi vào quá khứ điểm (trưa), và (B+C) ở hiện tại điểm (chiều).*

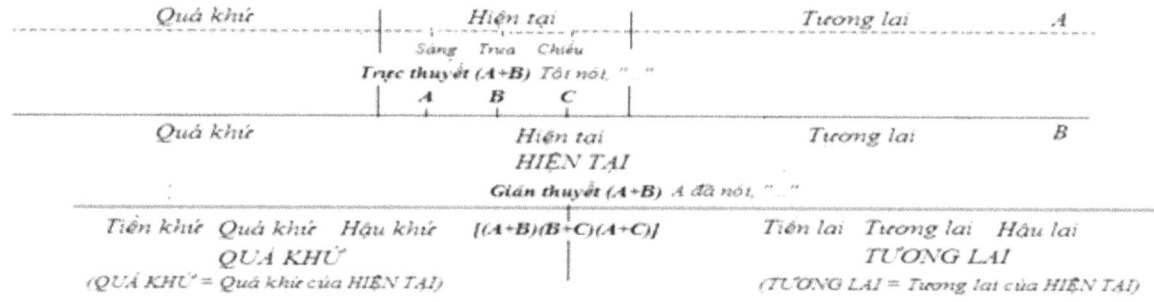

Chú thích
* Tưởng tượng Hiện tại trên khung A là khoảng thời gian dài gồm các thời điểm trên khung A là các đơn vị có khoảng thời gian dài. Khi (B+C) ở Hiện tại trên khung B, (A+B) lùi vào khoảng Quá khứ trên khung B.

Khung A *(trực thuyết)*   **Khung B** *(gián thuyết)*
Quá khứ thì   *Tiền khứ thì*
Cận khứ thì   Hiện tại thì   Cận lai thì   *Cận tiền khứ thì   Quá khứ thì   Cận hậu khứ thì*
Tương lai thì   *Hậu khứ thì*

(A+B) gặp nhau buổi trưa; (A) Tôi nói,
    "Hôm nay, X đã làm vào buổi sáng; Y làm vào buổi trưa; Z sẽ làm vào buổi chiều."

(B+C) gặp nhau buổi chiều *[(A+B): Quá khứ trên khung B; (B+C): Hiện tại trên khung B]*; (dựa vào khoảng Quá khứ trên khungB khi B ở trong khoảng Hiện tại trên khung B) B lập lại
    hôm nay, buổi trưa, A đã nói,
    "Hôm nay, X <u>đã làm</u> vào buổi sáng; Y <u>làm</u> vào buổi trưa; Z <u>sẽ làm</u> vào buổi chiều."
    hôm nay, buổi trưa, A đã nói
    (rằng) hôm nay, X <u>đã làm</u> vào buổi sáng; Y <u>đã làm</u> vào buổi trưa; Z <u>đã làm</u> vào buổi chiều.

2b2. *(A+B) buổi trưa; (A+C) buổi chiều; hai thời điểm khác nhau. (A+B) đi vào quá khứ điểm (trưa) và (A+C) ở hiện tại điểm (chiều).*

(A+B) gặp nhau buổi trưa; (A) Tôi nói,
    "Hôm nay, X đã làm vào buổi sáng; Y làm vào buổi trưa; Z sẽ làm vào buổi chiều."

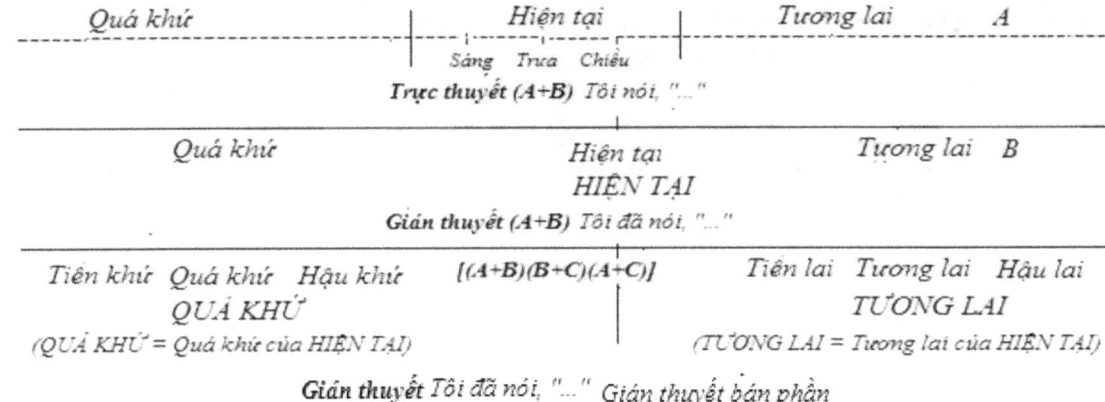

(A+C) gặp nhau buổi chiều; A lập lại
  hôm nay, buổi trưa, tôi đã nói,
    "Hôm nay, X <u>đã làm</u> vào buổi sáng; Y <u>làm</u> vào buổi trưa; Z <u>sẽ làm</u> vào buổi chiều."
  hôm nay, buổi trưa, tôi đã nói
    (rằng) hôm nay, X <u>đã làm</u> vào buổi sáng; Y <u>đã làm</u> vào buổi trưa; Z <u>đã làm</u> vào buổi chiều.
                    (đã: vì các biến cố lùi vào khoảng chính QUÁ KHỨ)

3. *(A+B) trong khoảng phụ Quá khứ; (B+C) trong khoảng phụ Hiện tại, hay (A+C) trong khoảng phụ Hiện tại trên khung B*

3a. *(A+B) trong Quá khứ và (B+C) trong Hiện tại trên khung B*
(A+B) gặp nhau; A nói với B vài biến cố. Rồi (B+C) gặp nhau trong Tương lai.

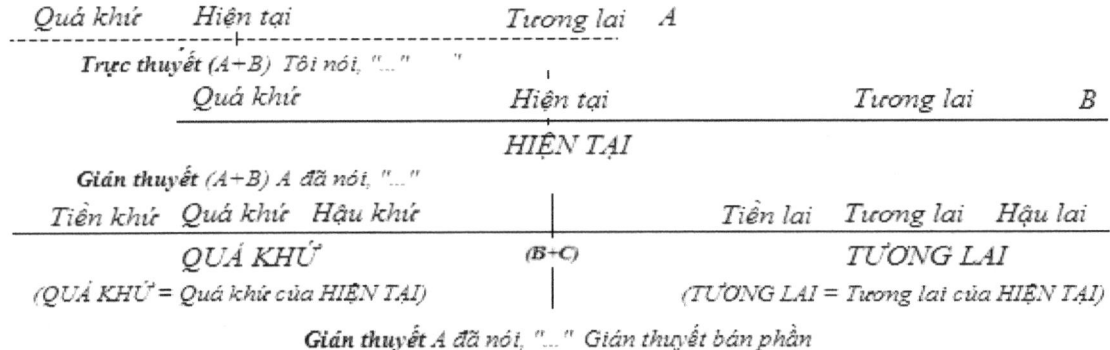

(A+B) gặp nhau hôm nay; (A) Tôi nói,
  "Hôm nay, X đã làm vào buổi sáng; Y làm vào buổi trưa; Z sẽ làm vào buổi chiều."

(B+C), khi gặp nhau, trong khoảng phụ Hiện tại vì khoảng phụ Tương lai trở thành khoảng phụ Hiện tại, và (A+B) đi vào khoảng phụ Quá khứ; "hôm nay" trong Hiện tại trở thành "hôm đó" trong Quá khứ; các biến cố đi vào khoảng chính QUÁ KHỨ. B lập lại
  hôm đó, A đã nói,
    "Hôm nay, X <u>đã làm</u> vào buổi sáng; Y <u>làm</u> vào buổi trưa; Z <u>sẽ làm</u> vào buổi chiều."
  hôm đó, A đã nói
    (rằng) hôm đó, X <u>đã làm</u> vào buổi sáng; Y <u>đã làm</u> vào buổi trưa; Z <u>đã làm</u> vào buổi chiều.

3b. *(A+B) trong Quá khứ và (A+C) trong Hiện tại trên khung B*
(A+B) gặp nhau; A nói với B vài biến cố. Rồi (A+C) gặp nhau trong Tương lai.

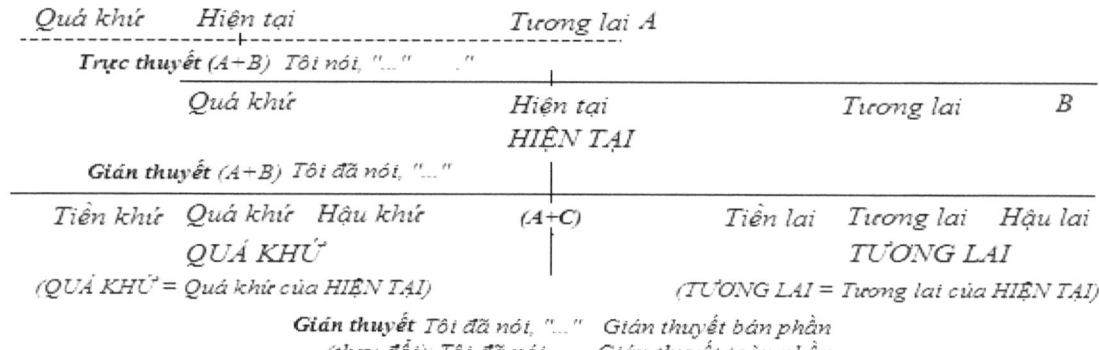

(A+B) gặp nhau hôm nay, (A) Tôi nói,
   "Hôm nay, X đã làm vào buổi sáng; Y làm vào buổi trưa; Z sẽ làm vào buổi chiều."

(A+C), khi gặp nhau, trong Hiện tại vì Tương lai trở thành Hiện tại, và (A+B) đi vào Quá khứ; "hôm nay" trong Hiện tại trở thành "hôm đó" trong Quá khứ; các biến cố trong khoảng chính QUÁ KHỨ. A lập lại
   hôm đó, tôi đã nói,
      "Hôm nay, X <u>đã làm</u> vào buổi sáng; Y <u>làm</u> vào buổi trưa; Z <u>sẽ làm</u> vào buổi chiều."
   hôm đó, tôi đã nói
      (rằng) hôm đó, X <u>đã làm</u> vào buổi sáng; Y <u>đã làm</u> vào buổi trưa; Z <u>đã làm</u> vào buổi chiều.

3c. *(A+B) trong Quá khứ và (B+C) trong Hiện tại trên khung B*
(A+B) gặp nhau; A nói với B vài biến cố trong Tương lai. (A+B) trong Hiện tại và vài biến cố trong Tương lai trên khung A.

Chú thích
* *Các khoảng chính gác mí nhau, bao chùm phần của nhau.*

(A+B) gặp nhau ngày này; (A) Tôi nói,
   "Ngày nào đó, X sẽ làm vào buổi sáng; Y sẽ làm vào buổi trưa; Z sẽ làm vào buổi chiều."

(B+C), khi gặp nhau, trong khoảng phụ Hiện tại vì khoảng phụ Tương lai thành khoảng phụ Hiện tại; (A+B) đi vào khoảng Quá khứ; "ngày này" trong Hiện tại thành "ngày đó" trong Quá khứ, và "ngày nào đó" trong Tương lai thành "ngày nào đó" trong khoảng phụ Hậu khứ; các biến cố nằm trong khoảng phụ Hậu khứ. B lập lại

  ngày đó, A đã nói,
    "Ngày nào đó, X <u>sẽ làm</u> vào buổi sáng; Y <u>sẽ làm</u> vào buổi trưa; Z <u>sẽ làm</u> vào buổi chiều."
  ngày đó, A đã nói
    (rằng) ngày nào đó, X <u>đã làm</u> vào buổi sáng; Y <u>đã làm</u> vào buổi trưa; Z <u>đã làm</u> vào buổi chiều.

3d. *(A+B) trong Quá khứ; (A+C) trong Hiện tại trên khung B*
(A+B) gặp nhau, và A nói với B vài biến cố trong Tương lai. (A+B) trong Hiện tại và vài biến cố trong Tương lai trên khung A.

```
                    X               Y              Z
        Ngày này  Tương lai thì  Tương lai thì  Tương lai thì       A
────────────────────────────────────────────────────────────────────
 Quá khứ  Hiện tại                Tương lai
 Trực thuyết (A+B) Tôi nói, "..."  (Ngày nào đó)


        Ngày này  X               Y              Z              A
────────────────────────────────────────────────────────────────────
 Quá khứ  Hiện tại           Tương lai
 Trực thuyết (A+B) Tôi nói, "..."  (Ngày nào đó)


        Quá khứ                                   Hiện tại    Tương lai     B
 Gián thuyết (A+B) Tôi đã nói, "..."              HIỆN TẠI
        Ngày đó         (Ngày nào đó)             (Ngày này)
 Tiền khứ  Quá khứ      Hậu khứ                   (A+C)       Tương lai
           QUÁ KHỨ                                            TƯƠNG LAI
 (QUÁ KHỨ = Quá khứ của HIỆN TẠI)       (TƯƠNG LAI = Tương lai của HIỆN TẠI)

         Gián thuyết  Tôi đã nói, "..." Gián thuyết bán phần
         (Thay đổi)   Tôi đã nói       Gián thuyết toàn phần
```

(A+B) gặp nhau ngày này, (A) Tôi nói,
    "Ngày nào đó, X sẽ làm vào buổi sáng; Y sẽ làm vào buổi trưa; Z sẽ làm vào buổi chiều."

(A+C), khi gặp nhau, trong Hiện tại vì Tương lai trở thành Hiện tại; (A+B) đi vào Quá khứ; "ngày này" trong Hiện tại trở thành "ngày đó" trong Quá khứ, và "ngày nào đó" trong Tương lai trở thanh "ngày nào đó" trong Hậu khứ; các biến cố đi vào Hậu khứ. A lập lại

  ngày đó, tôi đã nói,
    "Ngày nào đó, X <u>sẽ làm</u> vào buổi sáng; Y <u>sẽ làm</u> vào buổi trưa; Z <u>sẽ làm</u> vào buổi chiều."
  ngày đó, tôi đã nói
    (rằng) ngày nào đó, X <u>đã làm</u> vào buổi sáng; Y <u>đã làm</u> vào buổi trưa; Z <u>đã làm</u> vào buổi chiều.

3e. *(A+B) trong Quá khứ; (A+C) trong Hiện tại trên khung B*
(A+B) gặp nhau, và A kể B vài biến cố xảy ra trong Tương lai. (A+B) trong Hiện tại và và biến cố trong Tương lai trên khung A.

```
                    X               Y              Z
        Ngày này  Tương lai thì  Tương lai thì  Tương lai thì       A
────────────────────────────────────────────────────────────────────
 Quá khứ  Hiện tại                Tương lai
 Trực thuyết (A+B) Tôi nói, "..."  (Ngày nào đó)
```

	Ngày này		X	Y	Z	A
	Quá khứ Hiện tại			Tương lai		
	Trực thuyết (A+B) Tôi nói, "..."			(Ngày nào đó)		
	Quá khứ	Hiện tại		Tương lai		B
	Gián thuyết (A+B) Tôi đã nói, "..."	HIỆN TẠI				
	Ngày đó	(Ngày này)		(Ngày nào đó)		
Tiền khứ Quá khứ		(A+C)		Hậu khứ →		
QUÁ KHỨ						
(QUÁ KHỨ = Quá khứ của HIỆN TẠI)						

         Gián thuyết Tôi đã nói, "..." Gián thuyết bán phần
         (Thay đổi) Tôi đã nói Gián thuyết toàn phần

Chú thích
* Phần của các khoảng chính gác mí hay bao chùm phần của các khoảng chính khác.

(A+B) gặp nhau ngày này, (A) Tôi nói,
 "Ngày nào đó, X <u>sẽ làm</u> vào buổi sáng; Y <u>sẽ làm</u> vào buổi trưa; Z <u>sẽ làm</u> vào buổi chiều."

(A+C), khi gặp nhau, trong Hiện tại vì Tương lai thành Hiện tại; (A+B) trong Hiện tại đi vào Quá khứ; "ngày này" trong Hiện tại thành "ngày đó" trong Quá khứ; "ngày nào đó" trong Tương lai thành "ngày đó" trong Hậu khứ; các biến cố đi vào Hậu khứ. A lập lại
 ngày đó, tôi đã nói,
  "Ngày nào đó, X <u>sẽ làm</u> vào buổi sáng; Y <u>sẽ làm</u> vào buổi trưa; Z <u>sẽ làm</u> vào buổi chiều."
 ngày đó, tôi đã nói
  (rằng) ngày nào đó, X <u>đã làm</u> vào buổi sáng; Y <u>đã làm</u> vào buổi trưa; Z <u>đã làm</u> vào buổi chiều.

3f. *(A+B) trong Quá khứ; (A+C) trong Hiện tại trên khung B*
(A+B) gặp nhau, và A kể B vài biến cố xảy ra trong Tương lai. (A+B) trong Hiện tại và các biến cố trong Tương lai trên khung A.

	X	Y	Z	
Ngày này	Tương lai thì	Tương lai thì	Tương lai thì	A
Quá khứ Hiện tại		Tương lai		
Trực thuyết (A+B) Tôi nói, "..."		(Ngày nào đó)		

	Ngày này		X	Y	Z	A
	Quá khứ Hiện tại			Tương lai		
	Trực thuyết (A+B) Tôi nói, "..."			(Ngày nào đó)		
	Quá khứ	Hiện tại		Tương lai		B
	Gián thuyết (A+B) Tôi đã nói, "..."	HIỆN TẠI				
	Ngày đó	(Ngày này)		(Ngày nào đó)		
Tiền khứ Quá khứ Hậu khứ		(A+C)	Tiền lai Tương lai Hậu lai			
QUÁ KHỨ		Tôi nói/sẽ nói, "..."	*TƯƠNG LAI*			
(QUÁ KHỨ = Quá khứ của HIỆN TẠI)			(TƯƠNG LAI = Tương lai của HIỆN TẠI)			

       Gián thuyết Tôi nói/sẽ nói, "..." Gián thuyết bán phần
       (Không đổi) Tôi nói/sẽ nói Gián thuyết toàn phần

Khung A (trực thuyết, Tương lai)   **Khung** B (gián thuyết, Tương lai, khoảng chính HIỆN TẠI)
Tương lai thì   Tương lai thì
* (Tương lai trên A = Tương lai trên B)

(A+B) gặp nhau ngày này, (A) Tôi nói,
  "Ngày nào đó, X s<u>ẽ làm</u> vào buổi sáng; Y s<u>ẽ làm</u> vào buổi trưa; Z s<u>ẽ làm</u> vào buổi chiều."

(A+C), khi gặp nhau, trong Hiện tại vì Tương lai trở thanh Hiện tại; (A+B) trong Hiện tại đi vào Quá khứ; "ngày này" trong Hiện tại thành "ngày đó" trong Quá khứ; "ngày nào đó" trong Tương lai thành "ngày nào đó" trong Hậu khứ; các biến cố đi vào Hậu khứ.

Tuy nhiên, A là người nói kiêm người lập lại, anh ta có thể thay đổi câu nói nguyên thuỷ của mình. Nếu A dựa vào khoảng phụ Hiện tại, các biến cố ở trong Tương lai trong khoảng chính HIỆN TẠI trên khung B (Tương lai trên A = Tương lai trên B). A lập lại
  ngày này, tôi nói/sẽ nói,
    "Ngày nào đó, X s<u>ẽ làm</u> vào buổi sáng; Y s<u>ẽ làm</u> vào buổi trưa; Z s<u>ẽ làm</u> vào buổi chiều."
  ngày này, tôi nói/sẽ nói
    (rằng) ngày nào đó, X s<u>ẽ làm</u> vào buổi sáng; Y s<u>ẽ làm</u> vào buổi trưa; Z s<u>ẽ làm</u> vào buổi chiều.

Chú thích
* Trong trường hợp này, A = người nói = người lập lại. Vì thế, anh ta chọn điểm dựa trong khoảng phụ Hiện tại trên khung B để mô tả các biến cố trong Tương lai nằm trong khoảng chính HIỆN TẠI trên khung B. (thay vì khoảng chính QUÁ KHỨ cũng trên khung B).
* A là người lập lại luôn ở khoảng phụ Hiện tại trên khung B để lập lại các biến cố trong trực-gián thuyết.
* Trong trường hợp 3 biến cố xảy ra trong Tương lai:
    Tương lai trên A = Tương lai, Tương lai, Tương lai (Việt ngữ)
    Tương lai trên B = Tương lai, Tương lai, Tương lai
    Tương lai trên A = Tương lai trên B. (người lập lại ở trong khoảng phụ Hiện tại nằm trong khoảng chính HIỆN TẠI trên khung B)

4. *A sẽ gặp 3 người (D, E, F) trong khoảng phụ Tương lai trên khung A*
4a. 3 người trong Hậu khứ
(A+B) gặp nhau, và A nói với B gặp 3 người trong Tương lai. (A+B) trong Hiện tại và 3 người trong Tương lai trên khung A.

Quá khứ	Hiện tại		Tương lai		A
Trực thuyết	(A+B) Tôi nói, "..." (Ngày này)	D	E (lúc đó)	F	

Quá khứ	Hiện tại		Tương lai		A
Trực thuyết	(A+B) Tôi nói, "..." (Ngày này)	D	E (lúc đó)	F	
	Quá khứ	Hiện tại (bây giờ) HIỆN TẠI (bây giờ)	Tương lai	B
	Gián thuyết (A+B) Tôi đã nói, "..." (Ngày đó)			
Tiền khứ	Quá khứ QUÁ KHỨ	Hậu khứ (lúc đó) (A+C)		
(QUÁ KHỨ = Quá khứ của HIỆN TẠI)				
		Gián thuyết Tôi đã nói, "..." (Thay đổi) Tôi đã nói	Gián thuyết bán phần Gián thuyết toàn phần	

Chú thích
* Các phần của khoảng chính chồm qua nhau.

Khung A *(trực thuyết)*   **Khung B** *(gián thuyết)*
Tương lai thì   *Hậu khứ thì (đã + đt.)*

(A+B) gặp nhau ngày này; (A) Tôi nói,
  "Tôi sẽ gặp D trước lúc đó; tôi sẽ gặp E lúc đó; tôi sẽ gặp F sau đó."

(A+C), khi họ gặp nhau ở Hiện tại trên khung B, (A+B) đi vào Quá khứ; "ngày này" trong Hiện tại thành "ngày đó" trong Quá khứ; "lúc đó" trong Tương lai thành "lúc đó" trong Hậu khứ; 3 người trong Hậu khứ. A lập lại

  ngày đó, tôi đã nói,
    "Tôi <u>sẽ gặp</u> D trước lúc đó; tôi <u>sẽ gặp</u> E lúc đó; tôi <u>sẽ gặp</u> F sau đó."
  ngày đó, tôi đã nói
    (rằng) tôi <u>đã gặp</u> D trước đó; tôi <u>đã gặp</u> E lúc đó; tôi <u>đã gặp</u> F sau đó.
    (Tương lai trong quá khứ, người Việt đổi "sẽ" thành "đã" và hiểu tương lai trong quá khứ)

4b. 3 người trong khoảng chính HIỆN TẠI
(A+B) gặp nhau, và A nói với B gặp 3 người trong Tương lai. (A+B) trong Hiện tại và 3 người trong Tương lai trên khung A.

	Quá khứ	Hiện tại		Tương lai		A
Trực thuyết	(A+B) Tôi nói, "..."		D	E	F	
		(Ngày này)		(lúc đó)		
	Quá khứ	Hiện tại		Tương lai		A
Trực thuyết	(A+B) Tôi nói, "..."		D	E	F	
		(Ngày này)		(lúc đó)		
		Quá khứ		Hiện tại (bây giờ)	Tương lai	B
Gián thuyết	(A+B) Tôi đã nói, "..."			HIỆN TẠI		
		(Ngày đó)		(bây giờ)		
	Tiền khứ	Quá khứ	Hậu khứ	(A+C)	Tiền lai	Tương lai	Hậu lai
		QUÁ KHỨ				TƯƠNG LAI	
	(QUÁ KHỨ = Quá khứ của HIỆN TẠI)				(TƯƠNG LAI = Tương lai của HIỆN TẠI)		

Gián thuyết Tôi nói "..." Gián thuyết bán phần
(Không đổi) Tôi nói   Gián thuyết toàn phần

Khung A *(trực thuyết)* **Khung B** *(gián thuyết)*
Tương lai thì   Quá khứ thì
Tương lai thì   Hiện tại thì
Tương lai thì   Tương lai thì

(A+B) gặp nhau ngày này; (A) Tôi nói,
  "Tôi sẽ gặp D trước lúc đó; tôi sẽ gặp E lúc đó; tôi sẽ gặp F sau đó."

(A+C), khi họ gặp nhau ở Hiện tại trên khung B; (A+B) đi vào Quá khứ; "ngày này" ở Hiện tại thành "ngày đó" trong Quá Khứ; "lúc đó" trong Tương lai trở thành "lúc đó" trong Hậu khứ; 3 người trong Hậu khứ.

Tuy nhiên, A là người nói kiêm người lập lại; anh ta có thể thay đổi câu nói nguyên thuỷ của mình. Nếu A dựa vào Hiện tại (bây giờ), 3 người trong khoảng chính HIỆN TẠI; A lập lại
  ngày này, tôi nói,
    "Tôi đã gặp D trước bây giờ; tôi gặp E bây giờ; tôi sẽ gặp F sau bây giờ."
  ngày này, tôi nói
    (rằng) tôi đã gặp D trước bây giờ; tôi gặp E bây giờ; tôi sẽ gặp F sau bây giờ."

5. *(A+B) trong Quá khứ; (B+C) trong Hiện tại.*
(A+B) gặp nhau ngày này; A sẽ nói B vài biến cố Tương Lai. B sẽ gặp C trong Tương lai để lập lại cho C gì A nói cho B nghe.

Ngày này, (A+B) gặp nhau, (A) Tôi sẽ nói,
  "Tôi sẽ gặp D trước lúc đó; tôi sẽ gặp E lúc đó; tôi sẽ gặp F sau lúc đó."

```
                          Quá khứ        Hiện tại       Tương lai    A
                                          Ngày này       Lúc đó
                            Tôi sẽ nói, "..." (A+B)    D      E      F

         Quá khứ       Hiện tại        Tương lai    A
Trực thuyết            Ngày này         Lúc đó
         Tôi sẽ nói, "..." (A+B)    D     E     F
                                                              |
                     Quá khứ                      Hiện tại              Tương lai B
                     Ngày đó                      HIỆN TẠI
Gián thuyết      (A+B) Tôi đã nói, "..." Lúc đó   Ngày này
   Tiền khứ      Quá khứ      Hậu khứ      (B+C)   Tiền lai  Tương lai  Hậu lai   B
                 QUÁ KHỨ                                    TƯƠNG LAI
            Gián thuyết  A đã nói, "..."     gián thuyết bán phần
                         A đã nói (rằng) ...  gián thuyết toàn phần
```

Khung A *(trực thuyết, Tương lai)*   **Khung B** *(gián thuyết, Hậu khứ)*
Tương lai thì   Hậu khứ thì

Khi (B+C) sẽ gặp nhau trong Tương lai; Tương lai trở thành Hiện tại, và (B+C) trong Hiện tại. (A+B) đi vào Quá khứ; "ngày này" trong Hiện tại trên khung A thành "ngày đó" trong Quá khứ trên khung B; "lúc đó" trong Tương lai trên khung A thành "lúc đó" trong Hậu khứ trên khung B. B lập lại

   Ngày đó, A đã nói, (Tương lai → Hậu khứ, "đã" cho tất cả khoảng phụ trong khoảng chính QUÁ KHỨ)
   "Tôi **sẽ** gặp D trước lúc đó; tôi **sẽ** gặp E lúc đó; tôi **sẽ** gặp F sau lúc đó."
   Ngày đó, A đã nói (rằng)
      nó **đã** gặp D trước lúc đó; nó **đã** gặp E lúc đó; nó **đã** gặp F sau lúc đó.

Chú thích
* Trong hệ thống thì, khi 3 biến cố xảy ra trong tương lai, Hiện tại thì được dùng làm chuẩn trong khoảng phụ Tương lai.
* Quá khứ thì được dùng làm chuẩn trong khoảng phụ Hậu khứ. (Rất rõ nét cho văn phạm ngoại vì có 2 Tương lai thì).
* Để nắm vững, xin xem lại hệ thống thì thời, và hệ thống dùng trợ tự "đã, vừa, 0, sắp, sẽ".

Nói tóm, khi trực thuyết đổi thành gián thuyết, có 3 trường hợp tổng quát dưới đây:
* *(A+B+C) trong Hiện tại trên khung B*
* *[(A+B)(B+C)(A+C)] trong Hiện tại trên khung B*
* *(A+B) trong Quá khứ; (B+C)/(A+C) trong Hiện tại trên khung B*

Lưu ý
Trong Việt ngữ, tất cả 4 diễn ý cách dùng nhiều hay ít sự kiện thì. 5 thì căn bản trên khung A biến thành 11 sự kiện thì trên khung B. Động từ ở dạng "đã/vừa/0/sắp/sẽ + đt" để diễn tả thời gian biến cố xảy ra. Đôi khi, "đã, sẽ" được dùng lỏng lẻo. Trong trực-gián thuyết, ở các diễn ý cách, các thì thay đổi, và các thành phần đổi thích hợp hay không trong khoảng chính QUÁ KHỨ, nhưng trong khoảng chính HIỆN TẠI, các thì không đổi, nhưng các thành phần đổi thích hợp hay không. Đặc biệt, trong mệnh lệnh cách, mệnh lệnh thì đổi thành động từ không chia trong 2 khoảng chính QUÁ KHỨ và HIỆN TẠI. Nếu mệnh lệnh thì đổi thành sự kiện thì tương đương, sự kiện thì tương đương đổi trong khoảng chính QUÁ KHỨ nhưng không đổi trong khoảng chính HIỆN TẠI. Chỉ các thành phần đổi thích hợp hay không trong hai khoảng chính này khi trực thuyết sang gián thuyết.

Các trường hợp đổi và không đổi

1. Đổi hay không đổi thì

* Nếu người nói A lùi vào Quá khứ, người lập lại B trong Hiện tại lập lại **A đã nói/đã (sẽ) nói**, "...", trong túc mệnh đề ở trực thuyết, các thì đổi tương ứng, và các thành phần đổi thích hợp hay không sang túc mệnh đề ở gián thuyết.

* Nếu người nói A trong Hiện tại, người lập lại B trong Hiện tại lập lại **A nói/sẽ nói**, "...", trong túc mệnh đề ở trực thuyết, các thì không đổi, nhưng các thành phần đổi thích hợp hay không sang túc mệnh đề ở gián thuyết.

Tuy nhiên, trong Việt ngữ, mặc dù các thì đổi (tên thì), động từ bất biến theo thì; chỉ trợ từ thêm vào động từ để diễn tả thời gian. Động từ có dạng tổng quát:

Đã/vừa/0/sắp/sẽ + động từ

Tiền khứ thì	*Tôi đã đi.*	*(Tiền khứ)*
Quá khứ thì	*Tôi đã đi.*	*(Quá khứ)*
Hậu khứ thì	*Tôi đã đi.*	*(Hậu khứ)*
Quá khứ thì	*Tôi đã đi*	*(Quá khứ)*
Cận khứ thì	*Tôi vừa đi*	*(Cận khứ)*
Hiện tại thì	*Tôi đi*	*(Hiện tại)*
Cận lai thì	*Tôi sắp đi*	*(Cận lai)*
Tương lai thì	*Tôi sẽ đi*	*(Tương lai)*
Tiền lai thì	*Tôi sẽ đi*	*(Tiền lai)*
Tương lai thì	*Tôi sẽ đi*	*(Tương lai)*
Hậu lai thì	*Tôi sẽ đi*	*(Hậu lai)*

Tất cả diễn ý cách dùng ít nhiều sự kiện thì; các thì đổi trong trực-gián thuyết ở khoảng chính QUÁ KHỨ. Riêng, với động từ, "đã, vừa, 0, sắp, sẽ" đổi thành "đã".

(A+B), Tôi **sẽ** nói, "Tôi sẽ về Vietnam tuần tới." (trực thuyết)
(B+C) A **đã** nói, "Tôi **sẽ** về Vietnam tuần sau tuần này." (gián thuyết bán phần)
  A **đã** nói (rằng) anh ta **đã** về Vietnam tuần sau tuần đó. (gián thuyết toàn phần)

Chú thích
* Đã về" xảy ra trong Hậu khứ trong trực-gián thuyết.

2. Tổng quát, để đổi thời điểm đọc khung B trong 3 khoảng chính cách dễ dàng, dùng "... này/nay", thí dụ "lúc này, giờ này, ngày này, ..." trong khoảng phụ Hiện tại khung B, và dùng "... đó", thí dụ "lúc đó, giờ đó, ngày đó, ..." trong khoảng phụ Quá khứ hay khoảng phụ Tương lai khung B cho đơn giản. Sau đó, đổi ra thời điểm xác định nếu muốn.

	(Ngày) nay			(Ngày) nay			(Ngày) nay		A
	(Ngày) đó			(Ngày) nay			(Ngày) đó		
Tiền khứ	Quá khứ	Hậu khứ	Quá khứ	Hiện tại	Tương lai	Tiền lai	Tương lai	Hậu lai	B
	QUÁ KHỨ			***HIỆN TẠI***			***TƯƠNG LAI***		

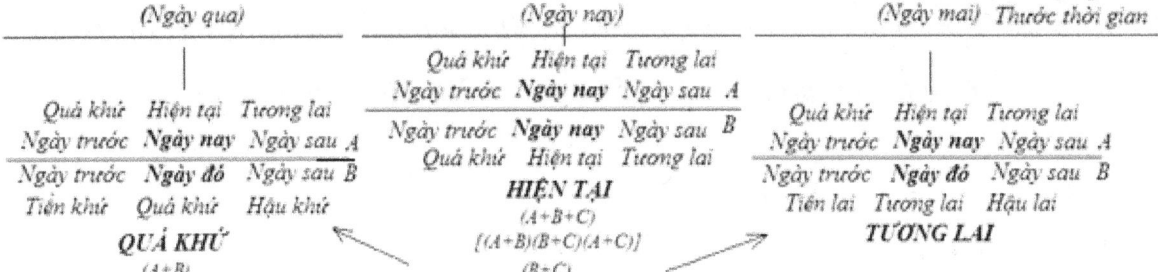

... 3 ngày, 2 ngày, ngày <u>trước</u> **ngày này**   ... 3 ngày, 2 ngày, ngày <u>sau</u> **ngày này**
... 3 ngày, 2 ngày, ngày <u>trước</u> **ngày đó**   ... 3 ngày, 2 ngày, ngày <u>sau</u> **ngày đó**

Chú thích
* 3 ngày sau ngày này = cách đây 3 ngày
* 3 ngày = khoảng thời gian 3 ngày.

Trực thuyết	**Gián thuyết** (toàn phần)
2 ngày trước ngày này	2 ngày trước ngày đó
Ngày trước ngày này	Ngày trước ngày đó
Ngày này	Ngày đó
Ngày sau ngày này	Ngày sau ngày đó
2 ngày sau ngày này	2 ngày sau ngày đó
Trước bây giờ/lúc này	Trước bấy giờ/lúc đó
Bây giờ/lúc này	Bấy giờ/lúc đó
Sau bây giờ/lúc này	Sau bấy giờ/lúc đó

3. Tổng quát, đổi ngôi trong gián thuyết (trường hợp tổng quát)
Changement typique

Ngôi (trực thuyết)	**Ngôi** (gián thuyết)
Ngôi 1	Ngôi 3
Ngôi 2	Ngôi 1
Ngôi 3	Ngôi 2

Ông A đã nói, "Tôi gặp anh ấy ngày này."
Ông A đã nói ông ấy <u>đã</u> gặp anh/hắn ta <u>ngày đó</u>. (ông ấy ≠ anh/hắn ta)

Ông A đã nói, "Tôi đã gặp anh ấy ngày qua/ ngày trước ngày này."
Ông A đã nói ông ấy đã gặp anh ngày trước ngày đó.

Ông A đã nói, "Tôi sẽ gặp anh ấy ngày mai/ngày sau ngày này."
Ông A đã nói ông ấy sẽ gặp anh ngày sau ngày đó.

Ông A đã hỏi tôi, "Khi nào anh ấy sẽ về Vietnam?"
Ông A đã hỏi tôi khi nào anh <u>đã</u> về Vietnam. (tương lai trong quá khứ)
Ông A đã thét to, "Nằm xuống! Pháo kích!"
Ông A đã thét to cho mọi người nằm xuống vì pháo kích. (nằm xuống = động từ không chia)

Chú thích
* Vì động từ Việt bất biến theo ngôi, số, giống, thời gian, để xét khi nào nó là động từ chia, không chia.
* Vì bất biến, động từ Việt tương đương với các hình thức của động từ ngoại: *infinitive, gerund, conjugated verb*,

présent participle, past participle
* *Trong phân tích văn phạm Việt, chỉ còn cách dựa vào hành văn Việt để biết động từ chia, hay động từ không chia.*

Các thành phần khác từ trực thuyết sang gián thuyết

Ngoài sự thay đổi các thành phần căn bản, các thành phần chi tiết cũng cần sự chú ý. Sau đây là các điểm cần chú ý:

a. *Câu hỏi trực tiếp đổi thành câu hỏi gián tiếp*

    Hắn đã hỏi tôi, "Anh đi đâu sáng nay không?" (câu hỏi trực tiếp)
    Hắn đã hỏi tôi (đã) đi đâu sáng nay. (câu hỏi gián tiếp; không dấu hỏi [?])

b. *Túc mệnh đề trong mệnh lệnh cách đổi thành động từ không chia trong hai khoảng chính QUÁ KHỨ và HIỆN TẠI. Ngoài ra, nếu mệnh đề mệnh lệnh đổi thành mệnh đề tương đương (dùng sự kiện thì), thì của mệnh đề tương đương đổi trong khoảng chính QUÁ KHỨ và không đổi trong khoảng chính HIỆN TẠI khi trực thuyết sang gián thuyết. Các thành phần khác đổi hay không tuỳ vào điều kiện của trực thuyết.*

    Hắn đã ra lệnh, "Tất cả các anh ngồi xuống trật tự!"   *(tương đương, trực thuyết)*
    Hắn đã ra lệnh cho tất cả chúng tôi ngồi xuống trật tự.   *(ngồi xuống=động từ không chia)**
    Hắn đã ra lệnh (rằng) tất cả chúng tôi <u>đã ngồi xuống trật tự</u>! (tương đương, gián thuyết)

Chú thích
* *Sao biết động từ không chia? Trong câu 2, cho = giới từ; "chúng tôi" là giới túc của giới từ "cho". Do vậy, "chúng tôi" không là chủ từ của động từ "ngồi xuống", và "ngồi xuống" = động từ không chia (infinitive).*

c. *Trợ từ*
Chỉ "đã, vừa, 0, sắp, sẽ" đổi thành "đã" trong khoảng chính QUÁ KHỨ

Khoảng phụ	*Tiền khứ*	*Quá khứ*	*Hậu khứ*
Thì	*Tiền khứ thì*	*Quá khứ thì*	*Hậu khứ thì*
Trợ từ	*Chúng tôi <u>đã tới</u> trước khi*	*họ <u>đã tới</u>.*	*(đã)*
	(Quá khứ trong quá khứ)	*(Hiện tại trong quá khứ)*	*(Tương lai trong quá khứ)*

* *Trên khung A cố định, có 5 thì căn bản:*

    Quá khứ   **Hiện tại**   **Tương lai**
Quá khứ thì   *Cận khứ thì*   *Hiện tại thì*   *Cận lai thì*   *Tương lai thì*

* *Chúng thay đổi thành các thì tương ứng mô tả các biến cố trên khung B.*

Hệ thống thời thì trên khung B

1. *Khoảng chính QUÁ KHỨ có 3 khoảng phụ với các thì như sau:*

Khoảng phụ	*Thì*	*(A chiếu xuống B)*
Tiền khứ	*Tiền khứ thì*	*đã (quá khứ trong quá khứ)*
Quá khứ	*Quá khứ thì*	*đã (hiện tại trong quá khứ)*
Hậu khứ	*Hậu khứ thì*	*đã (tương lai trong quá khứ)*

Chú thích
* Trong trường hợp đổi trực thuyết sang gián thuyết trong khoảng chính QUÁ KHỨ trên khung B:
  Cận khứ thì trong trực thuyết biến thành Cận tiền khứ thì trong gián thuyết.
  Cận lai thì trong trực thuyết biến thành Cận hậu khứ thì trong gián thuyết.

Trực thuyết (A)   *Gián thuyết* (B)
Quá khứ thì   *Tiền khứ thì*
Cận khứ thì   Hiện tại thì   Cận lai thì   *Cận tiền khứ thì   Quá khứ thì   Cận hậu khứ thì*
Tương lai thì   *Hậu khứ thì*

Trực thuyết   *Gián thuyết*
Cận khứ thì   *Cần tiền khứ thì*
Nó vừa đi (trước hiện tại điểm)   *Nó đã vừa đi sau đó (trước quá khứ điểm)*
Cận lai thì   *Cận hậu khứ thì*
Nó sắp đi (sau hiện tại điểm)   *Nó đã sắp đi sau đó (sau quá khứ điểm)*

* Trong các trường hợp khác, hai thì này không hiện hữu vì Hiện tại thì không hiện hữu trong hai khoảng chính: QÚA KHỨ và TƯƠNG LAI.

2. Khoảng chính HIỆN TẠI có 3 khoảng phụ với các thì như sau:

Khoảng phụ	**Thì**	**(A chiếu xuống B)**	
	Quá khứ thì	đã	(quá khứ)
Quá khứ	Cận khứ thì	vừa	(quá khứ)
Hiện tại	Hiện tại thì	0	(hiện tại)
Tương lai	Cận lai thì	sắp	(tương lai)
	Tương lai thì	sẽ	(tương lai)

3. Khoảng chính TƯƠNG LAI có 3 khoảng phụ với các thì như sau:

Khoảng phụ	**Thì**	**(A chiếu xuống B)**	
Tiền lai	Tiền lai thì	sẽ	(quá khứ trong tương lai)
Tương lai	Tương lai thì	sẽ	(hiện tại trong tương lai)
Hậu lai	Hậu lai thì	sẽ	(tương lai trong tương lai)

Nhận xét
Trực thuyết là câu nói của ai đó được đặt trong 2 ngoặc kép.

(A) Tôi nói, "..." *(trực thuyết)*

Gián thuyết là cách trong đó câu nói của ai đó được người khác lập lại, và câu lập lại không đặt trong ngoặc kép. Có hai giai đoạn trong gián thuyết: gián thuyết bán phần và gián thuyết toàn phần. Khi rành, người ta bỏ giai đoạn "gián thuyết bán phần."

A đã nói, nói, sẽ nói, "..."   *(gián thuyết bán phần)*
A đã nói, nói, sẽ nói (rằng) ... *(gián thuyết toàn phần)*

Chú thích
* Không dấu ngoặc kép trong gián thuyết toàn phần.

Đổi thì và không đổi thì
* Nếu (A+B) đi vào Quá Khứ trong khoảng chính QUÁ KHỨ, và (B+C) trong Hiện tại, và B lập lại A đã nói, "...", các thì thay đổi tương ứng, và các thành phần đối

thích hợp hay không. (A nói/sẽ nói, "..." → A đã nói, "..." trong Việt ngữ)

* *Nếu (A+B) và (B+C) trong cùng Hiện tại trong khoảng chính HIỆN TẠI, và B lập lại A nói/sẽ nói "...", các thì không đổi, nhưng các thành phần đổi thích hợp hay không.*

Quá khứ thì (đã)	Cận khứ thì (vừa)	Hiện tại thì (∅)	Cận lai thì (sắp)	Tương lai thì (sẽ)	B
Quá khứ		Hiện tại		Tương lai	
		HIỆN TẠI			

Tiền khứ thì (đã)	Quá khứ thì (đã)	Hậu khứ thì (đã)	Tiền lai thì (sẽ)	Tương lai thì (sẽ)	Hậu lai thì (sẽ) B
Tiền khứ	Quá khứ	Hậu khứ	Tiền lai	Tương lai	Hậu lai
	QUÁ KHỨ			TƯƠNG LAI	

(QUÁ KHỨ = Quá khứ của HIỆN TẠI)   (TƯƠNG LAI = Tương lai của HIỆN TẠI)

Nói tóm gọn, tất cả diễn ý cách dùng nhiều hay ít sự kiện thì tuỳ theo tính chất của mỗi diễn ý cách. Trong trực-gián thuyết các thì đổi khi nằm trong khoảng chính QUÁ KHỨ và không đổi khi nằm trong khoảng chính HIỆN TẠI. Các thành phần khác đổi thích hợp hay không.

Trực-gián thuyết Việt ngữ *(lối nhìn mới về VPVN)*
a. *Trong khoảng chính QUÁ KHỨ*

Trực thuyết	**Gián thuyết**
Sự kiện cách	
Quá khứ thì	*Tiền khứ thì*
Cận khứ thì	*Cận tiền khứ thì*
Hiện tại thì	*Quá khứ thì*
Cận lai thì	*Cận hậu khứ thì*
Tương lai thì	*Hậu khứ thì*
Mệnh lệnh cách	
Mệnh lệnh thì (trực thuyết)	*Động từ không chia*
Kiện cách thì tương đương (trực thuyết)	*Kiện cách thì tương đương (gián thuyết)*
Cảm quan cách	
Cảm quan thì (trực thuyết)	*Cảm quan thì (gián thuyết)*
Điều kiện cách	
Điệu kiện thì (trực thuyết)	*Điệu kiện thì (gián thuyết)*

Chú thích
* *Tất cả 4 cách xử dụng các thì thích hợp của 11 thì sự kiện cách, và đổi thành các thì trong gián thuyết.*
* *Trong Việt ngữ, các thì của 4 cách đổi hợp lý khi trực thuyết đổi thành gián thuyết.*

***b.** Trong khoảng chính HIỆN TẠI*
  Các thì không đổi
  Mệnh lệnh thì → động từ không chia hay mệnh đề kiện cách tương đương.

Nói tóm, theo lý thuyết, trong trực-gián thuyết:
1. Các tên thì được đổi hay không tuỳ vào khoảng chính QUÁ KHỨ và HIỆN TẠI.
2. Chia động từ luôn dựa vào "đã/vừa/0/sắp/sẽ" + động từ.
3. Tên thì đổi không ảnh hưởng tới chia động từ. Chia động từ chỉ lệ thuộc thời gian: quá khứ, hiện tại, tương lai để dùng "đã, vừa, 0, sắp, sẽ".

CHƯƠNG 23   Chấm câu

Quy định chấm câu gồm các ký hiệu gọi là dấu chấm câu. Chúng dùng để tạo sự rõ, rệt, trong sáng, khúc chiết trong trao đổi ý tưởng qua hành văn để có sự cảm thông giữa người viết và người đọc.

Thiếu dấu chấm câu, đặt sai dấu chấm câu, dùng dấu chấm câu sai, ... tạo ra sự bối rối, hiểu sai, ... giữa người viết và người đọc. Đôi khi, trong vụ kiện thưa, luật sư giỏi, kinh nghiệm có thể đổi thành công thành thất bại, hay ngược lại!

Ngoài ra, chấm câu sai làm người đọc không chú tâm vào nội dung vì họ bị bối rối với sự hàm hồ, tối ý trong cách diễn tả ý tưởng. Trong so sánh, dòng suối êm đềm bị khuấy động vì hòn đá tảng lớn giữa dòng.

> *Đảng lãnh đạo nhà nước quản lý nhân dân làm chủ đất nước. (1)*
> *Đảng lãnh đạo; nhà nước quản lý; nhân dân làm chủ đất nước. (2)*
> *Đảng lãnh đạo nhà nước, quản lý nhân dân, và làm chủ đất nước. (3)*

Giải thích
* (1): tạo hoang mang, bối rối khi thiếu dấu chấm câu
* (2): câu kép gồm các mệnh đề chính
   * các dấu chấm phẩy (;) phải dùng, hay
   * các dấu phẩy (,) + một liên từ độc lập (và, nhưng, hay, ...) phải dùng
* (3): câu đơn; một chủ từ làm 3 hành động do 3 động từ tạo.
   * các dấu phẩy (,) + một liên từ độc lập (và, nhưng, hay, ...) phải dùng

Chú thích
* Chấm câu Việt chịu ảnh hưởng français trước 54, và chịu ảnh hưởng American khi người American có mặt ở Miền Nam sau 54. Vì chấm câu của American đơn giản, ngược lại, francais rườm rà, người Việt nghiêng về chấm câu American.

Có chút khác biệt giữa American và francais như cách dùng "et và and", xử dụng dấu hai chấm hay dấu phẩy trong trực-gián thuyết; Je dis: "...", I say, "...", và v.v. Sách này chọn chấm câu của American vì xét thấy chấm câu American đơn giản; chấm câu français cầu kỳ.

Chấm câu Việt ngữ chịu ảnh hưởng cả hai. Do vậy, dùng chấm câu nào cũng được.

Dấu chấm câu *(punctuation marks)*

Dấu phẩy (Comma) (,)
Dấu chấm phẩy (Semi-colon) (;)
Dấu hai chấm (Colon) (:)
Dấu chấm (Period/stop) (.)
Dấu chấm hết (Full stop) (. , .)
Dấu chấm hỏi (Question mark) (?, ??, ???)
Dấu cảm xúc (Exclamation mark) (!, !!, !!!)

Dấu dẫn chứng kép, đơn (Double, single quotation marks) ("..." '...')
Dấu ngoặc đơn, kép cong (Parenthesis, parentheses) ( )
Dấu ngoặc vuông (Square brackets) [ ]
Dấu ngoặc uốn (Braces) { }
Dấu ba chấm (Ellipses) (...)
Dấu gạch nghiêng (Slash) (/)
Dấu gạch cao (Hyphen) (-)
Dấu gạch thấp (Dash) (_)
Dấu sai [sic]

Các dấu chấm câu trên giúp viết câu văn sáng, rõ nghĩa, dễ hiểu trong sự diễn ý, tình cảm, thái độ, ...

Chính tả

Từ chính tả thường dùng (Commonly-used dictation terms)
Viết hoa (Capitalize), *xuống dòng* (new line), *thụt đầu dòng* (indent), *mở ngoặc - đóng ngoặc* (opening parenthesis - closing parenthesis), *mở dẫn chứng - đóng dẫn chứng (kép/đơn)* (quote - unquote), *phẩy* (comma), *chấm phẩy* (semi-colon), *hai chấm* (colon), *chấm* (period/stop), *chấm hết* (full stop). *Dòng 1, 2, 3, ...* (line1, 2, 3, ...), *đoạn 1, 2, 3, ...* (paragraph 1, 2, 3, ...)

Trong việc học ngôn ngữ, chính tả giữ vai trò quan trọng vì giúp người học nghe, viết, và hiểu đúng.

Viết hoa

Viết hoa danh từ riêng và các đề mục, tiểu đề, ..., chức vụ, tên riêng các ngành, bộ, sở, ty, ...thuộc hành chánh; các tên riêng thuộc địa lý và hành chánh như thủ đô, thành phố, tỉnh, quận, phường, khóm, làng, xã, ... Không phân biệt loại tự để viết hoa trong Việt ngữ khi chúng thường ở tựa đề; có lẽ, Việt ngữ độc thanh/độc vần, nó trong mát mắt trong đề tựa khi tất cả viết hoa ký tự đầu hay viết in tất cả ký tự.

Dùng tổng quát dấu chấm câu

Dấu phẩy (Comma) (,)

Dấu phẩy dùng:
1. Giữa nhiều tĩnh từ tách rời (khác các tĩnh từ gắn liền và các định từ) để bổ nghĩa danh từ. Giữa nhóm nhóm từ, từ nhóm, mệnh đề, dấu phẩy (comma) được dùng, và liên từ độc lập (independent conjunction) sau dấu phẩy chót.

> Hai cô gái Việt đầu tiên mảnh khảnh, trẻ, và đẹp tham dự cuộc thi sắc đẹp Miss America.

Đó là điều hấp dẫn, đẹp, nhưng mắc!
Con tôi học bài, vợ tôi ngồi sơn móng, và tôi ngồi xem TV.

Chú thích
* Xem chương "tĩnh từ"

2. Danh sách

Tôi đi chợ và mua tôm, cá, gạo, và rau.
Nàng là cô gái Việt trẻ, thương người, và đẹp.

3. Lập nhóm

Danh sách này gồm nhiều nhóm: A và B, C và D, F và G, ...

4. Nối nhiều mệnh đề với dấu phẩy và "và"

Chồng tôi đi làm, các con tôi đi học, và tôi ở nhà làm nội trợ.

5. Khi phụ mệnh đề đứng trước chính mệnh đề.

Khi đông tới, tôi ở nhà cả mùa!

Nhưng nếu đứng sau, không dùng dấu phẩy.

Tôi ở nhà cả mùa khi mùa đông tới!

6. *Phân cách nhóm từ dùng làm áp từ (trường hợp: không giới hạn-không chủ yếu), trạng từ chuyển ý, hay chức vụ, ngôi thứ len giữa, ...*

Bà Y, vị giảng viên, tận tâm.
(Vì thế,) tôi (, vì thế,) ở nhà (, vì thế).
Vâng, thưa Bác Sĩ, tôi theo lời dặn của ông.

7. *Ngày tháng năm: Ngày 1 Tháng 12, 2007 (Ngày 1 Tháng 12 Năm 2007; ngày 1 tháng 12 năm 2007) December 1st, 2007; nhưng December 2007.*

8. *Nhóm nơi chốn: Milwaukee, Wisconsin, USA; Quận 1, Saigon, Vietnam.*

9. Mệnh đề len giữa

Tôi, như anh nhận thấy, rất nôn nóng về điều này.

10. Trạng từ ở đầu câu

Để xử dụng dụng cụ này, xin vui lòng đọc lời hướng dẫn cẩn thận.

11. *Tĩnh từ đứng đầu, trạng từ "vâng, dạ, không", "bây giờ, lúc đó", ...*

Tốt, tôi lấy cái này.

Vâng, tôi làm.
Bây giờ, chúng ta làm gì?

12. Câu hỏi đuôi hay dư từ *(Việt ngữ)*

_____, có không? _____, phải không?
_____, tôi cũng vậy. _____, tôi cũng không.

Vểnh tai, nghe tôi sai, này! (vợ sai chồng)

Anh ở nhà, tôi cũng vậy/tôi cũng ở nhà. Anh không ăn, tôi cũng vậy/tôi cũng không ăn.

13. Thí dụ, _____; _____, nghĩa là, _____

14. Trước mệnh đề trong ngoặc kép (chấm câu American)

Cô ta nói, "..." (She says, "...")

Chú thích
* Français: dấu chấm (point) dùng cho đơn vị 1000, và dấu phẩy (virgule) dùng cho số lẻ. Ex., 5.000; 1,50
* American: dấu phẩy (comma) dùng cho đơn vị 1000, và dấu chấm (period) dùng cho số lẻ. Ex., 5,000; 1.50.

Dấu chấm phẩy (Semi-colon) (;)

Dấu chấm phẩy dùng:

1. Nối các mệnh đề không dùng dấu phẩy và một liên từ độc lập.

Tôi đang học bài; hắn đang chơi đàn guitar.
Có lẽ, anh phải mang nhiều món; anh mang túi ngủ, nệm, và quần áo ấm để làm chuyến đi tốt hơn.
Luôn có khoá xe thứ hai trong túi; nếu anh quên chìa khoá trong xe, anh có thể mở cửa xe với chìa thứ hai.

2. Giữa các nhóm từ chỉ vùng, miền, ...

Cuộc họp này gồm nhiều người đến từ San Jose, California; Los Angeles, California; và Milwaukee, Wisconsin; ...

3. Giữa ý diễn gồm phụ và chính mệnh đề và ý diễn khác được thêm vào.

Khi xong việc, tôi sẽ giúp bạn; tôi hứa.

4. Câu phức tạp

Nếu trời mưa, tôi ở nhà; nếu không, tôi đi.

* *Khi bài văn dài chứa nhiều dấu phẩy, các dấu chấm phẩy (;) (semi-colons) được* dùng để phân đoạn tạo sự diễn ý rõ nét.

Ông ta tuyên thệ, "Tôi long trọng thề <u>rằng</u> tôi sẽ ủng hộ và bảo vệ Hiến Pháp của United States chống lại mọi kẻ thù, ngoại và nội; <u>rằng</u> tôi sẽ trung thành và trung tín thật lòng với quốc gia nêu trên; <u>rằng</u> tôi đảm nhận nghĩa vụ tự nguyện không có bất cứ do dự về tinh thần hay nhằm mục đích trốn tránh nào; <u>và rằng</u> tôi sẽ thi hành tốt và trung thực nhiệm vụ thuộc nhiệm sở tôi sắp đón nhận, do đó xin Thượng Đế giúp tôi."

He states, "I do solemnly swear <u>that</u> I will support and defend the Constitution of the United States against all enemies, foreign and domestic; <u>that</u> I will bear true faith and allegiance to the same; <u>that</u> I take this obligation freely, without any mental reservation or purpose of evasion; <u>and that</u> I will well and faithfully discharge the duties of the office on which I am about to enter, so help me God."

(Oath taken by all officers appointed to civil or armed services).

Chú thích
* Liên từ phụ thuộc "rằng/là" dùng sau dấu chấm phẩy (semi-colon) để rõ ý trong bài văn.
* Thường, "và, hay, nhưng" (liên từ độc lập) đứng sau dấu phẩy. Tuy nhiên, chúng đứng sau dấu chấm phẩy (semi-colon) trong trường hợp cần làm rõ ý như trường hợp trên.

5. Trước trạng từ nối ý

Anh ta kiếm ít tiền; tuy thế, anh ta mua chiếc xe chiến!
Anh ta kiếm ít tiền; anh ta, tuy thế, mua chiếc xe chiến!
Anh ta kiếm ít tiền; anh ta mua chiếc xe chiến, tuy thế!

Dấu hai chấm (Colon) (:)

Dấu hai chấm dùng:
1. Liệt kê các mục

Bạn có thể mang theo mình nhiều thứ: túi ngủ, đồ ăn, thức uống, ...

2. Trước từ hướng dẫn hay giải thích

Tỏi thường dùng tỏi trong món ăn Việt: <u>nó là loại thuốc!</u>

3. Lời chào trong bức thư giao dịch không với người thân để tỏ sự tôn trọng.

Thưa quý ông: Thưa quý bà: Gởi tới quý vị trách nhiệm:

4. Trước đoạn dẫn chứng trong ngoặc kép, xuống dòng, và cách hai lề

(phần viết) _____ :
   (phần dẫn chứng)_____

5. Sau dấu 2 chấm *(colon)*, nét chữ/tự đầu viết hoa hay không.

Dưới đây là: Sách/sách ...

Dấu chấm *(Period)* (.)

Dấu chấm dùng:
1. Chấm dứt câu văn đủ ý. Văn cú đủ ý là văn cú phải có ít nhất 1 chính mệnh đề gồm ít nhất 1 chủ từ và 1 động từ chia. Tuy thế, trong Việt ngữ, mệnh đề 0-đt được chấp nhận (0-đt. = to be hay être); các văn sĩ tiền bối không dùng "thì" (= to be/être) vì cho rằng hành văn, câu nói nghe nặng tai.

Chúng tôi gặp hắn sáng nay.
Khi ra ngoài, chúng ta mặc áo ấm vì trời lạnh như thế.
Nàng đẹp. (không "thì" = "to be")
She is beautiful.

2. Sau câu hỏi gián tiếp (dấu hỏi [?] chỉ dùng cho câu hỏi trực tiếp)

<u>Anh ấy hỏi</u> xem chúng tôi có thể giúp anh ấy hay không. ⁽¹⁾
<u>Anh ấy có hỏi</u> xem chúng ta có thể giúp anh ấy hay không? ⁽²⁾

Chú thích
* *Xem...hay không = giới thiệu câu hỏi gián tiếp.*
* *(1): câu hỏi gián tiếp đi với câu xác định hay phủ định.*
* *(2): câu hỏi gián tiếp đi với câu hỏi trực tiếp. Dấu hỏi (?) thuộc câu hỏi trực tiếp.*

3. Sau các tự tắt, từ thu gọn, ...

Ô., 9.99, 0.50, Donald J. Trump, Hong T. Nguyen.
Mr., Mrs., 9.99, 0.50, Donald J. Trump, Hong T. Nguyen.

Chú thích
* *Không viết hoa sau dấu chấm không phải là dấu chấm của câu đủ ý. Trừ trường hợp danh từ riêng luôn viết hoa và không lệ thuộc bất cứ dấu chấm câu nào.*

Dấu chấm hỏi *(Question mark)* (?)

Dùng cho câu hỏi trực tiếp.

Em đi đâu thế, cục cưng?
<u>Hắn có hỏi</u> xem anh giúp hay không không?

Chú thích
* *Dùng dấu [?] bất thường vì lý do nào đó: [??], tối đa [???]. Dấu cảm xúc [!] có thể thêm để tăng cường độ của ý. Tuy thế, dùng [? và !] giới hạn, không bừa bãi.*

Dấu cảm xúc *(Exclamation mark)* (!)

Dấu cảm xúc bộc lộ mức độ cảm xúc: mừng, vui, giận, hờn, ghét, khen, cầu chúc, ngạc nhiên, lo lắng, chú ý, ... Mạnh hơn (!!); mức tối đa (!!!).

Trời ơi! Bà ta đáng thương quá!
Vietnam muôn năm!
Mike! Bạn đâu rồi?
Này! Đang làm gì ở đó, vậy?

Chú thích
* *Tránh dùng dấu cảm xúc trong bài viết giao dịch trong thương trường, hành chánh, luật pháp, khoa học, ...*

Dấu dẫn chứng kép/đơn *("..."), ('...')*
(Double and single quotation marks)

Dấu dẫn chứng kép chứa lời tuyên bố trong trực thuyết cách, hay chứa từ thông thường dùng với ý đặc biệt. Dấu dẫn chứng đơn luôn nằm trong dấu dẫn chứng kép.

Anh ta nói, "Tôi mệt."
Từ "good" là tĩnh từ.
"Tốt" có nghĩa "good" trong English.
Hắn "yêu" nàng cỡ đó. *(ý mỉa mai, chấm biếm; hắn xử tệ nàng)*

Dấu ngoặc cong đơn *(Parenthesis)*)

Dấu ngoặc cong đơn *(parenthesis)* thường đi với số: 1.) 2.) 3.) ... trong liệt kê.

Dấu ngoặc cong kép *(Parentheses)* ( )

Dấu ngoặc cong kép dùng giải thích.

$500.00 *(năm trăm dollars)*
Sáng nay, tôi gặp Bà Năm (người lắm chuyện).
Xin đọc bài phân tích (đính kèm trong Phụ Bản A).

Dấu ngoặc vuông *(Square brackets)* [ ]

Dùng cho sự giải thích, thêm tin tức, ... Dấu ngoặc vuông *(square bracket)* nằm trong dấu ngoặc cong kép *(parentheses)* (đôi khi, có thể đảo ngược).

"Ít nhất tôi sẽ có thêm tiền tiêu vào mùa hè này. (Người anh em họ tôi có việc làm ở kho hàng chú tôi (cha hắn))." *(không đúng)*

"Ít nhất tôi sẽ có thêm tiền tiêu vào mùa hè này. (Người anh em họ tôi có việc làm ở kho hàng chú tôi [cha hắn])." *(đúng)*

Dấu ngoặc vuông *(square brackets)* nằm trong dấu dẫn chứng đơn hay kép *(single or double quotation marks)*

"Họ (hai vị Tổng Quản Trị của 2 nghiệp đoàn uy thế) đã đồng ý lịch trình sát nhập đáng ghi nhớ của 2 nghiệp đoàn." *(không đúng)*

"Họ [hai vị Tổng Quản Trị của 2 nghiệp đoàn uy thế] đã đồng ý lịch trình sát nhập đáng ghi nhớ của 2 nghiệp đoàn." *(đúng)*

Dấu ngoặc uốn (Braces) { }

Dấu ngoặc uốn thường chứa dãy/dãy số hay tự, ... tạo ra một bộ (a set)

{1, 2, 3, ...}   {A, B, C, D, E, ...}

Chú thích
* dấu ngoặc vuông (square brackets) [...] hay ngoặc uốn (curly brackets, braces) {...}.

Dấu ba chấm (Ellipsis) ...

Dấu ba chấm diễn ý "không dứt ý"

Tôi gặp nhiều phiền toái ...; tôi không thể nói bạn nghe bây giờ.

Dấu gạch cao (Hyphen) -

Dấu gạch cao dùng:
1. *Nối hai từ được ghép lại để tạo, thí dụ, danh từ kép, tĩnh từ kép cần sự phân biệt.*

Cuốn xanh, cuốn vàng, cuốn xanh-vàng.

Chú thích
* Xa xưa, người Việt dùng dấu gạch cao (-) cho các từ đôi, từ kép như "đoàn-kết, lơi-là, lãng-mạn, ...". Sau này, lúc nào không rõ, người ta bỏ dấu gạch cao giữa các từ đôi, từ kép vì nhiều dấu gạch cao quá làm bài văn trông nặng mắt.Trừ trường hợp cần nó để tạo sự phân biệt. thí dụ, xanh-vàng là mầu khác mầu xanh và khác mầu vàng, riêng lẻ.

2. *Họ, tên lót, tên (kép) (không luật rõ ràng; linh động dùng dấu gạch cao)*

Bích Ngọc, Bích-Ngọc

Dấu gạch thấp (Dash) _

Có thể thay thế dấu phẩy (comma), dấu 2 chấm (colon), dấu chấm phẩy (semi-colon), hay thay đổi ý tưởng đột ngột.

Dấu sai [sic]

Khi câu văn chứa từ sai như đánh vần sai, sai văn phạm, thiếu dấu, hay nét tự, ..., [sic] để cạnh

Hắn nói, "Cô ta đang <u>ngậm</u> [sic] hoa."
Hắn nói, "Cô ta đang <u>ngắm</u> hoa." (đúng)

Vài khác biệt giữa Việt-American

1. Viết tên đầy đủ giữa Việt-American

* Tên đầy đủ   Lê Hoàng Thiên-Long *(Vietnamese style)*
           Thien-Long Hoang Le *(American style)*
* Tước hiệu   Ông Thiên-Long *(Vietnamese)*, Mr. Le *(American)*
* Tên kép   Tú-Anh, Bích-Ngọc, Tú Anh, Bích Ngọc, ... *(Vietnamese)*
           Tú-Anh, Bích-Ngọc, Tú Anh, Bích Ngọc, ... *(American)*
* Họ kép   Lê-Trần, Phạm-Nguyễn, Lê Trần, Phạm Nguyễn,
           Công Tằng Tôn Nữ (họ dòng vua), ... *(Vietnamese)*
           Lê-Trần, Phạm-Nguyễn, Lê Trần, Phạm Nguyễn,
           Công Tằng Tôn Nữ *(royal last name)*, ... *(American)*

* Tên lót kép (hiếm thấy)

* Do hiểu sai, có người nghĩ người American viết tên đầy đủ theo thứ tự ngược (phải → trái)

   Họ   Lót   Tên
   Công Tằng Tôn Nữ   Thị   Ngọc-Tâm *(Vietnamese)*
   Tâm-Ngọc   Thị   Nữ Tôn Tằng Công *(American style; wrong)*

   (First name)   *(Middle name)*   *(Last name)*
   Ngọc-Tâm   Thị   Công Tằng Tôn Nữ *(American style; right)*

* Họ chỉ hoán đổi vị trí của họ và tên; tên lót bất dịch; không viết ngược tên kép hay họ kép; giữ chúng theo thứ tự của Việt ngữ. Trong giấy tờ bảo lãnh như thẻ xanh, sự lộn tên xảy ra và đành chấp nhận vì khi điền đơn, viết tên theo thứ tự ngược (phải → trái).

* Cách viết tên đầy đủ khác của American, dấu phẩy (,) theo "họ" khi "họ" đứng đầu; tên và lót không thay đổi vị trí.

   Công Tằng Tôn Nữ,   Ngọc-Tâm   Thị
   (last name,)   *(first name)*   *(middle name)*

* Ngày tháng năm: 15-06-1953 *(Vietnamese)*, 06-15-1953 *(American)*
* Số lẻ: $1.000,50 *(Vietnamese)*, $1,000.50 *(American)*
   (1 ngàn đồng và 50 cắc), (one thousand dollars and 50 cents) hay (one thousand and
                                   50/100)

2. Chơi chữ

Vì từ độc thanh/độc vần, đảo vị từ thương xảy ra. Chơi chữ hàm ý thanh, tục, dí dỏm, mỉa mai, trào phúng, ...

              Dân Biểu
         Chưa bầu, Dân Biểu dỗ dành.
        Bầu xong, hống hách đổi thành Biểu Dân!

              Chính Phủ
        <u>Chính Phủ</u> xưa nay hứa lắm điều.
        Giờ đây, <u>Chú Phỉnh</u> quả là điêu!
        Lầu cao, xế láng nào đâu thấy!
        Chỉ thấy lều tranh, cuốc bộ nhiều!!

Gặp Lén
Em mình chỉ ở trong nhà.
Nhà vắng cha mẹ; thế là sướng tôi!

Lén Gặp
Nhà trong chỉ ở mình em.
Tôi sướng là thế; mẹ cha vắng nhà!

BẢO TỒN TIẾNG VIỆT

MỘT BÀI THƠ TỨ TUYỆT
Với toàn chữ [Đ]. Các bạn xem tiếng VIỆT cỡ nào nhé!

Đăng Đàn Đèn Đuốc Đỏ Đêm Đông.
Điểm Đạo Đặng Đưa Đến Đại Đồng.
Đau Đớn Đường Đời Đang Đắm Đuối.
Đảo Điên Điêu Đứng Đối Đương Đầu.

Thái Bạch Kim Tinh

Xem cách tiếng VIỆT NAM diễn tả
Gió lồng thổi mạnh RẼ RÈ RE.
Nhắp rượu ba ly NHÉ NHẺ NHÈ.
Thưởng thức chớ đừng QUA QUÁ QUẢ.
Nếm mùi cho biết THẺ THÈ THE.
Trăng soi chậu úp RO RÒ RÕ.
Miệng túi Càn Khôn XÉ xẺ XÈ.
Kìa ánh bình minh LÔ LỔ LỘ.
Nghiêng tai nghe lão KHẺ KHÈ KHE.

Thái Bạch

Cuộc đời tàn tạ MÕN MÒN MON.
Công Quả rán lo BÓN BỎN BÒN.
Giấc mộng Nam Kha TINH TÍNH TỈNH.
Công danh phú quý CỎN CÒN CON.
Hồng trần chả nhiễm NHE NHÈ NHẸ .
Chung đỉnh năng mang LÓN LỎN LÒN.
Hạnh phúc nghìn thu HƯƠNG HƯỚNG HƯỞNG.
Tiếng chuông cảnh tỉnh BỎN BÒN BON.

Quan Âm

Tiếng việt: không thể chê vào đâu được! Hãy nghiệm xét tiếng việt khi thả hồn ngao du trong thiên nhiên.

VĂN SỨA TRẦN, 24/4/ 2024
Hoang-Long Le

Quá độc đáo để minh chứng một trong những nét hay Việt ngữ. Tôi xin phép ghi lại làm tài liệu cho Lối Nhìn Mới Về Văn Phạm Việt do HLL

3. Bài thơ đọc xuôi-ngược, trái-phải, xuống-lên

Bài thơ lạ kỳ *(tác giả ẩn danh)!*
Tiếng Việt của chúng ta thật tuyệt vời! Phải nói là bái phục bài thơ lạ kỳ này. Bài thơ được chia sẻ từ nhà nghiên cứu Dân Tộc Học (anthropologist) và Việt học (ethnographer of the Vietnamese) Đinh Trọng Hiếu ở Paris trên Khuôn Mặt Văn Nghệ.

Không biết tác giả là ai, nhưng khi đọc bài thơ này ta vô cùng khâm phục tác giả của bài thơ, càng thêm yêu quý và càng phải giữ gìn vẻ đẹp của tiếng Việt. Vậy mà có kẻ bày ra thứ trò cải tiến nhảm nhí và muốn phá hoại chữ nghĩa của bao thế hệ tổ tiên để lại.

Bây giờ ta hãy chiêm ngưỡng vẻ độc đáo của bài thơ này.
1. Bài thơ gốc

> *Ta mến cảnh xuân ánh sáng ngời.*
> *Thú vui thơ rượu chén đầy vơi.*
> *Hoa cài giậu trúc cành xanh biếc.*
> *Lá quyện hương xuân sắc thắm tươi.*
> *Qua lại khách chờ sông lặng sóng.*
> *Ngược xuôi thuyền đợi bến đông người.*
> *Xa ngân tiếng hát đàn trầm bổng.*
> *Tha thướt bóng ai mắt mỉm cười.*

2. Đọc từ phải qua trái, từ dưới lên

> *Cười mỉm mắt ai bóng thướt tha.*
> *Bổng trầm đàn hát tiếng ngân xa.*
> *Người đông bến đợi thuyền xuôi ngược.*
> *Sóng lặng sông chờ khách lại qua.*
> *Tươi thắm sắc xuân hương quyện lá.*
> *Biếc xanh cành trúc giậu cài hoa.*
> *Vơi đầy chén rượu thơ vui thú.*
> *Ngời sáng ánh xuân cảnh mến ta.*

3. Bỏ 2 chữ đầu mỗi câu (Sẽ có một bài ngũ ngôn bát cú, luật bằng vần bằng)

> *Cảnh xuân ánh sáng ngời.*
> *Thơ rượu chén đầy vơi.*
> *Giậu trúc cành xanh biếc.*
> *Hương xuân sắc thắm tươi.*
> *Khách chờ sông lặng sóng.*
> *Thuyền đợi bến đông người.*
> *Tiếng hát đàn trầm bổng.*
> *Bóng ai mắt mỉm cười.*

4. Bỏ 2 chữ cuối mỗi câu; đọc từ phải qua trái, từ dưới lên (ngũ ngôn bát cú, luật bằng vần bằng)

> *Mắt ai bóng thướt tha.*

Đàn hát tiếng ngân xa.
Bến đợi thuyền xuôi ngược.
Sông chờ khách lại qua.
Sắc xuân hương quyện lá.
Cành trúc giậu cài hoa.
Chén rượu thơ vui thú.
Ánh xuân cảnh mến ta.

5. *Bỏ 3 chữ cuối mỗi câu*

Ta mến cảnh xuân.
Thú vui thơ rượu.
Hoa cài giậu trúc.
Lá quyện hương xuân.
Qua lại khách chờ.
Ngược xuôi thuyền đợi.
Xa ngân tiếng hát.
Tha thướt bóng ai.

6. *Bỏ 3 chữ đầu mỗi câu; đọc từ phải qua trái, từ dưới lên*

Cười mỉm mắt ai
Bổng trầm đàn hát
Người đông bến đợi
Sóng lặng sông chờ
Tươi thắm sắc xuân
Biếc xanh cành trúc
Vơi đầy chén rượu
Ngời sáng ánh xuân.

7. *Bỏ 4 chữ đầu mỗi câu*

Ánh sáng ngời
Chén đầy vơi
Cành xanh biếc
Sắc thắm tươi
Sông lặng sóng
Bến đông người
Đàn trầm bổng
Mắt mỉm cười.

8. *Bỏ 4 chữ cuối mỗi câu; đọc từ phải qua trái, từ dưới lên*

Bóng thướt tha
Tiếng ngân xa
Thuyền xuôi ngược
Khách lại qua
Hương quyện lá
Giậu cài hoa

Thơ vui thú
Cảnh mến ta.

Những Từ Dùng Sai Trong Tiếng Việt

(Trích trong TrieuThanh Magazine)

1. - Sai vì không hiểu nghĩa gốc Hán Việt.
*CHUNG CƯ
Từ kép nầy được thành lập theo văn phạm Hán Việt ví tính từ đứng trước danh từ cho nên cả 2 từ phải đều là Hán Việt. Thế mà từ chung Hán việt không có nghĩa là chung chạ mà có nghĩa là cuối cùng. Vậy chung cư 終居 không phải là nơi nhiều người ở chung mà là nơi ở cuối cùng, tức là mồ chôn hay nghĩa địa. Vậy phải đổi từ chung cư thành chúng cư 衆居 thì mới ổn. (Có lẽ, Việt+Hán để có từ "chung cư")

*KHẢ NĂNG
"Khả năng" 可能 là năng lực của con người, có thể làm được việc gì đó. Thế mà người ta đã viết và nói những câu đại loại thế nầy: Hôm nay, khả năng trời không mưa. Khả năng con bò nầy sẽ chết vì bị bệnh. Nghe thực là kỳ cục và đáng xấu hổ. Tôi cho rằng, người ta đã nhầm lẫn giữa hai từ khả năng 可能 (capacité, capable) với khả dĩ 可以 (possibilité, possible). Nhưng thôi, chúng ta nên dùng từ thuần Việt là có thể, đúng và dễ hiểu, còn từ khả năng chỉ nên dùng để nói về năng lực mà con người mà thôi.

*QUÁ TRÌNH
Quá 過 là đã qua, trình 程 là đoạn đường. Quá trình là đoạn đường đã đi qua. Nói thế nầy là đúng: "Quá trình thực hiện công việc đã gặp nhiều trở ngại. Nhưng tôi lại thấy trong sách báo câu đại loại thế nầy: "Quá trình thực hiện công tác sắp tới của tôi là sẽ rất thuận lợi". Thực là sai lắm rồi. Trong trường hợp nầy, phải dùng chữ tiến trình, đúng cho cả 3 thì quá khứ, hiện tại và tương lai.

*HUYỀN THOẠI
Người viết, kể cả những người có bằng cấp cao, không chịu học tiếng Hán, mà lại thích dùng tiếng Hán để tỏ ra "ta đây", nên nhiều tiếng được dùng sai nghĩa một cách thực buồn cười. Thí dụ, tôi rất thường nghe đài truyền hình, truyền thanh và báo chí nói "huyền thoại Pélé" "huyền thoại Maradona", ... Người có học nghe thực chướng tai, nhưng người nói chẳng ngượng miệng chút nào. Tại sao nghe chướng tai? Huyền 玄 là màu đen, nghĩa bóng là sâu xa, mờ ảo, không có thực. Thoại 話 là câu chuyện. Vậy huyền thoại là câu chuyện mờ mờ ảo ảo, không có thực, do truyền miệng mà ra. Thí dụ chuyện bà Âu Cơ đẻ ra trăm trứng, chuyện ông Thánh Gióng cỡi ngựa sắt đi đánh giặc Ân là những huyền thoại. Đằng nầy, ông Maradona, ông Pélé có thiệt 100% sao gọi là huyền. Và 2 cầu thủ đó là con người sao gọi là thoại được. Nếu muốn dùng chữ huyền thoại để đề cao 2 cầu thủ đó thì phải nói thế nầy: "Cái tài của 2 ông nầy tưởng như chỉ có trong huyền thoại". Ông bà mình thường nói: "Dốt thì hay nói chữ, có đúng trong trường hợp nầy hay không?"

*HÔN PHU, HÔN THÊ
Hôn là cưới, phu là chồng, thê là vợ. Trong chữ phu và chữ thê đã có nghĩa của chữ hôn rồi cho nên gọi hôn phu và hôn thê là để chỉ người chồng người vợ là phi lý. Gọi hôn lễ (lễ cưới) hôn phối (lấy nhau) thì được. Còn nói hôn phu, hôn thê thì có thể hiểu 昏夫, 昏妻 là người chồng u mê, người vợ u mê cũng như nói hôn quân 昏君 là nhà vua u mê vậy.

Thêm ý
Thay vì "hôn phu và hôn thê", dùng "hôn nam và hôn nữ" = chú rể và cô dâu, Việt ngữ? Sau hôn lễ, "hôn nam" thành "phu" và "hôn nữ" thành "thê". Tương đương, "đám cưới", "chú rể", "cô dâu", "chồng", "vợ" bằng Việt ngữ.

2. - Sai vì cố ý sửa nghĩa gốc Hán Việt
ĐỘC LẬP
Độc 獨 là riêng một mình, Lập 立 là đứng. Vậy theo nghĩa gốc Hán Việt, độc lập là đứng riêng rẽ một mình, không đứng chung với ai cả. Rõ ràng từ nầy là sai nếu dùng để diễn tả tình trạng của một quốc gia không lệ thuộc nước khác. Ngày nay, các quốc gia như thế đâu có đứng riêng một mình mà đều có liên hệ với nhau trong các tổ chức quốc tế. Vậy từ độc lập là sai. Tôi thấy Cụ Trần Trọng Kim, Cụ Dương Quảng Hàm dùng từ tự chủ để thay thế từ độc lập. Như thế là rất hay. Có người bảo với tôi rằng từ độc lập là do ông Tôn Dật Tiên đặt ra nên không thể bỏ được. Tại sao vậy? Ông Tôn Dật Tiên thì liên quan đến ngôn của Tàu chứ có liên quan gì đến ngôn ngữ Việt Nam. Tàu dùng sai thì chúng ta đâu có buộc phải theo cái sai của họ.

PHONG KIẾN
封建 Phong kiến gồm 2 chữ phong tước 封爵 (ban quan tước) và kiến địa 建地 (ban đất để dựng nước). Phong kiến chỉ chế độ hoàng đế phong tước cho người có công và cấp cho một vùng đất rất rộng để thành lập quốc gia, với quân đội, luật lệ và chế độ thuế má riêng biệt. Chế độ nầy hiện hữu ở đời nhà Chu bên Tàu với nước của thiên tử và nước của các chư hầu; từ nhà Tần trở đi thì chế độ phong kiến bị bị bãi bỏ và được thay bằng chế độ trung ương tập quyền. Chế độ phong kiến cũng tồn tại ở vài nước Âu châu như Pháp, chỉ vào thời Trung cổ mà thôi. Ở Việt Nam không bao giờ có chế độ phong kiến (féodalité) mà chỉ có chế độ quân chủ chuyên chế (royalisme absolu) mà thôi. Gọi chế độ quân chủ ở Việt Nam bằng từ phong kiến là sai. Có tài liệu còn bảo rằng sự cúng tế đình chùa là tàn tích của phong kiến thì càng sai hơn nữa.

TIÊU CỰC, TÍCH CỰC
消極, 積極 Hiện nay, người ta gán vào hai từ nầy ý nghĩa tốt xấu hết sức rõ rệt. Hành động nào tốt thì được gọi là tích cực; trái lại, hành động xấu thì gọi là tiêu cực. Thực ra, suy từ nghĩa gốc Hán Việt thì sự gán ép như thế là sai. Tích cực, tiêu cực tự nó không có sẵn tính chất tốt hay xấu mà chỉ ấn định cường độ của hành động mà thôi. Thí dụ, trong một đoàn đi làm việc phước thiện thì ai tích cực là tốt và ai tiêu cực là không tốt. Nhưng trong một bọn côn đồ đi tổ chức ăn cướp thì đứa nào tích cực lại là đứa xấu nhất. Trong truyện Tam quốc của Tàu, Từ Thứ, mưu sĩ của Lưu Bị bắt buộc phải về phục vụ dưới trướng của kẻ thù là Tào Tháo. Từ Thứ đã giữ thái độ tiêu cực nghĩa là không hiến mưu kế gì cho Tào Tháo. Thái độ tiêu cực nầy của Từ Thứ, từ cổ chí kim luôn luôn được khen ngợi; vậy tiêu cực có xấu đâu.

3. - Sai vì không phân biệt được tiếng Hán Việt với tiếng thuần Việt (tiếng Nôm).
QUỐC GIỖ
Tôi có đọc được câu nầy: "Ngày giỗ tổ Hùng vương là ngày quốc giỗ". Nói như vậy là sai. "Giỗ" là tiếng Nôm chứ không phải là tiếng Hán Việt nên không thể đặt sau tiếng "quốc" được. Hãy bỏ tiếng "ngày quốc giỗ" mà dùng tiếng thuần Việt là "ngày giỗ cả nước", vừa đúng, lại vừa dễ hiểu, Nơi tiếng Hán, "ngày giỗ" là "kỵ nhật" 忌. Ở một vài tỉnh của Trung Việt, người ta gọi "ngày giỗ" là "ngày kỵ"; do vậy nói "quốc kỵ". Ta nên dứt khoát chỉ dùng từ Nôm là "ngày giỗ" để cho thống nhất toàn quốc.

GÓA PHỤ
Tôi đã gặp vài lần chữ "góa" phụ trong sách vở báo chí để chỉ người đàn bà có chồng đã chết. Gọi như thế là sai vì tính từ "góa" là tiếng Nôm, không thể đặt trước danh từ phụ được. Phải gọi người đàn bà góa (toàn Nôm) hay người "quả phụ" (toàn Nho) mới đúng.

ĐỆ NHẤT THÁC
Ở ngõ đi vào của một địa điểm du lịch, có hàng chữ to tướng dùng để quảng cáo "Nơi đây có đệ nhất thác". Viết như thế là sai. Đặt 2 chữ "đệ nhất" (tiếng thêm nghĩa) trước chữ "thác" (tiếng chính), là theo văn phạm Hán Việt, cả hai chữ đều phải là tiếng Hán Việt mới được. Ở đây, tiếng "thác" là thuần Nôm, thế là bậy rồi. Không có tiếng Hán Việt nào có nghĩa "thác nước". "Thác" theo tiếng Hán là bộc bố 瀑布, nhưng đó lại là tiếng Hán thuần túy nghĩa là chưa được Việt hóa thành tiếng Hán Việt nên chưa thể dùng được. Trong trường hợp nầy, nên viết "Nơi đây có thác đẹp nhất", vừa đúng, vừa dễ hiểu lại vừa hấp dẫn khách du lịch.

4. - Sai vì không phân biệt được văn phạm Hán Việt với văn phạm Nôm.

X QUANG
Mỗi lần có chuyện phải vào bệnh viện là tôi rất khó chịu khi nhìn thấy cái bảng "Phòng X quang". Tôi khó chịu vì cái chữ "X quang" nầy phạm đến 2 lỗi. Một là lỗi về ngữ pháp và một lỗi về kiến thức khoa học. Về ngữ pháp, quang là tiếng chính, X là tiếng bổ nghĩa. Đặt tiếng bổ nghĩa trước tiếng chính, đích thị sử dụng văn phạm Hán Việt rồi. Mà muốn dùng lối văn phạm nầy, cả 2 chữ đều phải là tiếng Hán Việt. Ở đây "X" là một mẫu tự latin, sai quá đi rồi. Về khoa học, "quang" 光 có nghĩa là sáng, ở đây chỉ tia sáng. Tia sáng là tia kích thích được tế bào thị giác để tạo ra ấn tượng sáng. Trong chuỗi sóng điện từ, các tia nầy chỉ chiếm một khoảng rất nhỏ bé với độ dài sóng từ 400 nano mét đến gần 800 nano mét mà thôi. Trong khi đó, tia X (với độ dài sóng từ 0.1 đến 10 nano mét) cách tia sáng khá xa, không kích thích được tế bào thị giác thì chắc chắn không phải là tia sáng rồi. Cho nên dùng chữ "QUANG" cho tia X là sai be bét về vật lý sơ đẳng của lớp 12 trung học. Tôi chẳng hiểu ông "đại giáo sư tiến sĩ" nào đã bày ra cái tên "X QUANG" đó. Tại sao không dùng chữ "TIA X" như trước đây ở miền Nam, vừa hay, vừa đúng, vừa đại chúng, vừa thuần túy Việt Nam. Không lẽ người ta muốn dùng chữ "X QUANG" để chứng tỏ ta đây biết "nói chữ" hay sao?

BÊ TÔNG HÓA (con đường)
"Bê tông" là từ phụ, hóa là từ chính. Đây cũng là văn phạm Hán Việt. Để thành lập từ kép, cả 2 từ đơn đều phải tiếng Hán Việt. Ở đây "bê tông" lại là tiếng Pháp (béton) phiên âm ra; do đó, nói "bê tông hóa" là sai. Ngoài ra, nghĩa cũng sai vì từ "bê tông hóa" được dùng phải được hiểu là con đường đã được biến hóa thành một khối bê tông. Vì vậy, không nên nói "bê tông hóa" mà nói một cách bình thường: tráng bê tông con đường, vừa đúng lại vừa dễ hiểu. Còn một lô "HÓA" rất bậy bạ trong sách vở báo chí, trong chương trình truyền thanh, truyền hình như: "nghèo hóa, giàu hóa, no hóa, đói hóa, khôn hóa, dại hóa, vân vân." Tội nghiệp cho ngôn ngữ Việt Nam!

NỮ NHÀ BÁO
Tôi còn nhớ, trong chiến tranh Iraq [irắc], sau khi lính Mỹ bắn nhầm nhân viên tình báo của Ý bảo vệ người nữ phóng viên vừa được bọn bắt cóc trả tự do, các đài truyền hình ở Việt Nam loan tin nhiều lần và nhắc đi nhắc lại nhóm từ "nữ nhà báo". Thực là quá tệ! "Nhà báo" là tiếng Nôm nên phải dùng văn phạm xuôi và phải nói "nhà báo nữ" Còn muốn dùng văn phạm ngược, phải dùng 3 từ Hán Việt: "nữ phóng viên" hay "nữ ký giả". Ban biên tập các đài truyền hình không biết điều nầy sao?

TRIỀU CƯỜNG
Từ lâu rồi, tôi thấy xuất hiện rất thường xuyên hai từ "triều cường" khi người ta nói đến thủy triều. Hai chữ nầy có thể thay đổi vị trí trước sau và có hai ý nghĩa khác nhau. "Cường triều" 強潮 gồm tĩnh từ đứng trước danh từ, tương đương với một danh từ và có nghĩa là con nước lớn (haute marée). Triều cường 潮強 lại là một mệnh đề gồm một danh từ "triều" và một động từ "cường" và có nghĩa là con nước đang lớn lên (la marée monte). Lúc nào cũng dùng chữ "triều cường", có thể sai hơn phân nửa trường hợp rồi. Nhưng tại sao không nói "con nước lớn" (danh từ) và "con nước đang lên" (mệnh đề) vừa đúng lại vừa phù hợp với trình độ và thói quen của đại chúng.

HẠT NHÂN
Đây là từ vật lý học chỉ các hiện tượng xảy ra bên trong cái lõi hay cái nhân của nguyên tử. Miền Nam trước đây gọi là "hạch tâm". "Hạch" 核 là cái hạt, "tâm" 心 là cái lõi hay cái nhân bên trong. "Hạch tâm" là cái nhân của hạt. Đó là từ ghép theo văn phạm Hán Việt vì cả 2 từ đều là Hán Việt. Bây giờ người ta chuyển sang dùng 2 từ Nôm, phải theo văn phạm nôm và phải gọi là "nhân của hạt" hay "nhân hạt", cũng như bên ngoài gọi "vỏ hạt" chứ không thể gọi là "hạt vỏ" được. Gọi phản ứng "hạt nhân", là sai với văn phạm rồi. Cần phải sửa lại: phản ứng "nhân hạt" mới đúng. Tuy nhiên, theo tôi, cho nên giữ từ phản ứng "hạch tâm" hay hơn nhiều. Từ nầy không phải là từ của giới bình dân nên cứ giữ tiếng Hán Việt, không cần chuyển sang tiếng Nôm.

TẶC
Từ Hán Việt nầy đang được dùng một cách rất bậy bạ và rất thường xuyên như bọn "tôm tặc, vàng tặc, cà phê tặc, ..." để chỉ những tên ăn trộm. Dùng như thế là phạm vào 2 điều sai. Thứ nhất là sai về ngữ pháp: một từ đơn thuần Việt không thể ghép với một từ đơn Hán Việt để thành một từ kép. Thứ hai là sai về nghĩa. "Tặc" 賊 có nghĩa là ăn cướp, "đạo" 盜 mới có nghĩa là ăn trộm, thí dụ, "đạo văn" 盜文 là ăn trộm văn của người khác. Tại sao người ta không nói một cách giản dị và đúng là: "bọn trộm tôm, trộm vàng, trộm cà phê, ..." Cũng cần nói thêm về một từ đang được nhiều báo dùng. Đó là từ "đinh tặc" để chỉ bọn rải đinh trên đường phố. "Đinh" là một từ có gốc Hán Việt 釘 nhưng đã được Việt hóa hoàn toàn, cho nên ghép với từ "tặc" không ổn. Vả lại, nói "đinh tặc" là sai nghĩa vì từ đó có nghĩa là bọn ăn cướp đinh; thôi bỏ từ đó đi và nên nói một cách giản dị là "bọn rải đinh" hay hơn.

Còn vô số những từ sai khác cùng nguyên nhân trên đây như:

Lớp trưởng, phải sửa lại trưởng lớp,
Nhóm trưởng, phải sửa la trưởng nhóm
Siêu rẻ, phải sửa lại rất rẻ
Siêu bền, phải sửa lại rất bền
Vi sóng, phải sửa lại vi ba hay sóng ngắn, vân vân, ...

5.- Dùng từ vô nghĩa
* DA LIỄU
Lần đầu tiên, thấy bảng chữ nầy, thú thật tôi không hiểu là cái gì. Sau hỏi người bạn bác sĩ mới biết đó là "nhà thương chữa bịnh ngoài da và bệnh hoa liễu". Trời đất! "Da" là từ thuần Việt. "Hoa liễu" là từ Hán Việt, sao lại nhập chung một cách kỳ cục như thế. Xét về nguồn gốc, chữ Hán "Hoa liễu" 花柳 có nghĩa là ổ điếm chứ không phải là một bịnh. Về sau, người ta dùng nhóm từ kép "bịnh hoa liễu" để chỉ cái bịnh lây qua đường tình dục cho những người hay lui tới các

hoa liễu. Dùng riêng chữ "hoa liễu" cho một bịnh đã là sai rồi. Bỏ luôn chữ "hoa", chỉ còn chữ "liễu" thôi thì càng tệ hơn nữa. Riêng chữ "liễu" 柳 thì có nghĩa là cây liễu. "Bệnh viện da liễu" tức là bệnh viện chuyên chữa cho bịnh ở da của cây liễu!!!

*ĐẠI TRÀ
Tôi nhớ sau năm 1975, một người bạn dạy sử địa kể rằng, lần đầu tiên đọc sách giáo khoa từ miền Bắc đưa vào gặp câu: "Cây chè được trồng đại trà ở vùng nầy". Anh ta hơi hoảng vì dạy sử địa bao năm mà bây giờ không hiểu đại trà là gì. Đại là lớn, còn trà là gì? Anh về lật nhiều tự điển kể cả tự điển Hán Việt ra tra thì chẳng thấy chữ đại trà ở đâu cả. Hỏi thăm mãi anh mới rõ trồng đại trà là trồng rộng rãi khắp nơi. Có lẽ ai đó nổi hứng bịa ra từ vô nghĩa đó để thay thế từ dễ hiểu và có sẵn, rồi sau đó những người khác bắt chước nói theo. Ngôn ngữ mà biến chuyển như thế thì cũng đáng buồn.

*SỰ CỐ
Lại một từ vô nghĩa nữa nhưng đang được dùng một cách rộng rãi để chỉ một sự rắc rối vừa mới xảy ra. Trong tiếng tiếng Hán Việt có từ kép cố sự 故事 có nghĩa là chuyện cũ chứ làm gì có từ sự cố. Cái nghĩa mà hiện nay người ta gán cho từ vô nghĩa đó thực là lạ lung, không thể chấp nhận được.

* HOÀN CẢNH
Trong một bài báo, người ta viết: "Cô ấy sống hoàn cảnh lắm". Đố các bạn biết người ta muốn nói gì? Xin thưa, muốn nói "Cô ấy đang sống trong hoàn cảnh bi thảm"!!! Các bạn có chịu nổi với cách viết văn như thế đó không?

*ĐÔI CÔNG
Kể từ giải túc cầu thế giới tại Nam Phi, đài truyền hình ở Việt Nam bịa ra một từ mới, đó là từ đôi công và rất thường được lặp đi lặp lại. Theo dõi nhiều trận, tôi mới hiểu ý của các ông trời đó muốn nói: 2 đội chơi đôi công nghĩa là cả 2 đội đều chơi tấn công. Đôi là một cặp (tiếng Nôm), công là tấn công (tiếng Hán Việt). Vậy đôi công là một từ bậy bạ do người kém hiểu biết bịa ra mà hiệu quả rõ ràng là làm xấu đi ngôn ngữ của dân tộc mình. Có người nghĩ rằng, cứ bịa ra những từ mới là làm giàu cho ngôn ngữ. Quan niệm như thế là sai; cũng như muốn làm giàu thì kiếm được thực sự nhiều tiền chứ không phải cứ nhét vào tủ các thứ giấy tờ bậy bạ mà gọi làm giàu được.

*XÂY DỰNG
"Anh Hai tôi quyết định xây dựng với người yêu của mình" Các bạn đừng tưởng rằng 2 người quyết định đi xây nhà để ở nhé. Không, 2 người quyết định làm đám cưới đó. Viết văn như thế thì hết chỗ để phê bình rồi.

6. Dùng sai nghĩa từ thuần Việt.
*NGƯỠNG
Người ít học cũng biết ngưỡng là một giới hạn rất xác định, một gạch ngang rõ nét, và bước qua vạch ngang đó thì mọi việc sẽ thay đổi một cách căn bản. Thí dụ, ngưỡng cửa là một đường ngang, bên trong là phòng, bên ngoài là sân hay mái hiên chứ không còn là phòng nữa. Một thí dụ khác: khi lượng glucose trong máu tăng lên và vượt qua ngưỡng 1% thì đường thoát ra ngoài theo nước tiểu, còn dưới cái ngưỡng đó thì không hề gì. Ngưỡng có nghĩa rõ ràng như thế và học sinh nào cũng biết. Thế mà mỗi đêm, trong mục dự báo thời tiết, xướng ngôn viên cứ lải nhải; nhiệt độ đạt ngưỡng từ 32 độ đến 35 độ. Nghe chịu hết nổi. Tôi không trách người xướng ngôn vì bản tin không

phải do người xướng ngôn viết mà do các đấng đại trí thức trong ban biên tập viết nên.

*KIÊU NGẠO
Có người nhờ tôi giải thích một câu nói trong sách báo nào đó: "Thằng A hay kiêu ngạo người khác." Tôi không giải thích được vì không rõ câu nầy có nghĩa: "thằng A thường tỏ ra kiêu căng với người khác", hay là "thằng A thường chế nhạo người khác". Chắc chắn cả 2 cách giải thích đều không ổn vì dùng từ kiêu ngạo như thế là sai rồi thì không thể có cách nào giải thích câu nói cho đúng được.

*TRAO ĐỔI
Từ nầy có nghĩa là đưa qua đưa lại các vật với nhau. Ngày nay người ta lại dùng từ nầy một cách sai lầm để thay thế cho từ bàn bạc hay thảo luận. Thí dụ: "Để thực hiện chỉ thị, tôi đã trao đổi với đồng chí chủ tịch"

7. Dùng từ thiếu chính xác
*CHẤT LƯỢNG
Chất 質 là cái khối chứa bên trong một vật (matière,) lượng 量 là tính chất của cái gì có thể cân đo đếm được (quantité). Vậy chất lượng hay khối lượng là cái chất bên trong của một vật có thể đo lường được (masse). Thí dụ: "khối lượng hay chất lượng của một vất là 1 kilo gramme". Thế mà ngày nay người ta dung từ chất lượng để chỉ cái tính tốt xấu của một vật, không thể đo đếm được (qualité). Thí dụ: "Chất lượng của nước giải khát nầy kém lắm, uống không ngon má cò có hại cho sức khỏe nữa".

*CẢM GIÁC
感覺 Đó là sự nhận biết của cơ thể do ngoại giới tác động vào các giác quan của cơ thể. Thí dụ: "Gió về khuya gây cảm giác lạnh. Tiếng đàn gây cảm giác êm đềm". Ngày nay, người ta thường dùng từ cảm giác thay cho từ cảm nghĩ. Thí dụ: 'Với tình hình nầy, anh có cảm giác thế nào?". Thực là sai một cách trầm trọng.

*THỐNG NHẤT
Thống nhất 統一 là làm biến mất tình trạng chia rẻ bằng cách gom các thứ về một mối. Ngày nay người ta lại thường dùng từ thống nhất để diễn tả sự đồng ý, cùng chung quan điểm. Thí dụ, người ta đã nói: "Để thực hiện tốt chỉ thị, tôi cần thống nhất đồng chí chủ tịch". Nói như vậy là sai.

*GIẢI PHÓNG
Giải phóng 解放 là một từ thường dùng trong lĩnh vực chính trị để chỉ công cuộc cởi bỏ áp bức, trói buộc cho con người. Ngày nay, người ta lại dùng một cách sai lầm từ nầy cho vật chất. Thí dụ: người ta nói giải phóng mặt bằng thay cho từ đúng là giải tỏa mặt bằng.

*ĐĂNG KÝ
Đăng ký 登記 là chép vào sổ một vật được đưa đến. Thế mà ngày nay, người ta nói: "Tôi đã đăng ký đi nước ngoài" Nghe như người ta sẽ gói tôi lại rồi đem gởi ra nước ngoài. Với con người, không thể nói "đăng ký" mà phải nói "ghi danh hay ghi tên" mới đúng.

8. Từ vựng lộn xộn.
*LÁI XE
Đó rõ ràng là một động từ, hay đúng hơn là một từ kép gồm một động từ và một túc từ. Tuy nhiên, ngày nay người ta cũng dùng từ nầy để chỉ người lái xe, tức là danh từ. Vì vậy, người ta có thể

nói: "Sáng nay, lái xe đang lái xe gặp một lái xe khác cũng lái xe, cả hai lái xe cùng lái xe về nhà." Thực là buồn cười. Trước đây ở miền Nam, lái xe dứt khoát chỉ là động từ, còn danh từ phải là người lái xe hay muốn nói gọn hơn, dùng từ phiên âm Quảng Đông (?), tài xế cũng được rõ ràng minh bạch.

*YÊU CẦU
Đây là một động từ. Thí dụ: "Tôi yêu cầu anh đi ngay". Sau 75, tôi gặp ngay trong giáo án (tài liệu chính thức để dạy học) 2 chữ: mục đích và yêu cầu. Động từ yêu cầu đã biến hẳn thành danh từ.

*NGHIÊN CỨU SINH
Sinh 生 là tiếng Hán Việt. Dùng làm động từ, sinh có nghĩa là sống; còn dùng làm danh từ, sinh có nghĩa là con người đang sống. Thí dụ học sinh là người đi học, giáo sinh là người đi dạy. Nguyên cứu sinh là người đi nghiên cứu. Rõ ràng như vậy, thế mà tôi đã nghe người ta nói và đã thấy người ta viết những câu như "Con tôi được đi nghiên cứu sinh tại Trung quốc" Như thế là nói bậy vì lấy một danh từ làm động từ!

*ẤN TƯỢNG
Theo cụ Đào Duy Anh, ấn tượng 印象 (impression) là cái hình tượng do ngũ quan cảm xúc mà còn in sâu vào óc. Vậy ấn thượng là một danh từ của tâm lý học. Thế mà ngày nay, người ta đem dùng làm tĩnh từ như "cảnh đó rất ấn tượng", và cả động từ nữa, như "tôi rất ấn tượng cảnh đó". Hết sức bậy bạ.

Thêm ý
Tiếng ngoại "to impress vt. sth.; impression n.; impressive adj. Việt ngữ dùng "ấn tượng cho 3 loại từ. Trong Nho-Việt hay Việt-Nho, sự ghép như thế không là vấn đề miễn là nghe không nghịch tai vì Việt ngữ có tính nhạc tự nhiên do 5 dấu giọng. Thí dụ, hồng bạch = bạch hồng nghe được cả.

*THẦN TƯỢNG
神像 Từ nầy có nghĩa là hình tượng cao quý như thần. Vậy đây là danh từ nhưng, cũng như chữ trên đây, thần tượng được dùng như tính từ như "người đó rất thần tượng", rồi cả động từ nữa "anh có thần tượng đồng chí đó không?"

* TRÊN
Rõ ràng đây là một giới từ, bây giờ lại trở thành danh từ. Thí dự: "Cần phải báo cáo cho trên rõ" hay "trên bảo, dưới không nghe".

*LÀM TỐT
"Tốt" là một tĩnh từ bổ túc nghĩa cho danh từ như hạnh kiểm tốt, sức khỏe tốt. Ngày nay, "tốt" được dùng làm trạng từ bổ túc nghĩa cho động từ như làm tốt, học tốt thay vì trạng từ "giỏi" như "làm giỏi, học giỏi." "Giỏi" cũng là tĩnh từ như "học sinh giỏi, người thợ giỏi."

Thêm ý
Theo sự tự nhiên, trong Việt ngữ xưa, "cách" thêm vào tĩnh tự tạo thành trạng tự, thí dụ, "cách tốt đẹp, cách chăm chỉ" "hắn làm việc cách chăm chỉ". Sau này, người viết bỏ "cách" và hiểu tĩnh từ làm nhiệm trạng từ khi nó không đi với danh từ. Thí dụ, "nó làm việc chăm chỉ", "bà ta nói chuyện ôn tồn", ... Không gì sai.

*LÃNH ĐẠO

Tôi không tìm thấy chữ nầy trong các tự điển Hán Việt nhưng lại có trong tự điển của Tàu hiện nay 领导 và có nghĩa là điều khiển, hướng dẫn con đường đi. Vậy rõ ràng đây là một động từ. Tuy nhiên ngày nay người ta lại dùng làm danh từ. Thí dụ: "Lãnh đạo đã chỉ thị như thế". Sự rối loạn về từ vựng trong ngôn ngữ thực là điều rất đáng tiếc. Từ đầu thế kỷ 20, do ảnh hưởng của tiếng Pháp, ngôn ngữ Việt Nam dần dần được minh bạch về từ vựng trở nên sáng sủa và rõ nghĩa, nay có biểu hiện rối rắm về từ vựng và trở nên tối tăm, có lẽ do mấy ông đi học bên Tàu về. Tiếng Tàu rất lôi thôi về từ vựng, ai cũng rõ điều đó.

9. Cóp tiếng Tàu đang dùng.

*LƯU BAN

Học sinh kém quá không được lên lớp thì gọi là lưu ban. Trong tiếng Tàu hiện nay, ban 班 là lớp học nhưng với tiếng Hán Việt (gốc từ tiếng Tàu đời Đường) thì ban không phải là lớp học mà có nghĩa rất xa lạ (ban phát, hạng thứ, đem quân trở về). Do đó, dùng tiếng lưu ban để nói học sinh không được lên lớp thì không ổn chút nào. Dùng chữ lưu cấp 留級 thì gần đúng nghĩa hơn. Nhưng thôi, lưu ban, lưu cấp làm chi. Mình đã có chữ thuần Việt đã dùng từ lâu là "ở lại lớp, không lên lớp, hoặc xuống lớp", rất hay vì phụ huynh học sinh nào cũng hiểu được.

*TRANH THỦ

Đây là từ mới được đưa vào Nam sau 1975, và có nghĩa là lợi dụng tình hình để làm được việc gì đó. Thí dụ: "trong chuyến đi thăm vừa qua, anh ấy đã tranh thủ kiếm chác được chút ít" Tôi đã cố tìm hiểu xuất xứ của từ nầy và nhận ra rằng từ tranh thủ không có trong tiếng Hán Việt nhưng hiện nay đang được dùng bên Tàu. Việc đem tiếng Tàu hiện nay, phiên âm Hán Việt rồi nhập vào ngôn ngữ Việt Nam là đều điều không hợp lý vì nó sẽ làm rối rắm ngôn ngữ của mình. Nên nhớ tiếng Hán Việt có nguồn gốc tiếng Hán ở đời Đường chứ không phải là tiếng Tàu ngày nay, đã khác khá nhiều với tiếng Tàu đời Đường, về phát âm cũng như về ý nghĩa. Thí dụ, 大家, tiếng Hán Việt đọc đại gia và có nghĩa là người hay gia đình có vai vế trong xã hội, trong khi đó tiếng Tàu hiện đại đọc là dà jià và có nghĩa là tất cả mọi người. Một thí dụ khác: 東西 tiếng Hán Việt đọc là đông tây và có nghĩa là 2 phương hướng, trong khi tiếng Tàu hiện đại đọc là dòng xì và có nghĩa là hàng hóa. Cho nên tiếng Tàu ngày nay phải được xem là ngoại ngữ đối với ngôn ngữ Việt Nam và không nên nhập một cách bừa bãi vào tiếng Việt.

10. Đảo ngược từ kép làm sai nghĩa.

*ĐIỂM YẾU

Từ kép nầy gồm 2 tiếng đơn ghép theo văn phạm Nôm có nghĩa là cái điểm không mạnh. Có người đem đảo ngược lại thành "yếu điểm" theo văn phạm Hán Việt, nó có nghĩa hoàn toàn khác hẳn: điểm rất quan trọng.

*THẤP ĐIỂM

Từ nầy thường được dùng sai một cách thực buồn cười. Cao là tiếng Hán đã được Việt hóa, nên có thể dùng theo văn phạm Hán hay Nôm cũng đều có một nghĩa duy nhất là "ở phía bên trên". Thí dụ: điểm cao và cao điểm cùng một nghĩa. Trong khi đó thấp lại có hai nghĩa khác nhau tùy theo tiếng Hán hay Nôm. Theo tiếng Nôm thì thấp có nghĩa là ở bên dưới, nhưng với tiếng Hán thì thấp có nghĩa là ẩm ướt... Vì vậy, khi nói "điểm thấp", nó là "chỗ ở dưới thấp", nhưng khi đảo lại thành "thấp điểm", nó có nghĩa là "nơi ẩm ướt". Thực là buồn cười khi đọc báo thấy: "giao thông giờ cao điểm, giao thông giờ thấp điểm" hay "dùng điện lúc cao điểm và dùng điện lúc thấp điểm"

11. Đảo từ kép bừa bãi và không cần thiết.
*XA XÓT
Tôi đọc được cách đảo kỳ cục trong một tác phẩm bán rất chạy trong thời gian gần đây. Nguyên câu đã viết là: "...ông Năm xa xót nhìn hai đứa trẻ...". Đảo từ như thế là bừa bãi, chẳng nhằm lợi ích gì. Với văn vần, có thể tạm chấp nhận sự đảo từ cho hợp thi luật; nhưng với văn xuôi thì không thể đảo từ một cách bừa bãi được.

Còn rất nhiều từ kép bị đảo xuôi đảo ngược vô tội vạ nữa: Nguy hiểm / hiểm nguy; đơn giản / giản đơn; khai triển / triển khai; từ chối / chối từ; bảo đảm / đảm bảo; bền vững / vững bền; minh chứng / chứng minh; phục hồi / hồi phục; biệt ly / ly biệt; tha thướt / thướt tha; thần thờ / thờ thần; tranh đấu / đấu tranh; thơ ngây / ngây thơ; xúc cảm / cảm xúc; quang vinh / vinh quang; kinh hoảng / hoảng kinh; ái ân / ân ái/ ... (thêm ý, cũng có thể đảo từ nếu nghĩa không đổi vì lý do nào đó.)

Ôi thôi, nhiều quá, quá nhiều, không sao kể hết ngay tức thì được. Có lẽ trên thế giới, không ngôn ngữ nào có các từ bị đảo ngược lung tung như ngôn ngữ Việt Nam hiện nay. Cứ cái đà nầy, tôi e có ngày mình sẽ đọc được một câu thế nầy: "Người sĩ-chiến sinh-hi ngoài trận-mặt để vệ-bảo quốc-tổ, dân-nhân ở phương-hậu phải tỏ lòng ân-tri với các hùng-anh sĩ-liệt"!!!

12. Ghép từ bừa bãi.
*KÍCH CẦU
Đó là nhóm từ "kích thích nhu cầu tiêu thụ" được ghép cho ngắn lại làm cho nghĩa trở thành hết sức tối tăm. Nghe từ ghép "kích cầu", tôi cứ tưởng công việc của mấy ông công chánh đang thực hiện ở dưới sông. Cách ghép nầy nghe rất chướng tai nhưng lại rất phổ biến hiện nay.

*GIAO HỢP
Có một chuyện ghép từ rất khôi hài mà người ta thường hay kể lại. Chuyện thế nầy: Đồng chí giám đốc phái một nữ nhân viên qua một xí nghiệp bạn với lời dặn dò cẩn thận: "Cô hãy sang đó và cố gắng thuyết phục cho họ chịu giao hợp nhé". Ý đồng chí giám đốc muốn nói giao hợp có nghĩa là giao thiệp và hợp tác; không biết cô nữ nhân viên có hiểu đúng ý đồng chí giám đốc hay không

13. Dùng từ dao to búa lớn
*CHIẾN
Đá bóng chỉ là một trò chơi thể thao thuần túy thế mà các xướng ngôn viên và bình luận viên của chúng ta luôn luôn gọi đó là cuộc chiến. Cuộc chiến thì phải có đổ máu, phải có quyết tâm tiêu diệt kẻ thù hay ít ra làm cho kẻ thù phải khốn đốn. Một hôm đi ngang qua sạp báo tôi thấy một tờ báo chạy một cái tựa rất lớn ở trang nhất: "nội chiến ở bán đảo Ibérique". Tôi giật mình không hiểu tại sao giữa hai nước anh em Tây ban nha và Bồ đào nha lại nổ ra chiến tranh. Tôi vội vã móc tiền ra mua ngay tờ báo đó rồi chạy nhanh về nhà để đọc. Đọc xong, tôi ngã ngửa, Thì ra, trong một cuộc bốc thăm do FIFA tổ chức, hai đội tuyển bóng tròn của Tân ban nha và Bồ đào nha gặp nhau trong cuộc chơi play-off. Thế mà người ta dám gọi là nội chiến. Xin chào thua cách dùng ngôn từ Việt Nam ngày nay.

*CHIẾN ĐẤU
Tôi đã từng nghe nói: "Chúng ta phải cương quyết chiến đấu với tư tưởng sai trái". Nghe thực đáng sợ.

*NGÀI. Đã có lúc, nhân danh lập trường giai cấp, lập trường ta bạn thù, người ta gọi các lãnh tụ của nước tư bản bằng thằng nọ thằng kia. Bây giờ, chúng ta chơi với tư bản thì ai người ta cũng gọi bằng "ngài". Ngài thủ tướng, ngài đại sứ, ngài nghị sĩ, vân vân. Nghe có vẻ nịnh bợ quá đi thôi.

*THAM QUAN
參觀 Đi chơi để ngắm cảnh thì gọi là tham quan, có nghĩa là tham dự vào một công cuộc xem xét, nghiên cứu. Gọi thế mới hách chứ.

*NGHIÊN CỨU SINH
Đi học thêm ở ngoại quốc, chuyện quá tầm thường, nhiều khi lợi dụng làm chuyện bậy bạ, lại tự tâng bốc mình là đi nghiên cứu.

14. Dùng từ Hán Việt thay từ Nôm một cách kỳ cục.
* KHẨN TRƯƠNG
Một đồng nghiệp của tôi định cư tại Úc từ năm 1975. Cách đây vài năm, thầy về Việt Nam lần đầu tiên và dùng tàu hỏa ra Hà nội thăm quê. Giữa khuya, tàu đến ga Đồng hới thuộc tỉnh Quảng bình. Đang ngủ say, bỗng thầy giật mình tỉnh dậy vì tiếng loa "... hành khách khẩn trương lên". Thầy hoảng hồn phóng xuống giường, chạy ra khỏi buồng của toa xe vì tưởng xe trật đường rầy hay có hỏa hoạn xảy ra. Nhưng không, nhân viên trên toa tàu chỉ nhắc nhở hành khách nào xuống tàu ở ga nầy thì nhanh lên, thế thôi! Tội nghiệp, thầy Phụng hoảng hồn cũng phải vì ở miền Nam trước đây, người ta ăn nói một cách giản dị và chỉ hay dùng tiếng Hán Việt trong văn chương và khi có việc nghiêm trọng mà thôi.

*BÁO CÁO. Một người bạn đã nói với tôi: "Báo cáo anh, chiều nay tôi phải lên xe về Hà nội". Tôi nghe chữ báo cáo thì cứ tưởng anh ta đang nói với một vị tư lệnh trên chiến trường.

15. Thay từ Hán Việt thông dụng bằng từ Nôm bất hợp lý.
*MÁY BAY LÊN THẲNG
Cái loại máy bay có thể bay lên mà không cần phi đạo, ngày trước người miền Nam, từ thành thị đến thôn quê, từ người có học đến người thất học, đều gọi bằng một cái tên rất gọn là trực thăng. Sau 1975, người ta sửa lại là máy bay lên thẳng, không hiểu lý do tại sao.

*LÍNH THỦY ĐÁNH BỘ
Ngày trước miền Nam có một binh chủng đặt tên là Thủy quân lục chiến. Đó gần như là một danh từ riêng. Sau 75 thì sửa lại là lính thủy đánh bộ cho có vẻ nôm na, dù thủy và bộ vẫn là tiếng Hán Việt. Có người bảo rằng cái gì của ta thì dùng tiếng Hán Việt mới bảnh, còn cái gì của kẻ thù thì dùng tiếng Nôm để làm giảm giá trị. Nếu quả đúng như thế thì đó thực là một quan niệm hết sức sai lầm và xúc phạm một cách trầm trọng đến giá trị tiếng thuần Việt của dân tộc mình.

16. Chưa có được những từ thỏa đáng cho khoa học và kỹ thuật hiện đại.
* COMPUTER
dịch là máy vi tính là không thỏa đáng. Máy vi tính có nghĩa là máy dùng làm những phép tính rất nhỏ. Chức năng của computer không phải chỉ như thế. Xin để dành cho các nhà chuyên môn về kỹ thuật và các nhà ngôn ngữ nói chuyện với nhau để chọn từ cho chính xác.
Thêm ý, có thể gọi là "máy điện tử đa năng"?

*INFORMATION TECHNOLOGIE
dịch là tin học, cần xét lại 2 điểm. Thứ nhất, tecgnologie là một kỹ thuật, dịch bằng một chữ học trơ trọi thì không ổn. Thứ hai, muốn dùng từ kép "tin học" thì 2 từ đơn phải đều là tiếng Hán Việt. Nhưng tin là tiếng Nôm còn tín mới là tiếng Hán Việt.

ON LINE, OFF LINE
dịch là "trực tuyến" và "ngoại tuyến" thì e không ổn. Ở tiếng Mỹ, "on" và "off" là 2 từ đối nghịch nhau thì dịch sang tiếng Việt cũng cần 2 từ đối nghịch nhau mới được. Cho nên dùng 2 từ "trực" và "ngoại" chẳng ổn chút nào. Một lần nữa, chúng ta chờ đợi sự bàn bạc giữa các chuyên viên kỹ thuật và ngôn ngữ.

Tâm Hiền

Trích trong TriềuThành Magazine
Sưu tầm, lưu trữ, và phổ biến các thế hệ sau. HLL

Ý kiến bạn đọc
Nói tóm, bài viết rất ích dụng vì vạch ra nhiều điểm sai trong cách dùng từ Việt thuần tuý, Nho-Nho, Nho-Việt, và Việt-Nho thời VC. Nếu người đọc thấy điểm sai, nên sửa; nếu thấy điểm không hẳn sai, nghe xuôi tai và không tạo nghĩa sai khi dùng Nho-Việt hay Việt-Nho. Các từ có dạng Nho-Nho, Việt-Việt không nên biến thể vì chúng đã lưu hành từ xưa. Nếu đặt ra từ mới theo nhu cầu vì nhu cầu tăng theo thời gian, người ta nên chọn từ cẩn thận và khôn khéo không xa bản chất thuần tuý Việt ngữ và văn phạm Việt ngữ và nhắm vào chân-thiện-mỹ làm kim chỉ hướng.

Vài thí dụ,
"Xưởng đẻ" "máy bay lên thẳng" lính thuỷ đánh bộ", "đảm bảo", "nhà xí có giấy chúi", ... nghe kỳ quặc, nghịch tai, và thiếu nét văn vẻ trong Việt ngữ.

Hoang-Long Le, 05/24/2023

Books by Hoang-Long Le

Văn Phạm
Basic Vietnamese Grammar (in American)
A New Look at Vietnamese Grammar (in American)
A New Look at Vietnamese Grammar (in Français)
Lối nhìn mới về Văn Phạm Vietnam Giản Yếu

A New Look at American Grammar (in American)
A New Look at American Grammar (in Français)
Un Nouveau Regard sur La Grammaire Française (en français)
Un Nouveau Regard sur La Grammaire Française (en americain)

How to use American Prepositions and Articles (in Vietnamese)

Thơ
Hài Hước (Humorous poems, American-translated)
Trữ Tình (Romantic poems, American-translated)
Trầm Tư (Contemplative poems, American-translated)

Truyện
Góp nhặt những mẩu vụn thế thời bút ký 1
Góp nhặt những mẩu vụn thế thời bút ký 2
Góp nhặt những mẩu vụn thế thời bút ký 3
Cơn Uất Hạ Lào (Tác giả: Bùi Đ. Lạc; dịch giả: Hoàng-Long Lê)

www.ingramcontent.com/pod-product-compliance
Lightning Source LLC
LaVergne TN
LVHW060152080526
838202LV00052B/4136